तुमच्यापैकी ज्या कुणाच्या हातून
कधीही पाप घडले नसेल,
त्यानेच पहिला दगड मारावा...

(सेंट जॉन गॉस्पेल, प्रकरण ८, ओवी ७)

भारतीय तुरुंगात राहणाऱ्या आया व त्यांच्या मुलांना ज्या व्यथांचा व वेदनेचा सामना करावा लागतो त्याची ही कहाणी आहे. 'तुरुंगातील सावल्या' या पुस्तकात रुझबेह भरूचा यांनी हीच वेदना लेखणीत पकडली आहे. तुरुंगात राहणाऱ्या आई व मुलांच्या भावभावनांचे चित्रीकरण, त्यांचं तुरुंगाच्या असुरक्षित वातावरणातलं जगणं, त्यांचे आनंद, आशा-आकांक्षा आणि त्यांची स्वप्ने, 'तुरुंगातील सावल्या'मधून तुरुंगातील कैद्यांची दारूण परिस्थिती स्पष्ट होते. लेखकाने घेतलेल्या कैदी स्त्रियांच्या मुलाखती, मुलांशी साधलेला संवाद आणि त्या विभागात काम करणाऱ्या समाजसेवकांबरोबर केलेली चर्चा यातून लेखक आणि वाचकाचा एकत्रित प्रवास होतो– आयुष्याचा आणि त्यातील वेदनांचा प्रवास.

– द हिंदू

पुण्याचे येरवडा जेल, नवी दिल्ली येथील तिहार जेल त्याचप्रमाणे हरियाना व श्रीनगर येथील तुरुंगात राहत असलेल्या स्त्रिया व मुलांचे दैनंदिन जीवन, गजाआडचे त्यांचे त्या दारुण जीवनामागील सत्य या पुस्तकात उलगडून दाखवण्यात आले आहे.

– संडे मिड डे

हे पुस्तक वाचकाला अंतर्बाह्य हलवून सोडणारे आहे हे निःसंशय. ते अत्यंत हळुवार, संवेदनाक्षम अशा शैलीत सादर करण्यात आले आहे.

– दैनिक ट्रिब्यून

आपल्या स्नेहीजनांना पुस्तके भेट द्या

डॉ. किरण बेदी प्रस्तुत

तुरुंगातील सावल्या

भारतीय कारागृहातील माता व मुले

मूळ इंग्रजी लेखक

रुझबेह भरुचा

अनुवाद

लीना सोहोनी

मेहता पब्लिशिंग हाऊस

Please contact us at **Mehta Publishing House,** 1941, Madiwale Colony, Sadashiv Peth, Pune 411030.

✆ +91 020-24476924 / 24460313

Email : info@mehtapublishinghouse.com
production@mehtapublishinghouse.com
sales@mehtapublishinghouse.com

Website : www.mehtapublishinghouse.com

- *या पुस्तकातील लेखकाची मते, घटना, वर्णने ही त्या लेखकाची असून त्याच्याशी प्रकाशक सहमत असतीलच असे नाही.*

Dr. Kiran Bedi Presents
Shadows In Cages (Mother and Child in Indian Prisons)
By RUZBEH N. BHARUCHA

Translated in Marathi Language by Leena Sohoni

डॉ. किरण बेदी प्रस्तुत
तुरुंगातील सावल्या (भारतीय कारागृहातील माता व मुले)

अनुवाद : लीना सोहोनी, तेजोनिधी प्लॉट नं. ५, स्नेहनगर,
बिबवेवाडी कोंढवा रोड, बिबवेवाडी, पुणे - ३७.
✆ ०२०-२४२७४६७० Email : leena.nsohoni@gmail.com

मराठी अनुवादाचे व प्रकाशनाचे हक्क मेहता पब्लिशिंग हाऊस, पुणे.

प्रकाशक : सुनील अनिल मेहता, मेहता पब्लिशिंग हाऊस,
१९४१, सदाशिव पेठ, माडीवाले कॉलनी, पुणे - ३०.

मुद्रक : स्पेक्ट्रम ऑफसेट, डी-२/४, सत्यम इस्टेट,
सीडीएसएसच्या मागे, एरंडवणे, पुणे - ४११००४.

मुखपृष्ठ : चंद्रमोहन कुलकर्णी

प्रकाशनकाल : ऑक्टोबर, २००७ / ऑक्टोबर, २००८ /
पुनर्मुद्रण : ऑक्टोबर, २०१२

किंमत : ₹ २००/-

ISBN 978-81-7766-868-1

जय बाबा

माझ्या मुलांना...
जशी आणि जेव्हा तुम्हाला आठवण होईल
आणि
माझ्या तुरुंगवासी मुलांना...
जर कधी तुम्ही विसरू शकलाच तर...

दुसऱ्याविषयी वाटणाऱ्या कळकळीच्या भावनेतून केलेले दान हेच सर्वश्रेष्ठ दान.

THE DALAI LAMA

प्रस्तावना

परंपरेनुसार जगात सर्वत्र आई आणि मूल यांना करुणा, देखभाल आणि सुरक्षिततेचं प्रतीक मानण्यात येतं. परंतु या पुस्तकात मात्र भारतीय तुरुंगात खितपत पडलेल्या, दुर्लक्षित आणि दुर्दैवी मातांच्या जीवनावर प्रकाशझोत टाकण्यात आला आहे. यापैकी कित्येक मातांचा गुन्हा सिद्ध सुद्धा झालेला नाही. त्या केवळ स्वत:वर खटला कधी सुरू होईल याची वाट पाहत आहेत. तुरुंगातील या कैदी स्त्रियांपैकी ज्यांची मुलं पाच वर्षांच्या आतील आहेत, तेवढ्याच मुलांना आपल्या आईसोबत तुरुंगात राहण्याची परवानगी आहे; परंतु त्यापेक्षा मोठ्या वयाच्या मुलांना मात्र दूर ठेवलं जातं. कोणत्याही प्रकारची अनुकंपा, दया, काळजी किंवा सुरक्षितता त्या स्त्रियांना स्वत:च्या कुटुंबाकडून मिळत नाही. नशीब इतकंच, की काही स्वयंसेवी, सेवाभावी, बिगरसरकारी संस्था त्यांना आधार व मदत देण्याचं चांगलं काम करत आहेत.

या स्त्रियांच्या हातून कोणताही गुन्हा प्रत्यक्ष घडलेला असो, अथवा कोणत्याही स्वरुपाच्या गुन्ह्याचा त्यांच्यावर आरोप असो, या स्त्रिया ही सुद्धा तुमच्या आमच्या सारखीच रक्तामांसाची माणसं आहेत, त्यांना आपल्या कुटुंबाची, आपल्या मुलाबाळांची काळजी आहे, त्यांना माया, ममतेची, सांत्वनाची गरज आहे. दयाळूपणा आणि अनुकंपा यांना जीवनाच्या सर्वच क्षेत्रांमध्ये अत्यंत महत्त्वाचं स्थान आहे, मग त्याचा संबंध कैद्यांशी असो, तुरुंगातील रक्षकांशी असो नाहीतर गुन्ह्याचे बळी ठरलेल्या व्यक्तींशी असो. मनात दुसऱ्या व्यक्तीविषयी द्वेषाची भावना बाळगणं हे व्यर्थ आहे. त्यापेक्षा परस्पर सहकार्याची भावना,

विश्वास आणि दुसऱ्याच्या भावनांचा आदर या गोष्टींना खतपाणी घालणं हे कितीतरी विधायक कार्य ठरेल. म्हणूनच मी असं मानतो की, जे आपला वेळ आणि शक्ती मानवतावादी दृष्टिकोनातून इतरांची सेवा करण्यासाठी खर्च करतात, उदाहरणार्थ, या बंदिवासात राहणाऱ्या स्त्रियांसाठी... त्यांच्याविषयी आम्हाला आत्यंतिक आदर वाटतो व अशा व्यक्तींना आमचा पूर्ण पाठिंबा आहे. हा असा दानशूरपणा अत्यंत उच्च दर्जाचा दानशूरपणा आहे. सर्वांत उच्च श्रेणीचं दान कोणतं? तर जे दान कोणत्याही परतफेडीच्या किंवा मोबदल्याच्या अपेक्षेनं केलेलं नसतं, जे केवळ दुसऱ्याविषयी वाटणाऱ्या कळकळीच्या भावनेतून केलेलं असतं, ते! असं दानच सर्वश्रेष्ठ असतं.

भारतीय तुरुंगात बंदिवास भोगणाऱ्या व्यक्तींच्या जीवनातील समस्यांचं निवारण करण्याचं कार्य इंडिया व्हिजन फौंडेशनसारख्या संस्था करत असून ते काम अत्यंत महत्त्वपूर्ण आहे. 'तुरुंगातील सावल्या' ह्या पुस्तकाद्वारे इतर अनेक व्यक्तींना प्रेरणा मिळेल आणि जी माणसं असहाय आहेत, अशा माणसांच्या मदतीसाठी त्या व्यक्ती धावून येतील, अशी मला आशा वाटते.

(हिज होलीनेस, द दलाई लामा)

डॉ. किरण बेदी

मी तिहार जेलची इन्स्पेक्टर जनरल, प्रिझन्स म्हणून काम बघत असताना एक गोष्ट माझ्या लक्षात आली– लहान मुलं जेव्हा आपल्या आईबरोबर तुरुंगाच्या गजाआड बंदिवान होऊन राहत असतात, तेव्हा आरोग्यपूर्ण, आनंदी बालपणापासून त्यांना वंचित होऊन राहावं लागतं आणि ही गोष्ट त्यांच्या दृष्टीनं महाभयंकर असते. तिहारमध्ये मुलांकडे लक्ष देणारं कुणी नव्हतं, त्यांचं स्वास्थ्य, आरोग्य, पोषण, शिक्षण, स्वच्छता, मोकळं वातावरण, लहान मुलांप्रमाणे हसत खेळत जगण्याची संधी याकडे लक्ष देणारं कुणीही नव्हतं. लहान मुलांची काळजी घेण्याची काहीच व्यवस्था तिथे उपलब्ध नव्हती.

दुर्दैवानं भारतात आजही ही गोष्ट काही नवी नाही. संपूर्ण भारतातच नव्हे तर जगभरातही हीच स्थिती आहे. सर्वसाधारणपणे तुरुंगात राहणाऱ्या कैद्यांच्या मुलांना कुठे जायला जागाच नसते. एकदा वडील किंवा विशेषत: आई तुरुंगात येऊन पडली की ती मुलं निराधार होतात. ती मुलं अक्षरश: रस्त्यावर येतात. नियतीच्या हातातलं बाहुलं बनून त्यांना राहावं लागतं. म्हणूनच या अशा मुलांच्या आयुष्यावर आधारित असलेले हिंदी चित्रपट इतके जोरात चालतात.

त्या मुलांपैकी काही थोड्या भाग्यवान मुलांनाच कुटुंबाचा आधार असतो. दुर्दैवानं आपल्याकडे या अशा अनाथ मुलांचा सांभाळ करणाऱ्या उत्तम दर्जाच्या, विश्वसनीय अशा संस्थाच उपलब्ध नाहीत. केवळ सरकारी अनाथाश्रम तेवढे आहेत. पण या सरकारी आश्रमांमध्ये नेहमी गर्दी असते, तेथे मुलांच्या सुधाराचं, उद्धाराचं काहीही काम होताना दिसत नाही. उलट गुन्हेगारीचं बाळकडू लहान

वयात त्या मुलांना इथेच मिळतं. दुर्दैवानं हे सगळं मी तुरुंग व्यवस्थापक तसेच पोलीस अधिकारी म्हणून काम बघत असताना स्वत: अनुभवलं आहे.

पण अजून हा महत्त्वपूर्ण मुद्दा कोणत्याही समाजशास्त्रज्ञांनी अथवा अपराध विशेषज्ञांनी उचलून धरल्याचं मी तरी पाहिलं नाही. या विषयावर वादविवाद किंवा चर्चा घडून येत नाहीत. वृत्तपत्रांमधून कधी ठळक मथळे छापून येत नाहीत. म्हणूनच हा मुद्दा अजून व्यक्तिगत चिंतेच्या स्वरुपातच राहिला आहे. संपूर्ण समाजाच्या चिंतेचा हा मुद्दा अजून बनलेलाच नाही. या मुलांच्या आर्त हाका अजून कोणाच्या कानापर्यंत पोहोचलेल्याच नाहीत. कदाचित त्या हाका खूप क्षीण आहेत, म्हणून त्या कुणाला ऐकू येत नाहीत. पण हा मुद्दा इतका दुर्लक्षित राहिलेला असावा, हा घोर अन्याय आहे.

काही दक्षिण आशियाई देशांमध्ये लहान मुले केवळ काही अपवादात्मक केसेसमध्ये चार किंवा पाच वर्षांची होईपर्यंत त्यांना आपल्या आईसोबत तुरुंगात राहता येतं. त्या मुलांच्या सुरक्षिततेच्या दृष्टीनेच ही व्यवस्था असते. पण भारतात मात्र मुले पाच वर्षांची होईपर्यंत त्यांना आईसोबत तुरुंगात राहता येतं. भारतीय तुरुंगांमध्ये अशी शेकडो मुले आपल्या आईबरोबर तुरुंगात राहत आहेत. ही मुलं जोपर्यंत तुरुंगात आहेत तोपर्यंत बाहेरच्या जगातील गिधाडांपासून ती सुरक्षित असतात. पण तरीही इकडे आड तिकडे विहीर अशीच त्या मुलांची स्थिती असते. तुरुंगाच्या आवारात आपल्या आईसोबत बंदिवान होऊन राहण्यापलीकडे या मुलांच्या आयुष्यात दुसरं काही नसतं.

मला १९९३ सालची आठवण आहे. मी जेव्हा तिहार तुरुंगात काम करायला सुरुवात केली, तेव्हा इतक्या मोठ्या संख्येने तिथे राहत असलेल्या मुलांना पाहून मी हतबुद्ध झाले. वास्तवात असं काही असू शकतं, याची मी कल्पनाही कधी करू शकले नसते. 'ही एवढी मुलं या तुरुंगात काय करत आहेत?' असं मी विचारताच, मला सांगण्यात आलं– त्यांना जर बाहेरच्या जगात राहू दिलं तर त्यांच्या दुर्दैवाला सीमा उरणार नाही. काही मुलांचा तर जन्मच तुरुंगात झाला होता. 'ही मुलं दिवसभर काय करतात' असा प्रश्न मी विचारताच मला उत्तर मिळालं–'किडे शोधून त्यांना ठार मारतात!' ही मुलं आपापसात जेव्हा गप्पा मारत, तेव्हा कोर्टात पुढची तारीख कधी पडणार हा त्यांच्या गप्पांचा विषय असे. एखाद्या व्यक्तीच्या पोटात सुरा खुपसून त्याला ठार कसं मारावं, याविषयी ती मुलं बोलत.

आपल्या वडिलांनी आपल्या आईचा छळ कसा केला किंवा त्यांच्या हातून कोणता गुन्हा घडला ही सर्व हकिकत ही मुले रंगवून सांगत. वकिलांची व न्यायाधीशांची नावे, कोर्टाचे तपशील त्यांना तोंडपाठ असत. त्यांच्या दृष्टीने

कोर्टात हजेरी लावायला जाणं हीच सहल असे. ती सर्व मुलं निरक्षर होती. शाळा म्हणजे काय, हेसुद्धा त्यांना ठाऊक नव्हतं.

त्या प्रत्येक मुलामध्ये मला माझं स्वतःचं प्रतिबिंब दिसे. त्या प्रत्येक मुलात मला माझी मुलगी दिसे. या मुलांनी कोणती चूक केली? मी मला स्वतःला विचारी. पण व्यवस्थापनाकडे, नियमावलीत यापैकी कोणत्याच प्रश्नाचं उत्तर नव्हतं. ते गप्पच होते. मुलांसाठी कोणतीही खास तरतूद नव्हती. फक्त आईला मुलासाठी थोडं जादा दूध मिळायचं. पण बरेचदा ती आई ते दूध दुसऱ्या एखाद्या कैदी स्त्रीला विकून त्या पैशातून दैनंदिन जीवनासाठी लागणाऱ्या साबण, तेल अशा गोष्टी विकत घेत असे. म्हणजे परत इथे त्या मुलावर त्याच्या स्वतःच्या आईकडूनच अन्याय होत होता. तुरुंगात बालरोगतज्ज्ञ नव्हते. लहान मुलाचे लसीकरण व्यवस्थित झाले आहे की नाही याची कुठेही नोंद ठेवलेली नसे. मुलाच्या वजन उंचीची नोंद ठेवलेली नसे. बऱ्याच मुलांची वाढ खुंटलेली होती. याहून दुसरं काय असणार?

खरं तर वरिष्ठ अधिकाऱ्यांकडून, तसेच न्यायाधीशांकडून या तुरुंगाची वेळोवेळी पाहणी होत असूनसुद्धा ही अशी अनास्था होती, हे विशेष.

पण आम्ही हातपाय गाळले नाहीत. हताश झालो नाही. जे करायला हवं होतं, ते करण्यासाठी कंबर कसली. आमच्याकडे यासाठी अंदाजपत्रकात खर्चाची तरतूद नव्हती. नसू दे. आमच्याकडे होती दुर्दम्य इच्छाशक्ती आणि सहृदयता. गरीब, गरजू लोकांसाठी अनुकंपा. आम्ही समाजाकडे मदतीची साद घातली आणि मदतीचा ओघ सुरू झाला– डॉक्टर्स, औषधे, कपडे, खेळणी, पुस्तके, झोपाळे, घसरगुंड्या, मेरी-गो-राऊंड, पोषक आहार, जीवनसत्वे, चित्रकलेचे सामान, संगीत... काही सेवाभावी संस्थांनी पुढे होऊन पाळणाघर सुरू केले. लहान मुलांसाठी सहलींचे आयोजन करण्यात येऊ लागले. मुलं प्राणीसंग्रहालयाच्या भेटीला गेली. आयुष्यात प्रथमच त्यांनी हत्ती आणि मांजर यांच्यातला फरक डोळ्यांनी पाहिला. रस्त्यावर पाऊल टाकताच ती मुलं रहदारीला घाबरली. पण बाहेरच्या जगात आणि तुरुंगात काय फरक असतो तो त्यांना लगेच समजला. बाहेरच्या जगात खूप खेळ, खूप गंमत असते हे त्यांना कळलं. ती मुलं भारताच्या राष्ट्रपतींच्या भेटीला गेली. त्यांनी मुघल गार्डन्समधून फेरफटका मारला.

'क्राईम होम चाईल्ड' आणि 'तुरुंगात पाळणाघर' या दोन संकल्पना यातूनच जन्माला आल्या. त्यापाठोपाठ रॅमन मॅगसेसे पुरस्कार आला! जणूकाही ईश्वरानंच आमच्या उपक्रमाला पाठिंबा दिला. आता पाऊल उचलायलाच हवं होतं. पुढे ढकलून चालणार नव्हतं. आमच्या या मुलांसाठी काम सुरू करायलाच हवं होतं. माझी बदली कुठे होते, कधी होते याचा विचार करत बसायला वेळ नव्हता.

व्यवस्थित आखणी करून, शिस्तबद्ध काम सुरू करणं गरजेचं होतं. त्यासाठीच इंडिया व्हिजन फौंडेशन या संस्थेची स्थापना करण्यात आली. त्यानंतर 'क्राईम होम चाईल्ड' आणि 'तुरुंगातील पाळणाघर' हे दोन उपक्रम सुरू करण्यात आले.

याचा अर्थ ज्या स्त्रियांची मुले त्यांच्याबरोबर तुरुंगात राहत होती, त्यांना योग्य वयात शाळेत जाणं आता शक्य होणार होतं. आता तुरुंगातील कैदी स्त्रिया एकतर व्यवसाय प्रशिक्षण वर्गाला तरी जातात किंवा कोर्टात तारीख पडल्यावर त्यांना कोर्टात जावं लागतं. अशावेळी त्यांची मुलं पाळणाघरात जातात. येथे मुलांना सर्व तऱ्हेचं शिक्षण देण्यात येतं. त्यासाठी प्रशिक्षित शिक्षक असतात आणि खेळीमेळीचं वातावरणसुद्धा असतं. मूल पाच वर्षांचं झालं आणि त्याला बाहेर ठेवणं त्या मुलाच्या दृष्टीनं सुरक्षित नाही असं त्याच्या आईला वाटलं, तर त्या मुलाला इंडिया व्हिजन फौंडेशनकडे सोपवण्यात येतं. तेथून त्या मुलाला उत्तम दर्जाच्या निवासी शाळेत दाखल करण्यात येतं.

दिल्लीच्या असिसी कॉन्व्हेन्टच्या सिस्टर्सनी अशा मुलांसाठी खास स्वतंत्र इमारत बांधून त्यांच्या निवासाची सोय केली होती. म्हणजे असिसी कॉन्व्हेन्टकडे इमारत होती तर इंडिया व्हिजन फौंडेशनकडे मुलं होती. ईश्वराचा सहभाग आपल्याला आपल्या कामात जाणवतो, तो असा. आता या उपक्रमाला केंद्रसरकारच्या सोशल वेलफेअर बोर्डाची मान्यता मिळाली आहे. सात वर्षांपूर्वी ग्रुप चारच्या पाठिंब्यानं ही चळवळ सुरू झाली आणि आता देशभरातील सर्व तुरुंगात हा उपक्रम राबवण्यात येणार आहे. भारतातील इतर तुरुंगांमधील मुलांची स्थिती १९९३ साली तिहारमध्ये राहणाऱ्या मुलांसारखीच आज आहे. तेव्हा अजून खूप काम बाकी आहे.

रुझबेह यांचं काम स्वतंत्र आहे. तुरुंगांच्या उंच भिंतीआड, समाजाच्या नजरेपासून दूर जे काही चालतं ते उजेडात आणण्याचं काम या पुस्तकातून त्यांनी केलं आहे. ज्यांच्या जाणीवा बोथट होऊन गेल्या आहेत अशा व्यक्तींना जागं करून त्यांना कार्यप्रवृत्त करण्याची ताकद या पुस्तकात आहे. ते थेट हृदयापासून लिहितात. 'तुरुंगातील सावल्या' हे त्यांनी प्रेमपूर्वक केलेल्या परिश्रमाचं फळ आहे.

□

येरवडा जेल

(महाराष्ट्र)

"कृपा करून मला मदत करा हो– माझा मुलगा मला शोधून द्या." राधाच्या खोल गेलेल्या गालांवरून अश्रू ओघळत होते. तिच्या आजूबाजूला खेळत असलेली तिची मुलगी एकदम स्तब्ध झाली. काही क्षण तसेच गेले. मग तिनं आपल्या चिमुरड्या हातांनी आपल्या आईचा चेहरा कुरवाळला. त्या स्त्रीनं डोळे पुसले आणि ती लहान मुलगी आपल्या आईच्या मांडीवर येऊन बसली.

तुरुंगाची पहारेकरी बाई– बनसोडे चांगुणाबाई– करूणेनं त्या दृश्याकडे पाहत होती. तिनं आजपर्यंत असे किती अश्रू गळताना पाहिले असतील, देव जाणे. रोज, महिन्यामागून महिने, वर्षामागून वर्षे, अविरत. अजूनही तिच्या डोळ्यांत करुणा कशी काय शिल्लक होती, हेही आश्चर्यच म्हणावं लागेल. तिनं त्या चिमुरड्या पोरीला गुदगुल्या करून हसवलं. आपण बाहेर खेळायला पळावं का आपल्या आईपाशीच थांबावं, नक्की काय करावं... या विचारानं ती चिमुरडी गोंधळून गेली होती.

"जा... बाहेर खेळ," असं म्हणून राधानं मुलीला मांडीवरून खाली उतरवलं. त्यानंतर राधानं माझ्याकडे पाहिलं आणि काही सेकंदांनी मान खाली घातली. "तिला आपल्या भावाची खूप आठवण येते. आम्ही दोघींनी गेल्या दोन वर्षांत त्याला पाहिलेलंच नाही. ती रोज आपल्या भावाची आठवण काढून रडते..."

"पण इथे तुम्हाला भेटायला त्याला कोणी आणलं कसं नाही?" मी विचारलं.

"आम्ही खूप प्रयत्न केले. अगदी शक्य तेवढी सर्व खटपट केली. पण काही उपयोग झाला नाही."

शहनाज शेखनं माहिती दिली. ती सामाजिक कार्यकर्ती होती. तुरुंगात कैदेत असलेल्या महिला आणि त्यांच्या मुलांशी ती रोज संपर्क ठेवून होती. ही पुण्याच्या येरवडा जेलमधील गोष्ट. साथी नामक समाजसेवी संस्थेची ती प्रतिनिधी होती. त्या मुलाला आपल्या आईच्या भेटीसाठी घेऊन यावं अशी पत्रे इथल्या महिला जेलरनं त्या सुधारगृहाला कितीतरी वेळा लिहिली आहेत. पण त्यांच्याकडून मुळी काही उत्तरच नाही.

“पण मला एक गोष्ट कळत नाही. तुरुंगातील कैद्यांच्या मुलांना ज्या संस्थांमध्ये ठेवण्यात येतं, त्या संस्थांनी अगदी महिन्याला नाही, तरी निदान दर काही महिन्यांनी तरी त्या मुलांना तुरुंगात आपल्या आईच्या भेटीसाठी घेऊन आलंच पाहिजे, असा काही कायदा नाही?”

“नाही...”

“पण हे तर माणुसकीला सोडून आहे...”

“तुम्ही एक लक्षात घ्या– या संस्थांना सुद्धा स्वतःच्या पुष्कळ अडचणी असतात. बरेचदा त्यांच्याकडे पुरेसा निधी नसतो, माणूसबळ नसतं. आणखी एक समस्या म्हणजे या संस्था गावाबाहेर असतात... कधीकधी ती महिला ज्या तुरुंगात असेल त्या तुरुंगापासून कित्येक तासांच्या अंतरावर असलेल्या आश्रमात तिचं मूल असतं...”

“ते सगळं ठीक आहे. पण मुळात आईला ज्या ठिकाणच्या तुरुंगात ठेवलेलं असेल त्याच गावातील आश्रमात तिच्या मुलाला खरं तर ठेवण्यात आलं पाहिजे, नाही का?”

“तुमचं म्हणणं तर्कसुसंगत आहे...”

“पण तशी सक्ती करणारा कोणताही कायदा अस्तित्वात नाही?”

“नाही. असा कोणताही कायदा नाही.” ती हताशपणे म्हणाली. येरवडा जेलमध्ये काम करत असताना रोजच्या रोज जी दुःखं, ज्या वेदना, जे नैराश्य आणि ज्या भीतीला तिला सामोरं जावं लागत होतं, त्या सर्वांचा तिच्या मनावर फार खोलवर ठसा उमटला असणार, हे उघडच होतं.

माझ्या तोंडातून शब्द फुटेना. माझ्यापुढची मुख्य अडचण अशी होती, की आमचं सगळं संभाषण मराठीत चाललं होतं. म्हणजे बाकीचे सर्वजण व्यवस्थित मराठी बोलत होते आणि मी तेवढा एकटा मराठी, हिंदी, गुजराथी आणि इंग्रजी अशा सगळ्या भाषांचं मिश्रण करून बोलत होतो. कधीकधी आश्चर्यचकित भाव चेहऱ्यावर आणून ते सगळे माझ्याकडे बघायचे– जणू काही त्यांनी ती तसली धेडगुजरी भाषा भारतीय उपखंडात याआधी कधी ऐकली नव्हती.

“तुमचा मुलगा किती वर्षांचा आहे?”

“सात.”

“तुम्ही तुमच्या दोन्ही मुलांना इथे तुमच्यासोबत तुरुंगातच ठेवून घेतलं होतं?”

“हो.”

“मग तुमचा मुलगा पाच वर्षांचा झाल्यावर त्याला सुधारगृहात पाठवण्यात आलं?”

“होय.”

“तेव्हापासून तुम्ही त्याला भेटलेला नाहीत?”

तिनं नकारार्थी मान हलवली आणि परत एकदा तिचे डोळे पाण्यानं भरून आले. क्षणार्धात गालावरून अश्रू घळाघळा वाहू लागले. हे पुस्तक लिहिणं म्हणजे खरोखर एक यातनामय प्रकरण असणार आहे, हे मला एव्हाना कळून चुकलेलं होतं. नैराश्यजनक, हृदयाला पीळ पाडणारं. यानंतरचे कित्येक महिने हे असं तुरुंगातील स्त्रियांना रडताना पाहणं, त्यांना रडायला लावणं... आपल्याला खरंच जमेल का?– असा मला प्रश्न पडला. मी एक दीर्घ श्वास घेतला.

"तुम्ही वरिष्ठांकडे मदत मागितली का?"

"हो. पाहिजे तर शहनाज मॅडमना विचारा."

"सर्वसाधारणपणे त्या आईच्या वतीनं आम्हीच पत्र लिहितो. बरेचदा आईला लिहिता वाचता येतच नाही. जर आमच्या पत्राला त्यांच्याकडून काहीच उत्तर आलं नाही, तर आम्ही आमच्या 'साथी' या संस्थेतर्फे लिहितो. पण तरीही त्यांच्याकडून काही नीट उत्तर आलं नाही किंवा आई व मुलाची भेट होऊ शकली नाही तर मग महिला जेलर, कदम मॅडम स्वत: त्यांना पत्र लिहितात."

"हा मुलगा कुठे आहे?"

"कोल्हापूरला." बसने काही तासांच्या अंतरावर कोल्हापूर होतं.

"पण या केसमध्ये घडलं तसं आई व मूल जर इतके दिवसांत भेटू शकले नाहीत तर मग ती आई किंवा तुमची संस्था कोर्टाकडे न्याय मागू शकत नाही का? कोर्टाकडूनच त्या सुधारगृहाला आदेश का आणत नाही? म्हणजे तेच लोक त्या मुलाला इथे घेऊन येतील!"

"पण एखाद्या मुलाची आई कित्येक मैल दूर असलेल्या तुरुंगात असेल तर तिची व तिच्या मुलाची भेट घालून देण्याची सक्ती करणारा कोणताही कायदा अस्तित्वात नाही. तुम्ही एक गोष्ट लक्षात घ्या– प्राप्त परिस्थितीत जेवढं शक्य आहे, तेवढं ते लोकही करत आहेतच. पण त्यांच्याकडे पुरेसा पैसा नाही, माणूसबळ नाही."

"हो. पण तरीही एखाद्या आईला दोन वर्षे आपल्या मुलापासून लांब ठेवायचं? दोन वर्षे? हे नैतिक आणि भावनिकदृष्ट्या योग्यच नाही. त्यासाठी काहीतरी तरतूद असलीच पाहिजे. आणि जर खुद्द राज्यसरकारनंच आई आणि मुलाला एकमेकांपासून इतकं दूर ठेवलं असेल, तर मग त्यांची भेट घडवून आणण्यासाठी जो काही खर्च येईल, तो सरकारनं केलाच पाहिजे. आणि एक सांगा– मुळात या मुलाला पुण्याच्याच रिमांड होममध्ये का बरं ठेवलं नाही?"

"मुलांना कधी कधी या ठिकाणाहून त्या ठिकाणी हलवण्यात येतं, त्यापाठीमागे वेगवेगळी कारणं असतात. कधीकधी एखाद्या गावातील सर्वच संस्था गच्च भरलेल्या असतात. कधीकधी एखाद्या विशिष्ट संस्थेत त्या मुलाला एखादी विशिष्ट कला किंवा

व्यवसायाचं प्रशिक्षण घेण्याची सोय असते. हे शिक्षण त्याला भविष्यात उपयोगी पडू शकतं. कधीकधी ही कला किंवा हा व्यवसाय शिकण्याची सोय अगदी मर्यादित संस्थांमध्येच असते. ती आई ज्या शहरातील तुरुंगात असेल, त्या शहरापासून या संस्था लांब असू शकतात.''

''मी त्याला पाहून इतके दिवस झाले, की आता भेटल्यावर तो मला ओळखेल का नाही कोण जाणे?'' परत एकदा राधाच्या डोळ्यांतून पाणी वाहू लागले. अखेर थोड्या वेळानं ती उठली.

''मला बघू काही करता येतं का ते... मी तुमच्या मुलाला शोधायचा प्रयत्न करीन. कसं ते आत्ताच सांगू शकणार नाही. पण माझ्याकडून मी जास्तीत जास्त प्रयत्न करीन.''

तिनं मान हलवली व ती निघून गेली. माझ्यावर विश्वास ठेवावा असं तिला नक्कीच वाटत असणार. पण तिच्या मनाच्या एका कोपऱ्यात कुठेतरी शंकेची पाल चुकचुकली असावी. मी तिला दोष दिला नाही. मदतीचं आश्वासन देऊन नंतर गायब होणारा मी काही पहिला माणूस नसणार. मी एक दीर्घ श्वास घेतला. हे सगळं दाहक सत्य मनाला खूप ताप देत होतं.

□

मी खूप दमलो होतो. त्या अंधाऱ्या कळकट खोलीत मी येऊन पंधरा मिनिटं सुद्धा झाली नसतील. खोली कसली ती, एक लहानशी बोळकंडी. कैद्यांना भेटायला आलेले कुटुंबीय, आप्तेष्ट, स्नेही, वकील आणि सगळ्यात कळस म्हणजे लेखक... या सर्वांसाठी भेटण्याची खोली म्हणून हीच होती.

का कोण जाणे पण मला अगदी गळून गेल्यासारखं वाटत होतं. अंगात कणभरही ताकद शिल्लक नव्हती. कदाचित असं असेल, की आजवर ज्या कुणी कैद्यांनी आपापल्या नातलगांना भेटण्यासाठी या जागेत पाऊल ठेवलं असेल, त्या सर्वांच्या एकत्रित अस्तित्वाचं दडपण त्या खोलीत भरून राहिलं होतं. आभाळात मळभ दाटून यावं ना, तसं. आणि त्या उदासवाण्या, दुःखी, नकोशा वाटणाऱ्या वातावरणात त्या खोलीत येणाऱ्या प्रत्येकाला चिंब भिजून जायला होत होतं.

"आता इथे जी बाई येईल, तिला सुद्धा जन्मठेपच झालेली आहे. तिनं आपल्या नवऱ्याला मारलं. तिला एक पाच वर्षांची मुलगी आहे. परवाच त्या मुलीची रवानगी रिमांड होममध्ये होणार आहे."

"आणि ही मुलगी गेली किती वर्षे आपल्या आईजवळ राहत आहे?"

"तिचा जन्मच इथे तुरुंगात झाला."

तिनं एक निःश्वास टाकला. आत्ता याक्षणी त्या आईच्या काळजात काय उलघाल होत असेल, याची नला कल्पनाच करवत नव्हती. आपल्या मुलीबरोबर अजून फक्त एक दिवस राहायला मिळणार... आणि त्यानंतर बहुतेक कायमचंच ते मूल गमवावं लागणार. अनोळखी, परक्या लोकांकडे सोपवावं लागणार. काळीज पिळवटून टाकणारी गोष्ट. विशेषतः गेली तब्बल पाच वर्षे दोघींनी तुरुंगात प्रत्येक रात्र आणि दिवस... दिवसाचा प्रत्येक तास एकमेकींच्या सहवासात काढल्यानंतर तर...

आपल्या हृदयाचाच एक भाग, आपलं मूल कोणीतरी आपल्यापासून अलग करून दूर घेऊन जात असताना कसं वाटत असेल? आपलं मूल जेव्हा

आपल्याला हाका मारून रडेल, तेव्हा त्या हाकेला ओ द्यायला आपण नसू या जाणिवेने काय होत असेल मनात? त्या लहानग्या जिवाला जर कधी ताप चढला तर त्याची सेवाशुश्रूषा करायला आपण तिथे नसणार... आणि गरीबीचे आणि एकाकी जीवनाचे चटके जेव्हा त्या बाळाला सोसावे लागतील तेव्हाही... अशी आई जर खरोखर नशिबवान असेल, तर महिन्याकाठी एक दोनदा, निदान दोन तासासाठी आपल्या मुलाशी तिची गाठभेट होऊ शकते. पण तेवढं तिचं नशीब नसेल, तर मात्र वर्षावर्षात त्या मुलाचं दर्शनसुद्धा होऊ शकत नाही.

ती आत आली. अंगावर पांढरी साडी. चेहरा जणू मुखवटा चढवल्यासारखा, भावनाविरहित. तिच्या मनात काय चाललंय, याचा थांग लागू शकत नव्हता. हिचं वय काय बरं असावं? काही अंदाज बांधता येत नव्हता. विशीतली असेल नाही तर एखादेवेळी चाळिशीतली सुद्धा असू शकेल. तिनं हात जोडून नमस्कार केला. मी पण नमस्कार केला.

पुणे येथील येरवडा जेलच्या स्त्री विभागातील त्या लहानशा बोळकंडीवजा खोलीत आम्ही बसलो होतो. तुरुंगाचं भलं मोठं प्रवेशद्वार आणि बाहेरील मुख्य दरवाजा या दोहोंच्यामध्ये ही खोली आहे.

आपण मुख्य दरवाज्यापासून आत प्रवेश केला की उजव्या हाताला लेडी जेलरचं ऑफिस आहे. सध्या श्रीमती पल्लवी कदम या त्या पदावर आहेत. डावीकडे अगदी कोपऱ्यात ही भेटण्यासाठी राखून ठेवलेली खोली आहे. खोलीच्या मधोमध जाळी घालून खोलीचे दोन भाग पाडण्यात आले आहेत. कित्येक महिन्यांनंतर, वर्षांनंतर माणसं जेव्हा आपल्या प्रियजनांची भेट घ्यायला या खोलीत येतात, तेव्हा त्यांना आनंद होईल असं काही या अंधाऱ्या, कळकट खोलीतील वातावरण नक्कीच नाही. त्या खोलीकडे पाहून नैराश्य दाटून येतं. मुळात आयुष्यात काय कमी दुःख आणि वेदना असतात का? या खोलीत साधा एक पंखासुद्धा नाही. नशीब इतकंच, की मी खोलीच्या ज्या भागात बसलोय, त्याच भागात, माझ्यासमोर बसून माझ्याशी बोलण्याची परवानगी कदम मॅडमनी आम्हाला दिली होती. कदाचित त्यामुळेच आम्हाला जरा कमी अवघडल्यासारखं झालं. कधी नव्हे ते खोलीत जाळीच्या अलीकडे बसायला मिळाल्यामुळे मुलंही खूश होती.

पण काहीही असलं, तरी तुरुंगात राहणाऱ्या कैद्यांना त्यांचे आप्तेष्ट, स्नेही जेव्हा भेटायला येतात, तेव्हा ही भेट जास्त ऊबदार, सौहार्दपूर्ण वातावरणात व्हावी, एवढी काळजी तरी सरकारनं घ्यायलाच हवी. कित्येक महिन्यांनंतर, वर्षांनंतर जेव्हा लोक एकमेकांना भेटतात, तेव्हा ही भेट जर प्रसन्न वातावरणात, स्वच्छ हवा, उजेड असलेल्या खोलीत झाली, तर केवळ त्या वातावरणाचा

माणसाच्या मनावर कितीतरी आशावादी, सकारात्मक परिणाम होऊ शकतो.

"हिचं नाव आय. के. सिंग आणि ही तिची मुलगी गीता." शहनाजनं माहिती पुरवली (तुरुंगातील या स्त्रियांची व त्यांच्या मुलांची नावं हेतुपुरःसर बदलण्यात आली आहेत.)

गीता एक उत्साही, चळवळी पोर होती. गोल चेहरा, गोबरे गाल आणि चैतन्यानं रसरसलेली. ती अतिशय आनंदात होती. तिचे हसरे डोळे चमकत होते. आजकालच्या शाळेत जाणाऱ्या, दप्तराच्या ओझ्यानं वाकून पाठीला पोक काढून चालणाऱ्या, भिंतीवरील एकसारख्या ठोकळेबाज विटांसारख्या बनलेल्या तिच्या वयाच्या पोरांच्या तुलनेत गीताचा चेहरा फारच आनंदी, उल्हसित होता. खरं तर येरवड्याच्या तुरुंगात राहत असणाऱ्या मुलांकडे पाहिल्यावर एक गोष्ट माझ्या लक्षात आली– इथे त्यांची चांगली काळजी घेण्यात येत होती. मुलांच्या अंगावरचे कपडेही नीटनेटके होते. मुलांच्या एकंदर वागण्या-बोलण्यावरून ती इथे आनंदात असावी, हे स्पष्ट होतं.

"हॅलो म्हण," आई गीताला म्हणाली. गीता विस्फारलेल्या डोळ्यांनी माझ्याकडे बघत राहिली होती. अंतराळातून उडत्या तबकडीतून हा कोण बरं प्राणी इथे उतरलाय, असे भाव तिच्या डोळ्यांत होते. ती गोंधळून गेली होती. तिची पुरुषमाणसांशी गाठ होण्याचे प्रसंग फार कमी येत असणार. तिला माझा काही अंदाजच येत नव्हता. मग आपल्या देशातील सभ्यतेच्या रीतीरिवाजांना अनुसरून एखादा माणूस जे करेल, तेच मी केलं. मी तिच्याकडे पाहून मिस्किलपणे फक्त डोळे मिचकावले. आभाळात ढग भरून आलेले असताना मध्येच ढगाआडून अचानक सूर्य डोकवावा, तसं तिच्या चेहऱ्यावर हसू उमटलं आणि मग तिनं मला 'नमस्ते' केलं.

"तिला आम्ही सांगितलंय, एक दोन दिवसात तुला बाहेर सहलीला नेणार आहोत." शहनाज मुद्दामच इंग्रजीत म्हणाली.

माझं हृदय पिळवटलं. गीताच्या स्वच्छ, निर्मळ नजरेला नजर देणं मला अशक्य झालं. मी डोळ्यांपुढे ते दृश्य आणायचा प्रयत्न केला. किती भयानक दृश्य होतं ते. तिथे जाऊन पोचल्यावर काही काळानंतर या लहानग्या पोरीला कळून चुकेल– आता आपल्याला आपल्या आईबरोबर पुन्हा कधीच राहायला मिळणार नाही! रात्रीच्या वेळी आपली आई आपल्याला जवळ घेऊन कधी सुद्धा कुरवाळणार नाही... निदान अजून काही वर्षे तरी ते शक्य नाही. आपली आई इथून पुढे आपल्याला अंगाई गीत म्हणून कधीच झोपवणार नाही. आता लाड नाहीत, कोडकौतुक नाही, आईचा मखमली स्वर नाही. बाळा जेव-खा-पी- नीट बोल अशी गोड आर्जवे नाहीत. त्याऐवजी ऐकायला मिळतील धमकावणारे,

दटावणारे स्वर. परक्या लोकांचे, जी कुणी माणसं इथून पुढे तिची देखभाल करणार असतील, ती या पाच वर्षांच्या लहानग्या पोरीला कुठल्या शब्दात समजावून सांगतील की, 'बाळा, तुझा जरी काहीही दोष नसला, तरी सुद्धा इथून पुढे तुला एका वेगळ्या प्रकारच्या तुरुंगात राहायचं आहे!' आता या मुलीचं रक्षण करायला, तिची काळजी घ्यायला, तिच्याशी खेळायला, तिला कुशीत घ्यायला तिची आई तिच्यापाशी नसणार. येत्या अठ्ठेचाळीस तासांच्या आत तिचं पूर्ण आयुष्य ढवळून निघणार होतं. गीताच्या डोळ्यांत इतका गाढ विश्वास होता, की तिच्या नजरेला नजर देणं मला शक्यच झालं नाही.

"गीता, बेटा तुझ्या शाळेच्या बाईंनी तुला नवी कविता शिकवली आहे ना, ती म्हणून दाखव बरं."

ते ऐकून ती आईच्या मांडीवरून उडी मारून खाली उतरली आणि ताठ उभी राहिली. आधी जराशी लाजली. पण मग मी तिच्याकडे पाहून स्मितहास्य केल्यावर तिचे डोळे चमकले. आकाशात उंच भरारी घ्यायला निघालेल्या रॉबिन पक्ष्यासारखा तिनं छाती भरून दीर्घ श्वास घेतला आणि कविता म्हणण्यास सुरुवात केली.

"माझी आई..."

त्या कवितेत एका लहान मुलाला आईविषयी वाटणारं प्रेम व्यक्त केलं होतं. गीताच्या आईला रडू कोसळलं. तिच्या गालावरून अश्रू वाहू लागले आणि तिने डोळे मिटून घेतले. गीता आपल्या आईकडे पाठ करून उभी होती. तिचं कविता म्हणणं चालूच होतं. कवितेमध्ये मुलाला आईविषयी वाटणारं प्रेम, तिला भासणारी आपल्या आईची गरज आणि आईचं आपल्या बाळाबद्दलचं नि:स्वार्थी प्रेम या साऱ्याचं वर्णन त्या कवितेत होतं. त्यात असंही म्हटलं होतं, की मुलांना कधीही कसलीही काळजी करण्याचं कारण नाही. देवाला काही एकावेळी सर्वांकडे बघता येत नाही, म्हणूनच देवानं आयांना बनवलंय.

त्या लहान मुलीचं कविता म्हणणं अजूनही चालू होतं. त्या मुलीला त्यांनी नेमकी हीच कविता का शिकवली असावी?– असा मला प्रश्न पडला. दोन दिवसांनंतर तिच्या चिमुकल्या हृदयावर आघात होणार होता. आणि आया काही सगळीकडे असू शकत नाहीत, त्यामुळे निदान या लहानग्या मुलांना जेव्हा प्रेमाची, मायेची, वात्सल्याची गरज पडेल, तेव्हा देवानं तरी तिथे हजर असावं, अशी मी मनोमन आशा केली. मनातल्या मनात देवाची त्यासाठी करुणा भाकली.

"...आणि रोज रात्री माझी आई मला कुशीत घेते आणि तिथून मी नंदनवनात प्रवेश करते." तिची कविता म्हणून झाल्यावर तिनं एकवार लाजून माझ्याकडे पाहिलं आणि आपला चेहरा आईच्या मांडीत लपवला. गीता आपल्या

आईपासून दूर झाल्यानंतर मी तिच्या आईकडे पाहिलं.

"तुम्हाला आणखी मुलं आहेत?"

इंद्रजित सिंगनं माझ्याकडे पाहून होकारार्थी मान हलवली.

"गीता हिच्या प्रियकराची मुलगी आहे." शहनाज इंग्रजीत म्हणाली. "तिनं आणि तिच्या प्रियकरानं मिळून हिच्या नवऱ्याचा खून केला. पहिल्या नवऱ्यापासून हिला चार मुलं आहेत. हिचा प्रियकर मराठा आहे, तर ही शीख आहे." इंद्रजितच्या म्हणण्याप्रमाणे तिच्या नवऱ्याचा खून तिच्या दीरानं केला आहे. तिचा प्रियकर तिच्या नवऱ्याकडे कामाला होता आणि ती त्याच्याबरोबर पळून गेली. त्या दोघांवर त्याच्या खुनाचा आरोप ठेवण्यात आला आणि दोघांनाही जन्मठेप झाली. हे सगळं असं घडलं असं हिचं म्हणणं आहे. प्रत्यक्षात काय घडलं, ते देवच जाणे!"

"तिला पहिल्या नवऱ्यापासून जी चार मुलं आहेत, त्यांचं काय?"

"त्यांच्यापैकी कोणीही तिला कधीच भेटायला येत नाही. तिच्या सासरची माणसंच त्या पोरांचा सभाळ करत आहेत."

"तुमच्या म्हणण्याप्रमाणे तिची आणि तिच्या मुलांची आजवर कधीच भेट झालेली नाही?"

"गेल्या पाच वर्षांत तिच्यासाठी साधं एक बोटभर पत्र, चिठ्ठी सुद्धा आलेली नाही."

"आणि मग तिचा प्रियकर... त्याचं काय?"

"तो रस्त्यापलीकडच्या तुरुंगात आहे. मुख्य येरवडा कारागृहात."

मी त्या अभागी स्त्रीकडे वळलो. हिनं म्हणे आपल्या नवऱ्याचा खून केला होता आणि आपल्या चार मुलांना अनाथ केलं होतं. पण इथे माझ्यासमोर उभी होती ती फक्त एक केविलवाणी स्त्री, घाबरलेली, भ्यायलेली, आपल्या मुलीच्या काळजीनं ग्रस्त झालेली. या मुलीची आणि तिची पुढच्या अठ्ठेचाळीस तासात ताटातूट होणार होती. अगदी जरी खरोखरच तिनं आपल्या पतीची हत्या केलीसुद्धा असली, तरी तिच्या आत्ताच्या वागण्या-बोलण्यात, चेहऱ्यावरील भावात, आविर्भावात कुठेही तसं काही जाणवत नव्हतं. एक हरलेली, अभागी माता, नजरेत याचना घेऊन माझ्याकडे पाहत उभी होती.

"तुमच्या ह्या मुलीची आणि तिच्या वडिलांची कधी भेटगाठ होते?"

"हो, होते ना, महिन्यातून एकदा. इथे दुसरं कोणीच आम्हाला भेटायला येत नाही ना, म्हणून आम्हाला तशी परवानगी मिळाली आहे. तिचं फार प्रेम आहे आपल्या बापावर."

तिच्या गालांवरून हळूहळू अश्रू ओघळत होते. "या पोरीला सोडून कसं

राहायचं, कसं जगायचं, हे आम्हा दोघांनाही कळेनासं झालंय.''

तिच्या बाकीच्या चार मुलांबद्दल काहीतरी विचारावं, असं मला वाटलं. पण तेथील वातावरण, एकांताचा अभाव, भाषेची अडचण या सगळ्यामुळे ते जमलं नाही.

''हिची काळजी घेईल, असं दुसरं कुणीच नाही का?''

''खरं तर माणसं खूप आहेत. पण त्यांच्या लेखी आता मी मेले आहे.''

गीता दारातून उड्या मारत, खिदळत आपल्या आईला येऊन बिलगली. तिच्या कुशीत शिरली. हे सगळं दृश्य माझ्या हृदयाला पीळ पाडणारं होतं. तुरुंगातील आई-मुलांविषयी मी लिहित असलेलं पुस्तक कसं काय पूर्ण होणार– असा प्रश्न मला त्याक्षणी पडला. इथलं सगळं वातावरणच इतकं विदारक होतं, भयानक होतं. इथलं दु:ख इतकं उघडं होतं, पुढे ठाकलेलं.... हे सगळं इतकं दाहक वास्तव होतं, की दरवेळी हे सगळं काम मध्येच सोडून द्यावं आणि इथून चालू लागावं, अशी इच्छा मला व्हायची.

''मी हिच्याविना कशी काय जगणार आहे, हेच मला समजत नाहीये...''

''सिंग, हे सगळं तिच्या भल्यासाठीच चाललं आहे ना... तुम्हालाही ते माहीत आहे.''

असं म्हणत रखवालदारानं तुरुंगातल्या त्या आईला समजावलं. तिच्या पाठीवर हलके थोपटलं. ''तुमच्या मुलीनं उभा जन्म या अशा तुरुंगात खितपत पडण्याऐवजी एखाद्या चांगल्या संस्थेत राहणं, कितीतरी श्रेयस्कर आहे.''

सिंगनं होकारार्थी मान हलवली आणि डोळ्यांतलं पाणी पुसलं. आपल्या आईला असं अचानक झालं तरी काय, तिचे डोळे सारखे का भरून येत आहेत, हे गीताला कळेना. आपल्याला एक दिवसापुरतं बाहेर जायला मिळणार आहे, नवी शाळा, नवे मित्रमैत्रिणी आपल्याला बघायला मिळणार आहेत एवढंच फक्त तिला सांगण्यात आलं होतं. मग या इतक्या छान गोष्टीबद्दल आपल्या आईला रडायला काय झालं?

''मला माहीत आहे हो ते! पण तिथे तिची काळजी कोण घेणार?''

''तिथले सगळेजण तिची काळजी घेतील ना. ती हुशार होईल आणि मोठी झाली ना, की खूप खूप यश मिळवेल ती. हो ना गं, गीता?''

लहानग्या गीतानं मान हलवली. पण तिच्या डोळ्यांत भीतीचं सावट उमटलं होतं. तिला काय होतंय हे जरी कळत नसलं, तरी कुठेतरी... काहीतरी चुकतंय याची जाणीव त्या बालमनाला नक्की झाली असणार. तिच्या आईनं तिला घट्ट जवळ घेतलं आणि नंतर दारापाशी खेळायला पाठवून दिलं. गीता निघून गेली खरी. पण जराशा अनिच्छेनंच.

“तिला त्या संस्थेत ठेवल्यानंतर मी तिला महिन्यातून एकदा जाऊन भेटलो तर चालेल?” मी विचारलं.

“तुम्ही जाल? नर्कात?”

“हो. जाईन ना. शहनाज मला तिकडे घेऊन जाईल.”

ती उठून उभी राहिली आणि तिनं गीताला हाक मारली. त्या पोरीनं माझ्याकडे एकदाच डोळे भरून पाहिलं आणि आपल्या निरागस हास्याची उधळण केली. तिच्या नजरेला नजर देण्याचा मी माझ्या परीनं यत्न केला आणि तिच्या डोक्यावर हलके चापट मारली. त्या दोघी निघून गेल्यावर मी एक सुस्कारा सोडला. मला एका सिगारेटची गरज होती. बाहेरच्या जगात तातडीनं परत जाण्याची गरज होती. या बाहेरच्या जगातली प्रत्येक गोष्ट एवढी जास्त प्रखर वास्तव भासत नव्हती, त्यामुळे ती स्वीकारायला सोपी होती.

□

तिसऱ्या कैदी स्त्रीनं आत पाऊल टाकलं. हिचं नाव रेहाना. तिच्यासोबत पाच वर्षांचा एक छोटा मुलगाही आत आला. त्यानं आपल्या आईचा हात घट्ट पकडून ठेवला होता.

"ही रेहाना. हीसुद्धा इथे जन्मठेप भोगते आहे."

"हिनं सुद्धा आपल्या नवऱ्याला मारून टाकलं की काय?" मी मुद्दाम इंग्रजीत विचारलं.

"नाही. हिचं आणि दुसऱ्या एका स्त्रीचं भांडण जुंपलं होतं. त्यात ती दुसरी मरण पावली."

"पण कशी?"

"त्यांची पाण्याबद्दल भांडाभांडी चालली होती. गरीब वस्त्यांमध्ये पाण्याची फार टंचाई असते ना. बायकांना आपापल्या बादल्या घेऊन भल्या मोठ्या रांगेत ताटकळत थांबावं लागतं. ही आणि हिची आणखी एक मैत्रीण या दोघींचं आणखी एका बाईशी भांडण झालं. त्या बाईनं रागाच्या भरात स्वत:च्या अंगावर डबाभर केरोसीन ओतून घेतलं आणि काडी ओढली. ती स्वत:तर भाजून मरण पावलीच, पण रेहानाला आणि तिच्या मैत्रिणीला अटक झाली. तिची ती मैत्रीण नुकतीच वारली. ती एड्सने वारली."

मी एक सुस्कारा टाकला. मी या तुरुंगात पाऊल टाकल्यापासून सारखे एका मागोमाग एक सुस्कारेच सोडत होतो. एका बाईनं स्वत:ला पेटवून घेतलं होतं तर दुसरी इथे तुरुंगात जन्मठेप भोगत होती. हे सगळं का? तर इथे पाणीटंचाई होती, म्हणून! खरं तर पाण्याची टंचाई म्हणण्यापेक्षा बऱ्याच लोकांना पाण्याच्या नळाचं आपल्या घरापर्यंत कनेक्शन घेणं परवडत नव्हतं किंवा मुळातच ते लोक बेकायदेशीरपणे राहत होते आणि तशात बेकायदेशीर पाण्याचं कनेक्शन मिळवणं त्यांच्या ऐपती बाहेरचं होतं, असं म्हटलं तरी चालेल! अगदी थोड्या दिवसात भारत स्वातंत्र्याला पंचावन्न वर्षे झाल्याचा सोहळा साजरा करेल. महात्मा गांधी आणि त्यांच्या अनुयायांनी, अगणित स्वातंत्र्यसैनिकांनी भारताला स्वातंत्र्य मिळवून

देण्यासाठी आपल्या तारुण्यची, आपल्या कुटुंबाची आणि आपल्या उभ्या आयुष्याची आहुती दिली. तेच लोक आपल्या देशबंधूंची ही दारूण स्थिती पाहून मनात काय म्हणत असतील?

आधी ब्रिटिशांनी आपलं शोषण केलं. आता तर आपल्या स्वत:च्या रक्तामासांची माणसंच आपल्याला पिळून काढत आहेत. खरंतर मी हे सारं काही करायचं सोडून नव्या युगाच्या नियतकालिकांचं संपादक करायचं, मनोवैज्ञानिक आणि अतींद्रिय विषयांवर लेख लिहायचे... असंच काहीतरी करायला हवं होतं. तुरुंगातील आई व मुलांविषयी लिहिण्यापेक्षा 'मरणोत्तर जीवन' या विषयावर लिहिणं कितीतरी सोपं होतं.

''तुझं नाव काय बेटा?'' मी त्या छोट्या पोराला विचारलं. तो मोठाल्या डोळ्यांनी माझ्याकडे एकटक बघत होता. त्या डोळ्यांत संमिश्र भावनांचा कल्लोळ होता. त्यानं असं गोंधळून जाणं स्वाभाविकच होतं. त्याला कसा दोष देणार? येरवडा जेलमध्ये पुरुषांना येण्यास मनाई आहे. जर यदाकदाचित कधी एखाद्या पुरुषाला जेलमध्ये येण्याची परवानगी मिळालीच तर तो एकतर उच्च श्रेणीचा पोलीस अधिकारी तरी असतो, सामाजिक कार्यकर्ता तरी असतो नाहीतर वैद्यकीय क्षेत्रातला तरी असतो. शिवाय अशांशी कैद्यांचा संपर्क आलाच, तरी तो अगदी दुरून आणि ओझरता. त्यामुळे बऱ्याच मुलांचा पुरुषांशी संबंध अजिबात येत नाही. (अर्थात जगातील स्त्रियांचं मत विचारलं, तर त्याही हेच सांगतील, की एकूणच पुरुषांशी संपर्क, खराखुरा संपर्क येणं ही गोष्ट तशी विरळाच असते... अगदी संपर्क आलाच, तरी त्यात गोडवे गाण्यासारखं विशेष काहीच नसतं, आणि त्याचमुळे तुरुंगात राहणाऱ्या या मुलांचं निदान या एका बाबतीत तरी फारसं काही बिघडत नाही.)

''बेटा, त्यांना तुझं नाव सांग'' त्याची आई म्हणाली. त्यावर तो मुलगा लाजून लाल झाला.

''कदाचित त्याला त्य चं नाव आठवत नसेल,'' मी त्याच्या आईला म्हणालो.

''नाही. मला माझं नाव माहिती आहे.''

''अरे, वा! याला बोलता येतं वाटतं? मग... काय बरं तुझं नाव?''

''श्याम.''

''छानच आहे, नाव.'' मी त्याच्या डोक्यावरून हात फिरवून जरा कुरवाळलं आणि १००० वॅटचं हसू त्याच्या चेहऱ्यावर उमटलं. ''हा केव्हापासून तुमच्याजवळ आहे?''

''त्याचा जन्म इथंच झाला.'' श्याम हळूच दाराकडे सरकला.

''तुम्ही त्याला सांगितलंय... म्हणजे... त्याच्या जाण्याबद्दल?'' मला वाक्य

पुरतं बोलवेना. त्याच्या आईच्या डोळ्यांतून घळाघळा अश्रू वाहू लागले. तिनं नकारार्थी मान हलवली.

"तिला अजून एक मुलगी पण आहे. ती तिच्या नवऱ्याजवळ असते."

"मग तो श्यामला पण का नाही ठेवून घेत?"

"खरी अडचण अशी आहे, की गेल्या सहा महिन्यांत त्यानं आमच्या एकाही पत्राला उत्तर दिलेलं नाही."

"पण तुमची पत्रं त्याला मिळाली होती का? तुम्हाला नक्की माहीत आहे का? जर समजा त्याला ती मिळालीच नसली, तर?"

"आम्ही सगळ्यांनी पत्रं लिहिली आहेत. जवळपास कुणालाच फोन परवडत नाही, त्यामुळे पत्र पाठवणं हा एकमेव मार्ग शिल्लक राहतो."

"त्याला इथे आपल्या बायकोच्या व मुलाच्या भेटीला येऊन किती दिवस झाले?"

"सुमारे सहा महिन्यांपूर्वी तो आला होता. त्याची प्रकृती बरी नव्हती. तो बरेच दिवसांपासून आजारी होता." त्यानंतर शहनाज मुद्दाम इंग्रजीत बोलू लागली. "तो जिवंत आहे की नाही, याचीसुद्धा आम्हाला कल्पना नाही. तो स्वत: सिंधी आहे, तर ही मुस्लीम आहे. मला वाटतं त्याच्या घरच्या मंडळींना हिची किंवा या मुलाची फारशी पर्वा नसावी."

"पण त्याची प्रत्यक्ष गाठ घेऊन त्याला सगळं सांगण्यासाठी तुम्ही कोणाला पाठवत का नाही? मी काय म्हणतो, तो राहतो कुठे...?"

"तो जिथे राहतो, ते ठिकाण येथून नऊ तासांच्या अंतरावर आहे."

"मग कोणीतरी जाऊन त्याला भेटत का नाही? सांगत का नाही?"

"कोण जाणार?"

"असा काही कायदा नाही का... की ज्याच्या अन्वये सरकारला या मुलांच्या वडिलांशी संपर्क साधणं भाग पडेल... ते वडील मुलाची काळजी घेणार आहेत का नाही... का त्याला दुसऱ्या संस्थेत पाठवायचं... असं त्या वडिलांना कोणी विचारू शकत नाही?"

"असा कोणताही कायदा नाही."

"पण मग तसा कायदा बनवायला हवा. मी काय म्हणतो... एखादी सामाजिक संस्था का नाही या गोष्टीची जबाबदारी घेत?"

"खरं सांगायचं... तर बऱ्याच सामाजिक संस्थांची स्थिती आज अशी आहे की..."

"हो, हो. ठाऊक आहे मला, पैशाची चणचण. कर्मचाऱ्यांचा अभाव..."

"हो, ना. आम्ही आमच्या परीनं जेवढं जास्तीत जास्त शक्य आहे, तेवढं

करतोच आहोत. फक्त ते पुरेसं नाही.''

''तुमचा पती कुठे राहतो?''

''मनमाडला. नाशिकच्या जवळ.''

''ठीक आहे. मी आता लवकरच नाशिकला जाणार आहे, तेव्हा...''

''मग तुम्ही जाऊन माझ्या नवऱ्याला आणि मुलीला भेटाल का? ते कसे आहेत, याची जरा चौकशी करा ना. कुणीच मला पत्र का नाही लिहित? भेटायला का नाही येत? प्लीज...''

''मी जाईन आणि नक्की चौकशी करीन. पण मला हे सांगा, नाशिकच्या जेलमधून समजा एखादा हवालदार त्या मुलीच्या वडिलांकडे गेला आणि त्यानं ही चौकशी केली, की या मुलाची काळजी घ्यायला वडील तयार आहेत का नाहीतर त्याला सुधारगृहात पाठवावं लागेल, तर...?''

''ते तसं काही होत नाही.''

''ठीक आहे. हवालदार वगैरे राहू द्या. पण नाशिकमध्ये कार्यरत असणारी एखादी सामाजिक संस्था तर तुमच्या माहितीची असेलच ना? मग नाशिकपासून केवळ एका तासाच्या अंतरावर राहत असणाऱ्या माणसाला कोणी जाऊन विचारू शकत नाही, की 'बाबारे, तू एकाही पत्राचं उत्तर कसं पाठवलं नाहीस?'''

''मी म्हटलं, तसं बहुतेक संस्थांमध्ये काम करणाऱ्या माणसांचीच चणचण असते.''

ही भावनाच नैराश्यजनक, उद्वेगजनक होती. खरं तर त्या मुलाची आणि त्या वडिलांची पुनर्भेट होऊ शकली असती. पण कुठल्यातरी लहानसहान, बिनमहत्त्वाच्या मुद्यांवरून गाडं अडलं होतं आणि त्या मुलाला वडिलांच्या घरी पाठविण्याऐवजी सुधारगृहात पाठवण्यात येत होतं.

''तुम्ही कधी नाशिकला गेलात, तर तुम्ही माझ्या पतीची आणि मुलीची मुद्दाम गाठ घ्या. फार उपकार होतील माझ्यावर!''

मी मान हलवली आणि उठलो. श्यामनं आपल्या आईचा हात गच्च पकडून माझ्याकडे पाहिलं. हसावं, हसू नये की नुसतं निघून जावं... अशा संभ्रमात तो पडला होता. मी त्याचं डोकं कुरवाळलं आणि तो हसला. थोडावेळ शांतता पसरली.

''यानंतर येणाऱ्या महिलेचं नाव आहे शारदाबाई साठे.''

मी मान हलवली. आणखी एक अभागी, दुर्दैवी, परिस्थितीनं गांजलेल्या, पार मोडून गेलेल्या स्त्रीची वाट पाहत राहिलो. 'बाई, तू इथे तुरुंगात कशी येऊन पोचलीस?' असं तिला विचारण्याचं धैर्य माझ्यात नव्हतं. बरेचदा त्यामागचं कारण असंच असे, की त्या घरातल्या कर्त्या पुरुषाचं वर्तन एखाद्या पशूला साजेसं असायचं. घरातल्या स्त्रीशी त्याचं वागणं इतकं जुलमी असायचं की, एक

दिवस ते असह्य होऊन त्या स्त्रीचा धीर सुटायचा आणि अवघ्या काही क्षणातच त्या माणसाचा खेळ खलास व्हायचा. एखाद्या क्षणी त्याचं वागणं तिला इतकं असह्य झालेलं असायचं, की म्हणायची– ''मेल्या, तू खरोखरीचा मरच आता!''

हे असे निर्वाणीचे क्षण जेव्हा येतात तेव्हा तर्कशास्त्र, व्यवहार, स्वत:वर असलेल्या जबाबदाऱ्या या सर्व गोष्टींचा विचार माणसाला सोडून जातो. माणूस रागानं अंध होतो, नैराश्य त्याचा ताबा घेतं, त्याला अंध बनवतं आणि त्या भरात त्याच्या हातून अक्षरश: काहीही घडू शकतं. हे असं आपल्यापैकी प्रत्येकाच्या बाबतीत घडू शकतं. त्यामुळे त्या गोष्टीबद्दल फार विचार करण्यातही काही अर्थ नाही. पण थोड्याच वेळात यापेक्षा वेगळी एक गोष्ट मला कळून चुकणार होती. ती म्हणजे कित्येकदा पतीच्या सततच्या छळाला कंटाळून पत्नी जेव्हा प्रतिकार करते, सूड घेते, तो त्या पतीचा नसतो... तर तिला सर्वात प्रिय असणाऱ्या व्यक्तीचा... म्हणजे आपल्या स्वत:च्या मुलाचाच असतो.

''परिस्थितीला कंटाळून, नैराश्याच्या भरात तिनं आपल्या स्वत:च्या पोटच्या बाळाला विहिरीत फेकून दिलं. त्या बाळाचा मृत्यू झाला आणि तिला खुनाबद्दल शिक्षा झाली.'' शहनाजनं मला सांगितलं.

त्यानंतर त्या स्त्रीनं प्रवेश केला. तिच्या सोबत एक पाच वर्षांची मुलगी होती. तिनं आपल्या आईचा हात घट्ट पकडून ठेवला होता. एखाद्या बंदिस्त तुरुंगात आयुष्याची पाच वर्षं घालवणं, किती भयंकर असेल. दिवसरात्र पश्चातापाच्या आगीत जळत राहणं... आपण स्वत:च्या हातांनी आपल्या पोटच्या गोळ्याला मारून टाकलं... याचा विचार करून झुरत राहणं... अरे देवा! माणसाला नरकयातना भोगण्यासाठी मरावं लागतंच असं काही नाही. बरेचदा आपला नरक आपल्या सोबतच असतो, आपल्या हृदयात आणि मनात. अशी कोणती परिस्थिती या स्त्रीवर ओढवली असेल, की हिनं स्वत:च्या हातानं स्वत:च्या पोटच्या पोराचं जीवन संपवलं? दारिद्र्य, भूक, अत्याचार... असं काय घडलं हिच्या आयुष्यात, की हिनं बेभान होऊन आपल्या आयुष्यात सर्वोच्च सुख आणणाऱ्या आपल्या अपत्याचा बळी घेतला?

त्या स्त्रीचा चेहरा कठोर होता. भावनारहित होता. तिच्या डोळ्यांतून कोणत्याच भावना व्यक्त होत नव्हत्या.

आमच्या संपूर्ण संभाषणाच्या दरम्यान तिच्या चेहऱ्यावरची रेषासुद्धा हलली नाही, की भावनेची हलकीशी लकेर सुद्धा उमटली नाही. फक्त आपल्या मुलीकडे– नीरजाकडे– लक्ष जाताच तिच्या डोळ्यांत एक हळुवारपणा डोकावे. ती छोटी मुलगी चुणचुणीत, आनंदी होती. आपल्या आईच्या भूतकाळात काय घडलंय, याची तिला काहीही कल्पना नव्हती, हे तर उघडच होतं. पण स्वत:च्या

भविष्यात काय वाढून ठेवलंय, याचीही तिला जाणीव नव्हती. केवळ दोनच दिवसात तिचीसुद्धा तिच्या आईपासून ताटातूट होणार होती. नीरजा दारात खेळत होती. क्षणभर शांतता पसरली.

''नीरजाची काळजी घ्यायला घरचं कोणी माणूस नाही?''

''आम्ही सर्वांना नकोसे आहोत. मला किंवा तिला भेटायला कोणीच कधी येत नाही.''

''तुमच्या आईवडिलांचं काय?''

''माझ्या नवऱ्याच्या आणि माझ्या आईवडिलांच्या दृष्टीनं मी मेले आहे आणि माझी मुलगी सुद्धा.'' ती हलक्या निर्विकार आवाजात म्हणाली. जणू काही पाच वर्षांच्या तुरुंगातील वास्तव्यानं तिला खूप काही शिकवलं होतं. कदाचित ती आता खरोखरच अलिप्त झाली असेल किंवा एखाद्या ज्वालामुखीसारखी अंतर्यामी खदखदत असेल. बघणाऱ्या माणसाला चेहऱ्यावरून काहीच समजायला मार्ग नसतो. एकंदरीतच इतकी संकटं आणि इतक्या दारुण शोकांतिका.

''तिचा नवरा कुठे राहतो, हे सुद्धा आम्हाला माहीत नाही. तो राहतं घर सोडून नुकताच कुठेतरी दुसरीकडे राहायला गेला आहे.'' शहनाज म्हणाली. माझ्या मते, त्यात त्याचाही दोष नव्हता. एखाद्या माणसाच्या पत्नीनं जर स्वत:च्या मुलालाच मारून टाकलं तर त्या गोष्टीचा त्याच्या डोक्यावर परिणाम होणारच.

मी त्या बाईला काहीही प्रश्न विचारू शकलो नाही. विचारणार तरी काय? तुम्ही तुमच्या बाळाला का मारून टाकलं? आता तुम्हाला त्याबद्दल कसं काय वाटतंय? तुम्हाला त्याचा पश्चाताप होतो का? आम्ही नीरजाविषयी बोललो. तिचा वियोग होणार या कल्पनेनं त्या बाईचं काळीज तुटत होतं, हे तर उघडच होतं. पण तिनं चेहऱ्यावरून काहीही दाखवलं नाही. ती उठून उभी राहिली. तिनं एकवार माझ्याकडे रोखून पाहिलं आणि ती निघून गेली.

''आता अजून फक्त एकाच कैदी स्त्रीशी मी तुमची भेट घडवून आणणार आहे. ही आजच्या दिवसातली शेवटचीच.'' असं म्हणून शहनाज पण उठून त्या कोंदट खोलीतून बाहेर पडली. माझं मन विचारांच्या लहरींवर हेलकावे खात होतं. मी मुळात इथे आलोच कसा... या सगळ्याची सुरुवात कशी आणि कधी झाली... असे विचार मनात पिंगा घालत होते. बाहेर कोणता तरी पक्षी खूप कर्कश्श शीळ घालत होता. जवळच कुठेतरी एक वाहन जोरात निघून गेलं. यातलं काहीच मला दिसत नव्हतं. फक्त ऐकू येत होतं. आत राहत असणाऱ्या त्या बाईसारखं. ईश्वरानं आपल्याला ज्या काही सुखसुविधा बहाल केल्या आहेत, त्यातली स्वातंत्र्य ही किती महत्त्वाची सुविधा आहे याची जाणीव आपल्यापैकी बहुतेकांना नसते.

□

तुरुंगातील कैदी स्त्रिया व त्यांची मुलं यांना भेटण्यापूर्वी सकाळी मी येरवडा जेलच्या स्त्री-विभागात प्रवेश केला. हा स्त्री विभाग मुख्य कारागृहाच्या समोरच्या बाजूला, मुख्य रस्ता ओलांडल्यावर अगदी लगेच आहे. कारागृहात प्रवेश करण्याआधी दोन भल्या भक्कम प्रवेशद्वारांमधून आपल्याला पार जावं लागतं. या दोन प्रवेशद्वारांच्या मधल्या परिसरात उजवीकडील कोपऱ्यात लेडी जेलर कदम यांचं कार्यालय आहे. हे खूप छोटंसं आहे. त्यामानाने त्यांच्या वरिष्ठांचं कार्यालय बरंच मोठं आहे व तिथे रोज पुष्कळ वर्दळ असते. असो. तर कदम यांचं हे कार्यालय लहानसं असलं तरी तिथे हवा, उजेड भरपूर आहे. त्यांच्या कार्यालयाच्या समोरच्या कक्षात तुरुंगातील कैद्यांना आपल्या नातलगांची व मित्रमंडळींची भेट घेता येते. आधी वर्णन केल्याप्रमाणेच मी जेव्हा या अंधाऱ्या कोंदट खोलीत प्रवेश केला, तेव्हा तिथे खूप उकडत होतं. माझं लक्ष गेलं– भिंतीवर शिर्डीच्या साईबाबांची तसबीर टांगलेली होती. कदम मॅडमनी येताना थोडी फुलं आणली होती, ती त्या फोटोला वाहून त्यांनी बाबांना नमस्कार केला. माझ्या डोक्याच्या वरच्या बाजूला भिंतीवर आणखी तीन फोटो लटकत होते. ते तीन ऐतिहासिकदृष्ट्या महत्त्वपूर्ण स्त्रियांचे होते. त्यापैकी एक जिजामातेचा होता. बालशिवाजीच्या हातात जिजाऊ एक धारदार तलवार सोपवत आहेत, असं दृश्य त्यात चितारलेलं होतं.

"तुम्ही थोडावेळ थांबणार का? एका कैदी स्त्रीचे नातेवाईक तिला भेटायला आले आहेत."

"होय. थांबतो ना."

मी आजूबाजूला एकवार नजर टाकली. माझ्या खुर्चीच्या शेजारच्या कोपऱ्यात दोन मांजरीची पिल्लं होती. त्यातलं एक तांबूस पट्टेरी तर दुसरं भुरं होतं. तांबूस मांजर आपल्या भावाच्या अंगावर पंजे आणि डोकं ठेवून निवांत पहुडलं होतं. दोन्ही पिल्लं गाढ झोपलेली होती.

"ती अजून पुरती आठवडाभराची सुद्धा नाहीत." कदम म्हणाल्या.

''त्यांची आई कुठे आहे?''

''गेली असेल बाहेर भटकायला. आता येईलच एवढ्यात त्यांना पाजायला.'' मी लगेच कॅमेरा काढून त्या दोघा पिल्लांचा फोटो घेतला. ''तुम्हाला हवी आहेत का? घेऊन जा!'' ते ऐकून मला जरासं हसू फुटलं.

''एक सांगा, आत्ता या तुरुंगात किती कैदी स्त्रिया आहेत?''

''आत्ता याक्षणी दोनशे सतरा आहेत.''

''त्यांच्यापैकी सर्वांचा गुन्हा सिद्ध झाला आहे?''

''नाही. कित्येक जणींवर खटला चालू आहे.''

''दोनशे सतरा जणी? पण या तुरुंगाची क्षमता किती आहे?''

कदम मॅडम हसल्या. त्यांनी पेन उचलून घेतलं. लिहिण्यासाठी नव्हे. माझ्या प्रश्नावर नक्की काय उत्तर द्यावं... तेही धोरणीपणानं... असा विचार त्यांच्या मनात चालू असावा. त्यांनी उत्तर द्यायला जरा वेळ घेतला.

''तुम्हाला माहीतच आहे, बऱ्याच तुरुंगांमध्ये जागेची फार मोठी अडचण आहे.''

''हो. माझ्याही कानावर आलंय ते! पण या तुरुंगाची क्षमता किती आहे?''

''तशी खरी क्षमता आहे एकशे सव्वीस.''

''तुमच्या म्हणण्याचा अर्थ असा की इथे तुरुंगाच्या क्षमतेच्या जवळजवळ दुप्पट संख्येने कैदी स्त्रिया राहत आहेत?''

''हो. सर्वच मोठ्या जेलमध्ये गर्दी ही मुख्य समस्या असते.''

''आजवर कधी या तुरुंगातील कैदी स्त्रियांची संख्या तीनशे झाली आहे?''

''हो. अशाही वेळा आल्या आहेत. कधीकधी तीनशे स्त्रियांना पण ठेवावं लागलं आहे.''

''पण ते तर त्या कैदी स्त्रियांच्या दृष्टीनं महाभयंकर असेल. त्या इथे राहतात तरी कशा?''

''आमच्या इथे चार प्रशस्त मोठे हॉल आहेत.''

''म्हणजे या कैदी स्त्रियांना जागेअभावी केवळ या चार हॉल्समध्ये डांबून ठेवण्यात येतं?'' त्यावर कदम मॅडमनी होकारार्थी मान हलवली. ''मला एक सांगा यांच्यात जी लहान मुलं आहेत त्यांना आपल्या आईबरोबर वेगळ्या ठिकाणी ठेवण्यात येतं, का त्यांनाही असं सर्व कैदी स्त्रियांबरोबर एकत्रच राहावं लागतं?''

''मि. भरूचा, अशाप्रकारे त्यांना वेगळं वगैरे ठेवण्याची काहीही सोय इथे उपलब्ध नाही. आईमुलांना वेगळ्या कक्षात ठेवता आलं असतं, तर बरं झालं असतं, असं मलाही वाटतं. पण दुर्दैवानं ते शक्य नाही.'' एवढ्यात फोन वाजला.

मी मांजरांचं निरीक्षण करू लागलो. त्यातील तांबूस मांजर आपल्या भावाचा

गादी आणि उशीसारखा वापर करून आरामात झोपलं होतं. बिचारं भुरं पिलू आपल्या उरावरचं हे ओझं बाजूला झटकण्याचा प्रयत्न करत होतं, पण त्याला यश येत नव्हतं. मी तर असं ऐकलंय, की बऱ्याच धर्मग्रंथात असं लिहिलेलं असतं : ''एक ना एक दिवस दुर्बल लोक या जगावर अधिराज्य गाजवतील.'' मला वाटतं भगवंताच्या ज्या कुणी अनुयायानं हे वचन लिहून ठेवलं होतं, त्याच्या समजुतीचा काहीतरी घोटाळा असावा. नाहीतर मग त्या धर्मग्रंथात नक्कीच मुद्रणाची चूक असणार. दुर्बल लोक म्हणे जगावर राज्य करणार! वाट बघा!

त्या मांजरांच्या पिलांकडे पाहत असताना मनात मी त्या छोट्या छोट्या मुलांचा विचार करत होतो. दिवस रात्र ती मुलं त्या गजबजलेल्या तुरुंगात राहत होती. एका कक्षाची क्षमता जास्तीत जास्त बत्तीस कैदी राहू शकतील अशी होती आणि इथे सर्वसामान्यपणे अडुसष्ट कैदी स्त्रियांना एकत्र कोंडून घालण्यात येत होतं. शिवाय एखाद्या दिवशी फारच गर्दी असेल तर पंचाहत्तर स्त्रियांना दाटीवाटीनं राहावं लागत होतं. कदम मॅडमचा फोन संपला. परत त्या माझ्याकडे वळल्या.

''जागेच्या अडचणीमुळे या कक्षात रोजच्या रोज बरीच भांडणं, मारामाऱ्या होत असतील नाही?''

''कधीतरी होतात. पण बरेचदा या स्त्रिया शांततेनं राहण्याचा प्रयत्न करतात. एक खरं. जागेच्या अभावी झोपण्याची फार मोठी समस्या होऊन बसली आहे. बरेच वेळा त्याच कारणानं तंटे उद्‌भवतात.'' परत एकदा फोनची कर्कश घंटा वाजली. मी पूर्वी एकदा एक मुलाखत वाचली होती, त्याची मला आठवण झाली. 'महानगर'चे संपादक वागळे यांनी मुद्दामच एक संपूर्ण दिवस आर्थर रोड जेल मध्ये काढला होता. हा सर्व वेळ त्यांनी तेथील कैद्यांसमवेत व्यतीत केला होता. त्या कैद्यांशी बोलताना त्यांना अशी माहिती मिळाली होती, की झोपण्यासाठी तुरुंगात पुरेशी जागा नसल्यामुळे त्या कैद्यांना रात्री आळीपाळीने झोपावे लागत होते. ज्या कैद्यांना झोपायला मिळे ते झोपत व तेवढा वेळ उरलेल्या कैद्यांना उभेच राहावे लागे, कारण बसण्यास सुद्धा जागा नसे.

''प्रत्येक कक्षात किती पंखे बसवले आहेत?'' मी विचारलं. मी असं विचारण्यामागे एक हेतू होता. माझे एक स्नेही मदन भाटिजा (हे त्यानंतर काही दिवसांतच स्वर्गवासी झाले.) त्यावेळी रोटरी क्लब कफपरेडचे माजी अध्यक्ष होते. रोटरी क्लबच्या वतीनं तुरुंगातील कैद्यांना काही मूलभूत सोयी सुविधा पुरवण्याची त्यांची फार इच्छा होती. त्यांनी तसं मला बोलून दाखवलं होतं.

''तुरुंगात पंखे लावण्यास बंदी आहे.''

''तुम्ही चेष्टा तर नाही ना करत? उन्हाळ्यात पुण्याला महाभयंकर उकाडा असतो. त्यात हे इतके कैदी इतक्या कमी जागेत, दाटीवाटीनं पंख्याशिवाय राहू

तरी कसे शकतात? मला वाटतं, हे तर अमानुष आहे.'' मी पुण्यात काही काळ वास्तव्य केलेलं आहे. उन्हाळ्यात उष्म्याने शरीर अक्षरश: ठणकू लागतं. असं वाटतं, जसं काही कुणीतरी आपल्याला प्रेशरकुकरमध्ये घालून उकडून काढलंय. डोक्यावर जोरजोरात पंखा फिरत असला, तरीसुद्धा. तशात एका कक्षात सत्तर कैदी स्त्रियांनी एकत्र राहायचं, पूर्ण उन्हाळा तसा काढायचा, तोही डोक्यावर पंख फिरत नसताना... ही कल्पनाच असह्य होती.

''येरवडा तुरुंगात फॅन्स लावायला मनाई आहे, मि. भरूचा.''

''एक मिनिट... तुम्हाला काय वाटतं, कोणी आत्महत्या करेल का?''

''तसा कायदा आहे. आम्ही फक्त कायद्याचं पालन करतो.''

बरेचदा जे कोणी कायदे बनवतात ना, ते भरल्या पोटी, आरामशीर सुखसोयींनी भरलेल्या ठिकाणी बसून ते कायदे करत असतात. जरा त्यांना या तुरुंगाच्या कोठडीत कोंबा, भर उन्हाळ्यात थोडे दिवस इथे राहू द्या त्यांना, दाटीवाटीनं या कोंडवाड्यात... मला वाटतं त्यानंतर काही विशिष्ट कायद्यांमध्ये अगदी तातडीनं सुधारणा घडून येतील.

''मला एक सांगा, या तुरुंगाच्या कक्षांचं छत खूप खाली आहे का?'' मी मुद्दामच विचारलं. ते तसं नसणार याची मला कल्पना होती. हा तुरुंग खूप पूर्वीच्या काळी बांधण्यात आलेला होता. त्याकाळी आजकालसारखी जागेची टंचाई नव्हती.

''नाही. इथलं छत खूप उंच आहे.''

''अच्छा! म्हणजे कायद्याच्या मते काही समविचारांचे कैदी एकावर एक चढून अशी मोठीच्या मोठी उतरंड बनवतील आणि ज्या कुणा कैद्याला फॅनला लटकून आत्महत्या करायची असेल, त्याला ते मदत करतील... असं काही आहे का? तसं असलं, तर मग मात्र ते कठीण आहे.''

''भरूचा, मला ते माहीत नाही. आम्ही फक्त घालून दिलेल्या नियमांचं पालन करतो. उन्हाळ्यात तुरुंगाच्या आत फार गरम होतं याची मला कल्पना आहे. पण इथल्या खिडक्या भल्या मोठ्या आहेत आणि दारही खूप प्रशस्त आहे. एखादं मोठं फाटक असावं, तेवढं प्रशस्त आहे. त्यामुळे वायुविजनाची व्यवस्था चांगली आहे. शिवाय एक लक्षात घ्या– येरवडा जेलच्या पुरुष आणि स्त्री विभागात खूप मोठमोठे वृक्ष आहेत. त्यामुळे भरपूर सावली, गारवा मिळतो. सूर्याच्या तापापासून सुटका मिळते. इतर तुरुंगांमध्ये अर्थातच...''

त्यांनी वाक्य पूर्ण केलं नाही. पण एक गोष्ट जगजाहीरच आहे– सैतानाच्या नरकालासुद्धा लाजेनं मान खाली घालायला लावतील असले काही तुरुंग आपल्या देशात आहेत.

मला एक गोष्ट मान्य करावी लागली– मला या ठिकाणाहून येरवडा जेलचं जे काही थोडंफार दर्शन झालं, त्यावरून येथील जेलव्यवस्थापक तुरुंगातील कैद्यांना निदान एक माणूस म्हणून वागवण्याचा मनापासून प्रयत्न तरी नक्कीच करत होते. ह्या कैदी स्त्रिया तुरुंगात राहत असल्या तरी निदान तो तुरुंग एखाद्या बागेसारखा दिसत होता. पिंजऱ्याच्या आत फुलवलेल्या बागेसारखा!

"सायंकाळी किती वाजता त्यांना परत कोठडीत ठेवण्यात येतं?"

"अंऽऽ... साधारण साडेपाचच्या सुमाराला. त्यानंतर सर्व कैदी स्त्रिया आणि त्यांच्या मुलांना रात्रभर कोठडीत राहावं लागतं."

"तुमच्या म्हणण्याचा अर्थ असा की एवढ्या गजबजलेल्या गर्दीच्या तुरुंगात सायंकाळचे साडेपाच वाजल्यापासून लहान मुलांना पण कोंडून राहावं लागतं? पण हे जरा फारच लवकर वाटत नाही का?"

"तसं थोडं लवकर आहे. पण सगळ्या कैद्यांची शिरगणती करावी लागते, तीसुद्धा दिवसाउजेडी."

"मग त्यांना रात्रीच्या जेवणापुरतं तरी बाहेर सोडण्यात येतं का?"

"नाही. त्यांना रात्रीचं जेवण उशिरात उशिरा सायंकाळी पाच वाजता वाढण्यात येतं."

"काय म्हणालात? मी नीट ऐकलं नाही? सायंकाळी पाच वाजता?"

"हो."

"रात्रीचं जेवण... पाच वाजता? अरे देवा. त्यावेळी तर अजून दुपारही सरलेली नसते."

"होय, हो. पण त्यांना रात्रीचं जेवण त्या विशिष्ट वेळीच घ्यावं लागतं. हवं तर त्या जेवण आपल्या थाळीत वाढून घेऊ शकतात आणि नंतर जेवू शकतात."

तुरुंगातलं जेवण... आणि तेही थंडगार खायचं. विचार करायला लावणारी गोष्ट आहे. आपण तर प्राण्यांना सुद्धा त्यांचं दिवसा अखेरचं जेवण सूर्यास्ताच्या वेळी देतो. विचार करकरून माझ्या मनाला एकप्रकारचा रितेपणा आला होता. मी वळलो आणि मी त्या मांजराच्या पिल्लांना निरखून पाहू लागलो. एव्हाना कुठून तरी त्यांची आई अवतरली होती आणि दोन्ही पिल्लं घाईघाईनं धापा टाकत दूध पीत होती. परत आपली आई आपल्याला कधी जवळ घेईल... परत कधी पाजेल याची त्यांना खात्री नसावी. एक गोष्ट नक्की– त्या पिल्लांचं आयुष्य या कैद्यांहून कितीतरी सुखकारक होतं. जेलमधील या गरीब बिचाऱ्या कैदी स्त्रियांपेक्षा त्या पिल्लांना निदान वेळच्यावेळी पोटभर अन्न तरी मिळत होतं. □

मी इकडे तिकडे पाहिलं. अजूनही मी त्या कोंदट अंधाऱ्या खोलीतच बसून होतो. शहनाज त्या दिवसातील शेवटच्या कैदी स्त्रीला माझ्या भेटीसाठी कधी घेऊन येते... याची वाट बघत. त्या चार भिंतींच्या आतली हवा कुबट होती. ही छोटी छोटी मुलं या असल्या वातावरणात कशी काय राहू शकत असतील? रात्रंदिवस... त्या कोठडीत... तिथे पंखा नाही... आणि ही एवढी थोरली गर्दी... वायुविजन, मोठी प्रशस्त दारं आणि खिडक्या... मोठाले वृक्ष... त्यांची छाया... या सगळ्या गोष्टी बोलायला छान वाटतात. पण मुळात भारतासारख्या देशात माणसं उन्हाळ्यात उष्माघातानं मृत्युमुखी पडू शकतात आणि अशावेळी या कैद्यांना दाटीवाटीनं पंखा किंवा इतर मूलभूत सोयीसुविधा नसलेल्या ठिकाणी डांबून ठेवणं खरोखरच अमानुष आहे. हे कल्पनेच्या पलीकडचं आहे. या अशा परिस्थितीत राहिल्यानं हे कैदी सुधारण्याऐवजी उलट त्यांची मने रागानं, संतापानं आणि तिरस्कारानं भरून जाणार आहेत. त्यांचा दृष्टिकोन अधिकच नकारात्मक बनणार आहे.

एखाद्या गुन्ह्याची शिक्षा म्हणून आपण माणसांना तुरुंगात टाकतो. तुरुंगात राहिल्यानं त्यांच्या वर्तनात सुधारणा होईल, मानसिकतेत बदल होईल अशी आपल्याला आशा असते. तुरुंगातून सुटल्यानंतर हे कैदी कायद्यानं चालणारे उत्तम नागरिक बनतील असा आपल्याला विश्वास असतो. पण तुरुंगातील अशा प्रकारच्या वास्तव्यानंतर त्यांच्यात सुधारणा होण्याऐवजी ते कैदी अधिकच निराशावादी, निरीश्वरवादी बनून जातात. ईश्वराच्या अस्तित्वाविषयीचा त्यांचा विश्वासच उडून जातो. थोडक्यात आपण अधिक रागावलेल्या, अधिक संतापलेल्या, अधिक सूडानं पेटलेल्या कैद्यांची निर्मिती करत असतो. कदाचित हे असे कैदी पूर्वीपेक्षाही अधिक धोकादायक, अधिक निर्ढावलेले होऊन तुरुंगाबाहेर पडतात.

त्या इतक्या मल्या मोठ्या आणि माणसांनी खचाखच भरलेल्या कोठडीत राहताना लहान मुलांना नक्की कसं काय वाटत असेल, असा मला प्रश्न पडला. कारण त्या मुलांना आत कोंडून ठेवलेलं असताना एकीकडे बाहेर सूर्य स्मितहास्य

करत होता, पक्षी नादमधुर गाणी गात होते, सारी सृष्टी जिवंत होऊन आनंदोत्सव साजरा करताना दिसत होती. जगातील सर्वच मुलांना कलती उन्हं, ओसरू लागलेली दुपार आणि संध्याकाळची चाहूल ही अत्यंत प्रिय असते. त्यांना बाहेर मोकळ्यावर खेळता येतं, छानसं सुखद ऊन पडलेलं असतं. आणि त्या मुलांचं खळखळून हसणं, उड्या मारणं, धावणं चालू असतं. पण काही कारणानं तुरुंगात राहत असलेल्या मुलांच्या बाबतीत मात्र हा जगातल्या इतर मुलांच्या बाबतीतला नियम लागू नव्हता.

माझं असं स्पष्ट मत आहे– ज्या कुणाचा गतजन्मीच्या कर्माच्या सिद्धांतावर विश्वास नसेल त्याला ईश्वर हा नेहमी अन्यायकारी आहे असंच वाटतं. ज्या व्यक्तीचा नियतीवर, विधिलिखितावर विश्वास नाही, त्या व्यक्तीची भावना अशीच असते, की या साऱ्या विश्वाचा पसारा चालवणारी जी एक अनामिक अदृश्य शक्ती आहे, ती नक्कीच विषमतेचा पुरस्कार करणारी आहे. म्हणूनच इथे कोवळ्या कळ्यांना अशा निर्दयी दुष्ट जगात कोमेजून जाण्यासाठी सोडलं जात असावं... या थंडगार, नकारात्मक, कटू आणि माथेफिरू होत चाललेल्या जगात...

शहनाज, रक्षक आणि आणि आणखी एक कैदी स्त्री यांनी त्या कुबट खोलीत प्रवेश केला. मी उठून उभा राहिलो आणि त्या कैदी स्त्रीला 'नमस्ते' असं म्हणून अभिवादन केलं.

ती स्त्री वयस्कर होती. तिच्या डोळ्यांत वेदनेच्या खुणा होत्या. तिनं व्यतीत केलेल्या अंधाऱ्या, निराशाजनक क्षणांच्या खुणा होत्या आणि आसवं सुद्धा होती. तिच्या डोळ्यांतलं ते सत्य इतकं नग्न होतं, इतकं उघड होतं की मला ते सहन होईना. या अशा हुळहुळ्या भावना जेव्हा उघड्यावाघड्या होऊन आपल्यासमोर उभ्या राहतात तेव्हा त्यांच्याकडे कानाडोळा करायला आपण एकतर आंधळं तरी असायला हवं नाहीतर आपलं मन पराकोटीचं संवेदनाशून्य, बोथट असायला हवं.

"ही भारती... त्यांना तुझी काय अडचण आहे ती सांग."

"माझी मुलं रायगडच्या एका आश्रमात आहेत."

"पाचगणीच्या रस्त्यावरच्या?"

"हो." असं म्हणून ती रडू लागली. जणू तिचे अश्रू जिवंत होते आणि पराभूत झालेल्या सैनिकांसारखे तिच्या शुष्क गालांवरून घरंगळून चालले होते. एका मागोमाग एक अनंतात विलीन होत होते. मला रायगडाची आठवण झाली. पाचगणीच्या माझ्या शाळेतून, बिलिमोरिया हायस्कूलमधून मला रायगडाचं दर्शन होई. तो डोंगराच्या पलीकडच्या बाजूला होता. एक दरी, एक नदी आणि एक उभं आयुष्य आमच्या मध्ये होतं. मी आत्ता हे शब्द जेव्हा टाईप करतोय, तेव्हा माझ्या समोरच पाचगणीचं एक सुरेख शुभेच्छा कार्ड पडलेलं आहे. त्यावरचं

चित्र सुनील काळे यांनी तैलचित्रात रंगवलेलं आहे. ते चित्र आहे एम. आर. ए. सेंटरचं. टेबललँड आणि सिडनी पॉईंटही त्यात सुरेख चितारलेला आहे. त्या चित्रात मला दूरवरचे डोंगर दिसत आहेत आणि रायगडही दिसतोय. त्यावरचं स्मारक सुद्धा स्पष्ट दिसतंय. आयुष्यातील सर्वांत दुःखद गोष्ट कोणती असेल, तर आपलं बालपण फार लवकर येतं त्यामुळे आपल्याला समोरच्या गोष्टींचा रसास्वादसुद्धा नीट घ्यायचं कळत नाही.

"रडू नका. काय झालं?" मी विचारलं.

"तिची मुलं गेल्या अडीच वर्षांत तिला भेटायला आलेली नाहीत. ती एका सुधारगृहात आहेत आणि त्यांच्याशी काहीच संपर्क होऊ शकलेला नाही. आमच्या पत्रांची उत्तरंच येत नाहीत."

"तुमची मुलं केवढी आहेत?"

"माझी मुलगी तेरा वर्षांची आणि मुलगा अकरा वर्षांचा."

मी एक सुस्कारा सोडला. आपल्या तेरा वर्षांच्या मुलीला या दुष्ट जगात एकटं सोडताना कोणत्याही मातेच्या काळजाला काय वाटत असेल, याची मला पूर्ण कल्पना आहे. त्या दोघाही मुलांची वयंच अशी नाजूक, अशी धोक्याची होती... या जगात त्यांच्यावर काय काय प्रसंग ओढवू शकले असते! विशेषतः त्या मुलीच्या दृष्टीनं फारच धोक्याचं वय आणि आईच्या हृदयाला पीळ पाडणारीच ही परिस्थिती. आपल्या मुलांवर काय संकटं येत असतील याची नुसती कल्पना करत एकेक क्षण त्यावर विचार करत बसायचं, म्हणजे त्या आईच्या मनाची काय अवस्था होत असेल, याची मला कल्पनाही करवेना. आपली मुलं पूर्णपणे परक्या व्यक्तींच्या ताब्यात आहेत, हे आपल्याला माहीत आहे, पण आपण त्यांना पाहू शकत नाही, त्यांच्याशी बोलू शकत नाही आणि तीन वर्षं नुसतं या नरकसदृश ठिकाणी खितपत पडून राहायचं. नुसती मुलांची काळजी करत बसायचं. खऱ्याखुऱ्या नरकात जाऊन तेथील अनुभव घेण्याची काही गरजच नाही.

"तिची जामीनावर सुटका होऊ शकते," शहनाजनं माहिती पुरवली. मी नुसती मान हलवली.

"बेटा, माझी मुलं ठीक आहेत ना, याची माहिती काढ ना." तिच्या डोळ्यांतून परत घळाघळा पाणी वाहू लागलं.

"मी माझ्याकडून जास्तीत जास्त प्रयत्न करीन." मी आश्वासन दिलं. पण मी खरंच असे प्रयत्न करणार होतो का? देव जाणे. पण तिच्या विदीर्ण झालेल्या हृदयावर आणखी आघात करण्याची माझी इच्छा नव्हती. मी नक्की प्रयत्न करीन. त्याला थोडा वेळ लागेल. पण मी प्रयत्न करीन.

सगळे बाहेर निघून गेले. मी निराशेनं दीर्घ उसासा टाकला. मी थकून गेलो

होतो. इथून पुढे जर कधी मी माझं आयुष्य नरकसदृश आहे असं नुसतं म्हणालो, तरी देवा मला एक तडाखा दे. नरकाकडे जाणाऱ्या त्या सोपानाच्या पहिल्या पायरीवर सुद्धा आपण नाही. या असहाय स्त्रियांच्या तुलनेनं आपण अक्षरश: नंदनवनात राहतो. मग त्या स्त्रियांचा गुन्हा कोणताही का असेना. हे असं जगणं, रोजच्या रोज शंभर मरणं मरत जगणं, आशा करत, प्रार्थना करत आणि सर्वांत वाईट म्हणजे मुलांकडून एखादा शब्द तरी कळेल याची वाट बघत जगणं, आपल्या प्रियजनांची वाट बघत... आणि तशातच कधीतरी नि:शब्द शांततेच्या पांघरूणाखाली आपली थकली भागली शरीरं झाकून झोपी जाणं... दिवसामागून दिवस... वर्षामागून वर्षं... हे असं जगणं... म्हणजे मित्रा... जिवंतपणी नरक भोगणं.

देवा... या सगळ्यांना तूच तार.

□

काही दिवसांनंतर मी परत एकदा पुण्याला आलो. मी आणि संजीव भेटणार होतो. संजीव हा एक समाजसेवक असून तो 'साथी' या संस्थेसाठी काम करतो. कोणत्याही गोष्टीमागची वस्तुस्थिती नक्की काय आहे, याचा शोध घेणं हे त्याचं काम आहे. आम्ही ब्लू डायमंड हॉटेलच्या बाहेर भेटलो. आम्ही जरा निवांत बसलो आणि मग मी माझा डिक्टाफोन चालू केला. स्वातंत्र्यलढ्याच्या काळात संजीवच्या आजोबांचा जळगाव येथे एक कारखाना होता. ते स्वत: इंजिनिअर होते. त्यांचा व्यवसाय खूप चांगला चालत असे व त्यामुळे त्यांची चांगली भरभराट त्या काळात झाली. काही वर्षे पैशापोटी येणाऱ्या सर्व सुखसमृद्धीचा उपभोग घेतल्यानंतर त्यांना एक गोष्ट कळून चुकली– एवढं ऐश्वर्य असूनही त्यांना समाधान, सुख नव्हतं. जशी वर्षामागून वर्षे गेली तशी त्यांच्या अंतर्यामी असणारी ही रितेपणाची भावना अधिकाधिक खोलवर जाऊन पोचली.

त्या काळात भारतीय लोकांच्या आयुष्याचं सर्वांत मोठं ध्येय म्हणजे ब्रिटिशांना त्यांच्या राणीच्या देशात परत पाठवून देणं, हे होतं. त्यावेळी गांधीजींना लोक खूप मानत होते. आपल्याला कोणी एक थप्पड मारली तर त्याच्या अंगावर झेप घेऊन त्याच्या डोक्याचा चेंदामेंदा करण्याऐवजी शांत राहून दुसरा गाल पुढे करण्याचं गांधीजींचं हे जे अहिंसा तत्त्व होते, अशा प्रकारचं तत्त्व समाजमनावर बिंबवण्यासाठी त्या व्यक्तिमत्त्वाची फार मोठी मोहिनी समाजमनावर असावी लागते.

तर, अशा रीतीनं संजीवच्या आजोबांना दिवसेंदिवस या जीवघेण्या स्पर्धेत सहभागी होण्याचा कंटाळा आला होता. अखेर त्यांनी आपलं उर्वरित आयुष्य केवळ पैसा मिळवण्यात व्यतीत न करता काहीतरी विधायक कार्य करत घालवण्याचं ठरवलं. त्यांनी आपला कारखाना विकून टाकला. त्यातून आलेल्या पैशांपैकी पुरेसे पैसे आपल्या कुटुंबियांसाठी ठेवल्यानंतर राहिलेले पैसे गोरगरिबांना, गरजू लोकांना वाटून टाकले. अनाथ, गरजू मुली आणि स्त्रियांसाठी त्यांनी एक आश्रम काढला. हा आश्रम त्यांनी माधन येथे सुरू केला. ते खरोखरीच द्रष्टे होते.

समाजकल्याणाचं काम सुरू करायचं, तर ते शहरापेक्षा खेड्यात अधिक सुरू करण्याची जास्त गरज आहे, कारण सत्तर टक्के भारत खेड्यात राहतो, हे त्यांनी जाणलं होतं.

"हा आश्रम अजून चालू आहे?"

"हो. माझ्या आजोबांच्या मृत्यूनंतर माझ्या आजीनं तो चालू ठेवला आणि आता आमच्या कुटुंबाचे काही सदस्य त्याचं काम बघतात."

"तू या सामाजिक कार्यात कसा काय पडलास?"

खरं तर संजीवला सामाजिक कार्यात किंवा आश्रमाच्या कामात मुळीच रस नव्हता. शाळेत नवव्या इयत्तेत जाईपर्यंत त्यानं त्या आश्रमात पाऊलही ठेवलं नव्हतं. पण एकदा शाळेला सुट्टी लागल्यावर नेहमीप्रमाणे त्याच्या आजीने पुण्याला येण्याऐवजी त्यालाच आश्रमात पाठवण्याचं ठरलं. तेवढाच बदल म्हणून!

"मी आजीला भेटायला तिकडे गेलो आणि त्यानंतर माझं आयुष्यच बदलून गेलं. त्यावेळी मला समजून चुकलं– आपल्या मनात जर काही करण्याची तीव्र इच्छा असेल तर एक व्यक्तीसुद्धा अनेक व्यक्तींच्या आयुष्यात फार मोठा सकारात्मक बदल घडवून आणू शकते. या सामाजिक कार्यात माझ्या आयुष्याची काही वर्षे घालवल्यावर तर माझी खात्रीच पटली. आपल्यापैकी प्रत्येकजण दुसऱ्याच्या आयुष्यात काही ना काही चांगला बदल घडवू शकतोच. त्या व्यक्तीचं आयुष्य आपण जगण्यायोग्य करू शकतो. शिवाय एका व्यक्तीला मदत करत असताना आपण एक प्रकारे संपूर्ण समाजालाच मदत करत असतो. उदाहरणार्थ, एखादा शेतकरी जर काही संकटात असेल तर तो आपलं शेतीचं काम उत्तम प्रकारे पार पाडू शकत नाही. आपल्यापैकी प्रत्येकानं किमान एका शेतकऱ्याला मदत केली... आणि आपण तर हजारोच्या संख्येनं आहोत... म्हणजे कितीतरी शेतकऱ्यांना मदत होईल... याचा अर्थ एकत्रितपणे आपण सगळ्या समाजालाच मदत करतो. हे शेतकरी एकाग्रतेनं आपलं शेतीचं काम चालू ठेवू शकतात, आपली जमीन व्यवस्थित कसतात आणि पूर्ण देशाला खाऊ घालतात.

"मी अण्णा हजारेंकडून खूप काही शिकलो. अण्णाजींच्या मते भारतातील सत्तर टक्के जनता खेड्यात राहते. त्यामुळे आपण आपलं सगळं सामाजिक कार्य खेड्यांमध्ये केंद्रीत केलं तर आपण भारताच्या विकासाला फार मोठा हातभार लावू शकतो. खेड्यातील मुलांना जर उत्तम शिक्षणाची सुविधा मिळाली, त्यांचा पाया पक्का झाला तर आपण आपल्या देशाचे भावी आधारस्तंभ घडवू."

"याच तत्त्वप्रणालीच्या आधारे तू स्वत:ला संपूर्णपणे सामाजिक कार्यात झोकून दिलं आहेस का?"

“हो, ‘साथी’ आणि इतरही अशा काही सामाजिक संस्था देशभर पसरलेल्या आहेत. या संस्था तुरुंगात असलेल्या आई व मुलांसाठी काम करतात. या संस्थासुद्धा अप्रत्यक्षपणे खेड्यांवरच आपलं लक्ष केंद्रीत करतात. हे पाहा, ‘साथी’ सारख्या संस्था ज्या लहान मुलांच्या कल्याणासाठी काम करतात, त्या मुलांचे आईवडील तुरुंगात शिक्षा भोगत असतात. या मुलांपैकी सुमारे ऐंशी टक्के मुलं खेड्यात राहतात. मुलांच्या आईचा गुन्हा कोणता यावर या संस्था मुलांविषयी कोणताही गैरसमज करून घेत नाहीत. त्या मुलांची आई कशीही असली तरी या संस्था त्या मुलांना मदत ही करतातच.”

“मग यात तुझी भूमिका कोणती?”

“ज्या स्त्रिया तुरुंगात आहेत त्यांच्या मुलांचा सांभाळ हा कोणीतरी केलाच पाहिजे. बहुतेकवेळा अशा मुलांचं पालनपोषण करायला त्यांचे वडील नसतातच. एकतर ते वडील स्वत:सुद्धा गुन्हेगार असतात, नाहीतर त्या मुलांना वाऱ्यावर सोडून गेलेले असतात.”

“...किंवा त्यांचा खून झालेला असतो.”

“हो. मग अशा मुलांची काळजी त्यांचे आजीआजोबा तरी घेतात नाहीतर नातेवाईक तरी. ‘साथी’सारख्या संस्था अशा मुलांना जमेल तशी थोडीफार मदत करतात. त्या कुटुंबियांच्या द्वारेच. माझं काम एवढंच की त्या मुलांचा सांभाळ करत असणाऱ्या नातलगांना काही मदत हवी आहे का ते पाहाणं आणि जर मदत देण्यात आलीच तर त्या मदतीचा उपयोग खरोखरच त्या मुलांच्या कल्याणासाठी केला जातो आहे का नाही, ते पाहाणं.”

“मग तू अशा किती केसेसमध्ये लक्ष घातलं आहेस?”

“साधारणपणे साठ मुलांच्या. या अशा प्रकारच्या संशोधनाचं काम मी १९९७ सालापासून करत आलो आहे.”

“मग हे संशोधन तू करतोस तरी कसं?”

“एखाद्या कैदी स्त्रीला येरवड्याच्या तुरुंगात आणण्यात आलं की ‘साथी’ मधील कोणीतरी येथे येऊन त्या स्त्री विषयीची सर्व माहिती मिळवतं– ती स्त्री, तिचे कुटुंबीय, तिची पार्श्वभूमी वगैरे. विशेषत: ज्या स्त्रियांना लहान मुलं आहेत अशाच स्त्रियांवर प्रामुख्यानं लक्ष केंद्रीत करण्यात येतं. ही सुरुवातीची माहिती एकदा मिळाली, की तो सर्व तपशील माझ्याकडे सुपूर्द करण्यात येतो. त्यामध्ये त्या स्त्रीच्या मुलांची नावे, पत्ता, सध्या ती कोणापाशी राहत आहेत याविषयीची माहिती असं सर्व असतं. त्यानंतर मी स्वत: त्या मुलांना जाऊन भेटतो. ती मुलं कोणत्या परिस्थितीत आहेत, त्यांना मदतीची गरज आहे की नाही, असल्यास नक्की कोणत्या स्वरूपात ती मदत करणं गरजेचं आहे हे सर्व मी पाहतो.”

“तू मला खऱ्याखुऱ्या एखाद्या केसचं उदाहरण देऊन सांग ना.”

“वेल, काही दिवसांपूर्वी माझ्याकडे सोलापूर जवळच्या एका खेड्यातील केस सोपवण्यात आली होती. तिथे एक सहा वर्षांचं मूल आपल्या म्हाताऱ्या आजीबरोबर राहत होतं. ह्या केसमध्ये नक्की काय घडलं होतं याची माहिती माझ्याजवळ होती. पण माझी अशी पद्धत आहे की, मी त्या व्यक्तीच्या कुटुंबियांशी प्रत्यक्ष बोलून मिळालेल्या माहितीची शहानिशा करतो. गुन्हा घडण्यासाठी नक्की कोणती परिस्थिती कारणीभूत झाली असावी त्याची चिकित्सा करतो. वेल, हे मूल बस स्टँडपासून सहा किलोमीटर लांब असलेल्या एका ठिकाणी होतं. मी त्या खेड्यात जाऊन पोचलो. सर्वसाधारणपणे अशा मुलांचा पत्ता शोधून काढणं फारसं कठीण जात नाही; कारण खून कोणत्या घरी, कोणत्या कुटुंबात घडला याची गावात सर्वांना कल्पना असते. त्यामुळे मी त्या घरी जाऊन ती आजी व त्या लहान मुलाला शोधून काढलं.”

“त्या मुलाची आई तुरुंगात का होती?”

“तिनं आपल्या नवऱ्याची हत्या केली होती.”

“नवऱ्याच्या हत्येच्या केसेस फार जास्त प्रमाणात घडत असतात, नाही?”

“हो. पण सर्वसामान्यत: त्या आधीची बरीच वर्षे हे नवरे आपल्या बायकोचा, मुलांचा आणि घरातील इतर लोकांचा अनन्वित छळ करत असतात.”

“बायकोचा छळ तर नित्याचाच आहे. घडतं असं, की एक दिवस तो छळ त्या बायकोच्या सहनशक्तीच्या पलीकडे जाऊन पोचतो. निराशा आणि राग यांनी बेभान होऊन ती स्त्री आपल्या नवऱ्यावर हल्ला करते. मुळात दारूसारख्या व्यसनांच्या तो आहारी गेलेला असतोच, त्यामुळे तो आधीच कमजोर, अर्धमेला असतो. तो पटकन मरतो. कोर्टालासुद्धा अशा स्त्रियांविषयी सहानुभूती वाटते. पण कोर्टाचे हात कायद्यानं बांधलेले असतात. भावनेच्या आहारी जाऊन केलेल्या कृत्याला कायद्यात क्षमा नसते. गुन्हा घडण्यापूर्वी घरात काय परिस्थिती होती याकडे कानाडोळा करून कोर्टाला आपलं सर्व लक्ष प्रत्यक्ष घडलेल्या कृत्यावरच केंद्रीत करावं लागतं.”

“हे मूल आपल्या आईच्या आईकडे होतं का?”

“नाही, वडिलांच्या आईकडे. त्याची आजी मला म्हणाली, ‘हे मूल माझ्या मुलाचं आहे, माझ्या मुलाचं रक्त त्याच्या धमन्यांमधून वाहतंय, त्यामुळे मी त्याचा सांभाळ करीन. निदान मी जिवंत असेपर्यंत तरी!’”

“तिचं वय काय असेल?”

“अंदाजे सत्तरीची तरी असेल. या म्हातारीनं आधी स्वत:च्या मुलाला लहानाचं मोठं केलं, आपल्या कुटुंबियांचं पालनपोषण केलं आणि आता आपल्या

या नातवासाठी परत एकदा शेतात जाऊन काबाडकष्ट करत होती. ती रोज सकाळी उठून दोन किलोमीटर लांब असलेल्या आपल्या शेतात जायची, दिवसभर त्या शेतात काम करायची आणि दिवसाअखेरीस तिला त्या कामाचे तीस रुपये मिळायचे. त्यानंतर परत चालत ती घरी यायची आणि रांधून आपल्या नातवाला जेवू घालायची आणि आपण चार घास खायची.''

''पण मग दिवसभर त्या मुलाला कोण बघायचं?''

''तो शाळेत जायचा आणि शाळा सुटली की घरी येऊन थांबायचा. खेड्यात मदत करायला पुष्कळजण असतात.''

''जुनी आफ्रिकन म्हण आहे– मूल वाढवावं, तर ते खेड्यात.''

''या अशा केसमध्ये माझं काम एवढंच की या अशा कुटुंबाला सामाजिक संस्थेनं मदत करावी की नाही, हे ठरवणं. मदतीदाखल दिलेला पैसा खरोखरच त्या मुलाच्या कल्याणासाठी खर्च होईल, की नाही? या केसमध्ये अर्थातच ते पैसे नक्कीच त्या मुलासाठी खर्च झाले असते, यात शंका नाही. पण अशाही घटना घडल्या आहेत, की मुलासाठी देण्यात येणारे पैसे त्या घरच्या लोकांनी दारू आणि इतर गोष्टींवर खर्च केले आहेत.''

''मग तू एक अहवाल तयार करून त्याखाली तुझं स्वत:चं मतही नोंदवून ठेवतोस?''

''हो. महिन्यातून एकदा आमची मीटिंग असते आणि त्यात आम्ही प्रत्येक केसवर सविस्तर चर्चा करतो. माझ्या अहवालात सर्व तपशील व्यवस्थित लिहिलेले असतात. शिवाय मदत का द्यावी किंवा एखाद्या केसमध्ये ती का देण्यात येऊ नये याचीही कारणमीमांसा मी केलेली असते.''

''मग या केसमध्ये तू काय लिहिलंस?''

''मी लिहिलं होतं, 'साथी' संस्थेला या मुलासाठी जी काही मदत देणं शक्य असेल, ती जरूर देण्यात यावी.''

''आणि ही मदत म्हणजे साधारण दरमहा दोनशे ते अडीचशे रुपये असेल ना?''

''हो, मला वाटतं तेवढी असेल. ते तू त्या संस्थेलाच विचारलेलं बरं.''

मी डिक्टाफोन ऑफ केला. मग त्या आपल्या पुढ्यातील कोल्ड्रिंकचा घोट घेतला आणि मी सिगारेट शिलगावली. एक वयोवृद्ध स्त्रीला आपल्या आयुष्याच्या तिन्हीसांजेला उन्हात तळपत नाही तर पावसात भिजत दिवसाचे आठ तास काबाडकष्ट करावे लागत होते, रोज जवळजवळ चार किलोमीटरचं अंतर पायी तुडवावं लागत होतं आणि घरी परतल्यावर रांधून नातवाच्या आणि स्वत:च्या पोटाला घालावं लागत होतं. 'साथी' संस्थेकडेही निधी मर्यादित होता आणि या

अशा केसेस तर अगणित होत्या. जर चांगल्या परिस्थितीतील व्यक्तींनी आपल्या पगाराच्या केवळ पाच टक्के रक्कम अशा संस्थांना दिली तर कितीतरी गरजू आणि अनाथ लोकांचं त्यातून कल्याण होईल. अशा संस्थातर गावोगावी, प्रत्येक शहरात कितीतरी असतात. अशा संस्था लोकांकडून त्यांचे जुने वापरलेले कपडे गोळा करतात. हे ज्या मुलांच्या आया तुरुंगात आहेत, अशा मुलांना हे कपडे देण्यात येतात. बरेचदा या स्त्रिया इतक्या गरीब असतात की जामीनाची रक्कम भरण्याची त्यांची ऐपतच नसते. आणि हा जामीन तरी कसल्या गुन्ह्यासाठी असतो? गरीबी आणि दारिद्र्यापोटी, छळापोटी त्या स्त्रियांच्या हातून हा गुन्हा घडलेला असतो.

"तू या मुलांची परत कधी भेट घेतोस?"

"मी जेव्हा माझा अहवाल बनवतो, तेव्हा माझं काम संपतं. निदान त्या विशिष्ट मुलांच्या बाबतीतलं तरी. आता आमच्याकडे आवश्यक ती सर्व माहिती असतेच. आणखी वेळोवेळी त्या मुलाची खुशाली आम्हाला संस्थेसाठी काम करणाऱ्या दुसऱ्या एखाद्या व्यक्तीकडून कळत राहते. साधारणपणे ही माहिती आम्हाला त्या मुलाच्या शाळेकडून मिळते. पैसा जेव्हा देण्यात येतो, तेव्हा त्यामागे त्या मुलाच्या शिक्षणात कोणतीही बाधा येऊ नये, यासाठी तो असतो. पण जर त्या मुलाला घरून शाळेतच पाठवण्यात येत नसेल आणि तरीही त्याच्या शिक्षणाच्या नावाखाली संस्थेकडून मदत घेण्यात येत असेल तर ते आम्हाला लगेच कळतं. याचा अर्थ इथे काहीतरी गडबड आहे, हे नक्की."

"हे सगळं ठीक आहे. पण प्रत्येक केसचा मदत दिल्यानंतर काही पाठपुरावा, फॉलो-अप वगैरे करता का तुम्ही?"

"हे पाहा..."

"तू आत्ता मला ज्या केसविषयी सांगितलंस, ती सुमारे किती वर्षांपूर्वी तू हाताळलीस?"

"अंऽऽ... सुमारे दोन वर्षांपूर्वी."

"मग त्यांना तू परत जाऊन भेटलास?"

"तसा नियमित संपर्क असतोच. विशेषत: पत्रांमधून..."

"तू त्यांना परत जाऊन भेटला नाहीस?"

"नाही. पण मी तुला सांगितलं त्याप्रमाणे आम्हाला शाळा आणि इतर काही स्रोतांमधून माहिती मिळत असते. शिवाय शाळेतून येणारा मुलाच्या प्रगतीचा आढावा, त्याच्या प्रगतीपुस्तकावर वर्गशिक्षकांनी मारलेला शेरा या गोष्टीतूनही आम्हाला बरंच काही कळतं. आणि हो, आम्हाला असा जरा जरी संशय आला की हा पैसा मुलाच्या कल्याणासाठी वापरण्यात येण्याऐवजी भलत्याच काही

गोष्टींवर खर्च होतोय, तर मी तिथे लगेच प्रत्यक्ष भेटीला जातो. कधीकधी देण्यात येणारी मदत थांबवण्याची वेळ सुद्धा आमच्यावर आली आहे. बरेचदा नातेवाईक हा पैसा दारू किंवा इतर काही गोष्टींवर उडवतात. त्यामुळे माझ्या मनात कधी शंका आली, की मी त्या घरी पुन्हा पुन्हा भेटीला जातो. कधी कधी वरकरणी तर सगळं काही सुरळीत चालू असल्यासारखं भासतं, पण त्या मुलाची देहबोली, त्याचे डोळे यातून काहीतरी वेगळंच व्यक्त होत असतं.''

एवढ्यात फोन वाजला आणि संजीव बोलण्यात गर्क झाला. मी उठून उभा राहिलो आणि बाल्कनीतून दूरवर पाहू लागलो. एक पक्षी जोरजोरात कर्कश आवाजात ओरडत होता. बाहेरच्या बगीच्यात झाडं बहरली होती. वाऱ्यावर हळुवार हेलकावे खात होती. खाली मुलं खेळत होती. सगळी कशी खुशीत, आपल्याच मस्तीत होती. त्यांना कशाची चिंता नव्हती. त्या मुलांपाशी जे काही होतं, त्याची खरीखुरी किंमत त्यांना कळणार तरी होती का?– छोट्या छोट्या गोष्टी... स्वातंत्र्य, कुटुंबियांकडून मिळणारी मायेची ऊब, आपल्या स्वत:च्या घरात, स्वत:च्या बिछान्यात झोपण्याचं सुख... सूर्यास्त होऊन गेल्यावरही मुक्तपणे, स्वच्छंदीपणे बागडण्याचं सुख... आणि सायंकाळी साडेपाचला रात्रीचं जेवण... तेही थंडगार जेवावं न लागणं...

मी माझ्या जागी जाऊन बसलो. मी एव्हाना एका निष्कर्षापर्यंत येऊन पोचलो होतो. कोणत्याही सामाजिक संस्थेच्या कार्यक्षेत्राखाली जी काही मुलं येतात, त्यापैकी अगदी प्रत्येक मुलाबद्दलची बित्तंबातमी ठेवणं हे त्या संस्थेच्या दृष्टीनं महाकठीण काम आहे. वास्तव हे आहे की सर्वच्या सर्व सामाजिक संस्थांकडे तळमळीनं काम करणाऱ्या कार्यकर्त्यांचा, कर्मचाऱ्यांचा आणि मुख्य म्हणजे पैशाचा सदोदित तुटवडा असतो. या बऱ्याच संस्थांचं काम जे कोणी समाजसेवक पाहत असतात, ते स्वत:सुद्धा अगदी बेताच्या परिस्थितीतच वाढलेले असतात. ते जरी समाजसेवेचं काम करत असले तरी त्याचबरोबर त्यांना आपल्या स्वत:च्या कुटुंबाचंही बघावं लागतं, त्यांच्यासाठी पैसा कमवावा लागतो. आरामखुर्च्यांमध्ये बसणारे पंडित या अशा समाजसेवकांविषयी काहीही बोलत असले, तरीसुद्धा प्रत्यक्षात, आहे त्या परिस्थितीचा विचार करता हे लोक खरोखरच स्पृहणीय काम करत असतात. खरं तर बरेचसे सामाजिक कार्यकर्ते आपलं कर्तव्य तर पार पाडतच असतात, पण कित्येकदा त्या पलीकडे जाऊनसुद्धा बरंच काही करत असतात.

हे सगळं कितीही खरं असलं, तरी त्यानं मुलांच्या बाबतीत जे काही घडत असतं, ती वस्तुस्थिती बदलत नाही. ज्या मुलांची आई तुरुंगात आहे आणि ज्यांना परिस्थितीवश आपल्या नातलगांच्या आश्रयाला जाऊन राहावं लागतंय,

अशा मुलांवर त्यांच्या त्या नातलगांचं पूर्णपणे नियंत्रण असतं. शिवाय त्या नातलगांना आपली स्वत:ची मुलं, आपलं स्वत:चं कुटुंब... या गोष्टींचा विचार करावा लागतोच की. एवढं दु:ख कमी झालं की काय, म्हणून पुरुष दारूपायी स्वत:चा विनाश तर ओढवून घेतातच, पण आख्ख्या कुटुंबाचा विनाश ओढवून घेतात.

"तुझा काय अनुभव आहे... ही अशी मुलं आईविना कशी काय राहतात? आल्या परिस्थितीला कसं काय तोंड देतात?"

"हे बघ... काही मुलांना तर आपल्या आईशिवाय राहाणं शक्यच होत नाही. अशी मुलं मानसिकदृष्ट्या पूर्णपणे उद्ध्वस्त होतात आणि सारखी रडत राहतात, आपल्या आईसाठी झुरत राहतात. पण सुदैवानं बरीचशी मुलं परिस्थितीशी मिळतं जुळतं घेतात आणि त्यातल्या त्यात जमेल तेवढ्या चांगल्या प्रकारे राहण्याचा प्रयत्न करतात. मित्रमैत्रिणी, नातेवाईक आणि नवा परिसर याचा खूप मोठा परिणाम होतो. पण काही मुलांना मात्र आईवाचून जगणं खरोखर अशक्यच होऊन बसतं. माझ्या स्वत:च्या पाहण्यात अशी काही मुलं आली आहेत. ही मुलं पत्रं लिहितात. मी त्यांना जाऊन भेटलो, की आपल्या आईविषयी अगदी बारीक चौकशी करतात आणि मी जर बरोबर त्यांच्या आईचा फोटो नेला नसेल, तर ती फारच निराश होतात."

"ही मुलं त्यांच्या आईला कधी जाऊन भेटू शकत नाहीत?"

"भरूचा, त्यांना प्रवासखर्च परवडत नाही."

"पण मग आई मुलांची भेट घडवून आणण्यासाठी त्या मुलांना आईकडे घेऊन जाण्यासाठी एखादी सामाजिक संस्था का नाही पुढे येत?"

"म्हणजे या संस्थेनं वाहनव्यवस्था करायची?"

"तशी तरी करायची नाहीतर प्रवासखर्चाचा भार उचलायचा. असा कितीसा खर्च येणार आहे या गोष्टीला? मला नाही वाटत फार येईल."

"ही अशी कोणतीही संस्था नाही. पण प्रवासखर्चावर पैसा घालवण्याऐवजी तोच पैसा त्या मुलाच्या कल्याणासाठी खर्च करता येईल, नाही का?"

"तुला स्वत:ला मुलं आहेत?"

"नाही."

"मग आपल्या स्वत:च्या मुलाला महिनोन्महिने, वर्षानुवर्षे भेटता न येण्यातलं दु:ख तुला नाही कळणार. आपल्या मुलाला न भेटता येण्याचं दु:ख इतकं तीव्र असतं, की त्यापेक्षा नरकयातना परवडल्या. आपल्या मुलाचा सांभाळ करायला मिळत नसेल, तर त्यापेक्षा मरण सुद्धा परवडलं. आणि त्याहीपेक्षा दारूण गोष्ट म्हणजे आपल्या मुलाला महिनोन्महिने, वर्षानुवर्षे डोळे भरून बघायला न

मिळणं, त्यांच्याशी बोलायला न मिळणं.''

''तसंही असेल. आपल्या मुलांसाठी आसवं गाळणाऱ्या आयांना मी तुरुंगात पाहिलं आहे. त्यांची स्थिती खरोखर विदारक असते... पण काहीही असलं, तरी भरूचा अशा किती मुलांना तू त्यांच्या आयांना भेटायला जेलमध्ये घेऊन जाऊ शकशील?''

''आपण उदाहरणादाखल येरवडा जेल आणि त्या जेलमधील कैदी स्त्रियांसाठी काम करणारी संस्था घेऊ. येरवडा जेलमधील किती कैदी स्त्रियांची मुलं त्यांच्या नातेवाईकांकडे राहतात?''

''अं... साधारणण्णे एकावेळी शंभर. कैदी स्त्रियांची संख्या सतत बदलत असते. स्त्रिया येतात, जातात. कोर्टाच्या हुकूमानुसार त्यांच्या या जेलमधून त्या जेलमध्ये बदल्या होतात.''

''बरं. आता मला सांग एका खेड्यात जाऊन येण्याचा एका ट्रिपचा खर्च साधारण किती होतो?''

''सर्वसाधारणपणे... परतीचा खर्च धरून दोनशे रुपये तरी होतात. मी स्वस्तातल्या स्वस्त वाहनानं प्रवास करतो; आणि मुक्काम कधीच करत नाही. एका दिवसात जाऊन परत येतो.''

''ठीक आहे. एका माणसाचा एक दिवसाचा खर्च सुमारे दोनशे रुपये. त्यात एका मुलाचा खर्च धरला तर आणखी शंभर रुपये वाढले... कारण मुलांना अर्ध तिकीट पडतं.''

''शिवाय जेवण खाण...''

''त्याचे आणखी शंभर पकड.''

''एकूण चारशे रुपये धरून चाल ना.''

''म्हणजे खर्च चारशे रुपये. अगदी आपण पाचशे धरून चालू. एका नातेवाईकानं त्या लहान मुलाला आईला भेटायला तुरुंगात घेऊन जाण्याचा खर्च. याचा अर्थ शंभर मुलांची जर त्यांच्या आयांशी गाठभेट घालून द्यायची असेल तर त्याचा खर्च ५०,००० रुपये! याचा अर्थ असा की माणसांविषयी कळवळा असणाऱ्या दात्यानं वर्षाकाठी काही शेकडा रुपये या कामासाठी खर्च केले तर अशा अनेक लोकांच्या दानधर्मातून या मुलांच्या एखाद्या ट्रिपच्या प्रवासाचा खर्च सहज निघेल. या मुलांना कित्येक वर्षे आपल्या आईला भेटण्याची संधी मिळत नाही. मग अशा मुलांची वर्षातून केवळ दोनदा आपण त्यांच्या आईशी गाठ घालून देऊ शकलो, तर त्या मातेच्या आणि त्या मुलांच्या दृष्टीनं ते एक मोठं वरदान ठरेल. मला वाटतं समाजातील एका मोठ्या भागानं थोडी कणव, थोडा कळवळा जरी त्यांच्याविषयी दाखवला, तरी ते पुरेसं आहे. उच्च

मध्यमवर्गीय आणि धनिक वर्गानं आपल्या उत्पन्नाचा एक छोटासा हिस्सा जरी बाजूला ठेवला, वर्षाकाठी फक्त काही हजार रुपये, तरी या मुलांना आपल्या आईला भेटता येईल!''

''ही संकल्पना तशी नवी आहे. पण मला वाटतं, ती प्रत्यक्षात आणता येईल. पण तुला काय वाटतं, आई व मुलाची वर्षातून एकदा केवळ एक दिवसापुरती गाठभेट व्हावी, याकरता ही इतकी मोठी रक्कम खर्च करणं कितपत योग्य आहे?''

''त्या मुलाची आणि आईची भेट घडवून आणणं, त्यांच्यातील प्रेमाचे धागे मजबूत करणं, परस्परांच्या प्रेमाविषयी आणि सुरक्षिततेविषयी एकमेकांची खात्री पटणं... ओऽऽ... मला वाटतं या सर्व गोष्टींचं मूल्य तर याहूनही कितीतरी अधिक आहे.''

''तरी पण इतक्या छोट्या भेटीखातर इतका थोरला पैसा उधळणं, मला वाटतं, निरर्थक आहे.''

''हे खरोखरच योग्य आहे का नाही हे समजण्यासाठी संजीव, आधी तुला मूल व्हायला हवं. तू बाप बनला पाहिजेस. मग तू हा असा प्रश्न कधीच विचारणार नाहीस. मला जर माझ्या मुलांना भेटता आलं नाही, तर मी वेडा होईन. या माता रोज नवं मरण मरत असतील आणि त्याचं कारण काय, तर त्यांच्या कुटुंबियांना काही थोडेसे पैसे उभे करता येत नाहीत म्हणून. मला वाटतं, हे काम जर सामाजिक संस्थांनी हाती घेतलं, तर ते खरोखर एक महान कार्य होईल. निदान दर सहा महिन्यातून एकदा तरी त्यांनी आई व मुलांची गाठ घालून देऊन त्यांच्यातील प्रेमाचे अनुबंध पक्के करण्यास मदत केली पाहिजे.''

फोन वाजला. माझी मुलं काय बरं करत असतील आत्ता? देवा, त्यांच्यावर तुझ्या मायेची पाखर सदोदित असू दे.

''तुला माहीत आहे का?'' संजय म्हणाला, ''यातील मुख्य अडचण अशी की ही मुलं मानसिक आणि भावनिकदृष्ट्या पंगू झालेली असतात. हे बघ, एखादं मूल कितीही लहान असलं, तरी आपली आई जेलमध्ये नक्की काय कारणानं आहे, हे त्याला पुरतं माहीत असतं. 'तुझ्या आईनं खून केलाय, किंवा चोरी केलीय म्हणून तिला तुरुंगात टाकलंय', असं त्या मुलाला त्याचे कुटुंबीय किंवा इतर नातलग वारंवार सांगत असतात. आपल्या आईनं हा असा काही गुन्हा केला असेल, ही गोष्ट बऱ्याच मुलांना पटत नाही. बरेचदा, अगदी लहान वयापासूनच ते मूल आपल्या आईच्या हातून घडलेल्या कृत्याचा स्वीकार करू शकत नाही किंवा त्या कृत्याचं काहीतरी स्पष्टीकरण शोधायचा प्रयत्न करत राहतं. आपली सर्व शक्ती ते त्यातच खर्च करतं.''

“या बाबतीत न्यायालयाची भूमिका काय असते? ती या मातांच्या बाजूनं असते की विरोधात?”

“भरूचा, अगदी मनापासून, खरं, खरं सांगतो. कोर्टानं न्याय देताना तो अगदी योग्य, अगदी बिनचूक द्यावा, असं मला नेहमीच वाटतं. अर्थात हे माझं वैयक्तिक मत असून ते मी काम करत असलेल्या कोणत्याही सामाजिक संस्थेचं प्रातिनिधिक मत नव्हे. हे बघ... मी आजपर्यंत इतक्या मुलांना भेटलो आहे आणि त्यांच्यातल्या सत्तर टक्के मुलांच्या डोळ्यांदेखतच गुन्हा घडलेला असतो. माझ्या मते या येरवडा जेलमधील नव्वद टक्के केसेसमधील निकाल अयोग्य असेल. चार वर्षांच्या संशोधनानंतर मी या निष्कर्षाप्रत आलो आहे.”

“म्हणजे... तुझ्या मते त्या स्त्रियांना चुकीच्या कारणासाठी तुरुंगवास भोगावा लागतोय?”

“चुकीच्या कारणासाठी? तुला ऐकून आश्चर्य वाटेल. मी तुला एक घडलेलं उदाहरण सांगतो. एकदा मला एका कानाकोपऱ्यात असलेल्या एका खेड्यात एका मुलाला भेटण्यासाठी जावं लागलं. मला जिथे जायचं होतं त्या ठिकाणापासून कित्येक मैल अलीकडे बस थांबली. मी उतरलो तेव्हाच मध्यरात्र झाली होती. मी गावातल्या देवळात पोचलो तेव्हा तर रात्रीचे दोन वाजून गेले होते. मी तिथे काही तास काढले. पहाटे पाच वाजता परत त्या मुलाचा पत्ता शोधत निघालो. मी त्या मुलाला आणि त्याच्या कुटुंबियांना भेटलो. त्यांच्याशी बोलत असताना एक गोष्ट अचानक माझ्या लक्षात आली. त्या मुलाची आई बारा की पंधरा वर्षांची जन्मठेप भोगत होती. पण गुन्हा जेव्हा तिच्या हातून घडला, तेव्हा ती स्वतःच अल्पवयीन होती. गुन्ह्याच्या वेळी ती सोळा नाहीतर सतरा वर्षांची असेल. ती बिचारी गेली सहा वर्षे तुरुंगात होती. शिक्षा भोगत. पण जेव्हा गुन्हा घडला तेव्हा ती अल्पवयीन असल्याची गोष्ट कुणालाच विचारात घ्यायची गरज वाटली नव्हती. आता तिची सुटका झाली आहे, पण तिचं सगळं तारुण्य त्या गजांआड कोळपून गेलं.”

“पण ही गोष्ट आधी कुणाच्याच कशी लक्षात आली नाही?”

“सगळ्या खटल्यातील हीच तर एक विचित्र गोष्ट आहे. एखादी व्यक्ती जर गरीब आणि अशिक्षित असेल, तर असल्या गोष्टींच्या खोलात शिरण्याची तसदी कोणी घेत नाही. ही आपल्या देशाची कायदेव्यवस्था. बरेचदा अल्पवयीन व्यक्ती तुरुंगात येऊन पोचतात, तेही जन्मठेपेची शिक्षा भोगण्यासाठी. जेलमध्ये शिक्षा भोगत असणारी प्रत्येक महिला अल्पवयीन असते किंवा निरपराध असते, असा माझ्या म्हणण्याचा अर्थ नाही. अनेकदा हा गुन्हा घडला तेव्हा आपली आई तिथे हजरच नव्हती असं सांगून मुलं आपल्या आईला वाचवण्याचा प्रयत्न करतात. पण एकंदरीतच गरीब व्यक्तींची फारशी दखल घेतली जात नाही.

अर्थात हे माझं मत आहे.''

''तुझ्या मनावर फार सखोल परिणाम करून गेलेली अशी एखादी केस आहे का?''

''हं... एक सामाजिक कार्यकर्ता या नात्यानं आम्हाला आमच्या भावभावना बाजूला ठेवून, काहीशा अलिप्तपणे काम करावं लागतं. ते खूप कठीण असतं. पण आम्ही तसं जर केलं नाही ना... तर आम्हाला वेड लागेल. लोकांच्या कल्याणासाठी आम्ही वेळ, प्रयत्न, आमचं अवघं आयुष्य देतो. पण याचा अर्थ असा नव्हे, की त्या गोष्टीचा परिणाम आम्ही स्वत:वर करून घ्यावा आणि स्वत:च्या अवतीभवतीचं वातावरण गढूळ करून टाकावं. अनेक वेळा अशा येतात, की या लोकांचं दु:ख किंवा त्यांचं साहस आमच्या हृदयाला स्पर्श करून जातं. इतकं खोलवर, की आमचे डोळे पाण्यानं भरून येतात.''

''पण मला वाटतं, हे तर जीवन आहे. समाजसेवक आपलं काम करत असतात. सरकारही आपल्या परीनं काही ना काही करतच असतं. पण मुळात आपला देश गरीब. इथे गरीब लोकांना त्यांचे हक्क मिळत नाहीत. मग तुरुंगात राहणाऱ्या गरीब कैद्यांना त्यांचे हक्क मिळण्याची तर गोष्टच सोडा. राज्यघटनेनं त्यांना दिलेले हक्क मिळणं ही तर फारच दूरची गोष्ट झाली.''

□

नंतरचा महिनाभर मी दैनंदिन जीवनाचा लढा देण्यातच गर्क होतो. माझ्याकडे भरपूर तपशील गोळा झाला होता. त्यावरच काम करण्यात मी थोडा वेळ घालवला. मी लवकरच येरवड्याला अजून एकदा भेट द्यायचं ठरवलं होतं. येरवड्याला जायचं आणि त्या तुरुंगातील कैदी स्त्रियांबरोबर काही तास काढायचे, अशा नुसत्या कल्पनेनंच मनाला एकप्रकारची खिन्नता आली होती. त्या कैदी स्त्रियांना भेटून आल्यानंतर दरवेळी मला दुखणं यायचं. त्याच्या आठवणीनंच कदाचित मला अशी खिन्नता आली असेल.

परत एकदा मी कदम मॅडमच्या ऑफिसात शिरलो. ती मांजरं उड्या मारत स्वागताला आली. आता ती पिल्लं राहिली नव्हती. चांगली मोठी झाली होती. मला वाटतं आईचं दूध आणि राज्यसरकारच्या तुरुंगातलं अन्न असं दोन्ही त्यांच्या प्रकृतीला चांगलं मानवलं असावं.

शहनाज जवळच बसली होती. पल्लवी कदम मॅडमनी माझी आणि तुरुंगातील आणखी काही कैदी स्त्रियांची भेट व्हावी अशी व्यवस्था केली आणि त्या निघून गेल्या. या खेपेला त्या कुबट खोलीऐवजी त्या कैदी स्त्रियांना कदम मॅडमच्या ऑफिसातच माझ्या भेटीसाठी आणायचं असं ठरलं. शहनाजच्या बरोबर तिथली अधिकृत सोशल वर्करही होती. त्या दोघी आणि मी पहिल्या कैदी स्त्रीची वाट पाहत बसलो.

''ही गीता राव.'' शहनाजनं माहिती पुरवली.

एक तरुण स्त्री आत आली. तिच्याबरोबर तिचं मूल होतं. हिनं केवळ काही महिन्यांपूर्वी आपल्या नवऱ्याला मारलं होतं, हे ऐकून खरं वाटत नव्हतं. मी गेल्या खेपेला जेव्हा इथे आलो होतो, तेव्हा आम्ही हिच्यासाठी जामीनाच्या रकमेची काहीतरी व्यवस्था करायची, असं ठरलं होतं. ही गीता जेमतेम तिशीची होती, पण तिला तीन मुलं होती. वय वर्षे आठ, सहा, आणि तीन.

''हे बघ... यांनीच तुझ्या जामीनाच्या रकमेची व्यवस्था केली आहे.'' शहनाजनं तिला सांगितलं. गीता आणि मी... आम्ही दोघंही खुर्चीत बसल्याजागी

अस्वस्थपणे चुळबुळलो.

"उद्या तुमची जामीनावर सुटका होणार आहे का?"

"होय."

"तुम्ही तुमच्या मुलांची काळजी घ्या."

"होय, साहेब."

मी शहनाजकडे आणि दुसऱ्या समाजसेविकेकडे वळलो.

"ही या जामीनावर किती वर्षे मुक्त राहू शकते?"

"किमान पाच ते सहा वर्षे."

"तुमच्या म्हणण्याचा अर्थ असाच ना– की जर या स्त्रीच्या जामीनाच्या रकमेची व्यवस्था होऊ शकली नसती, तर हिचा खटला सुनावणीला उभा राहीपर्यंत हिला किमान पाच सहा वर्षे असंच तुरुंगात राहावं लागलं असतं?"

"होय."

मी गीताकडे आणि तिच्या छोट्या मुलाकडे पाहिलं. ते मूल लाजून हसलं. मी एक उसासा सोडला. केवळ आठ हजार रूपयांसाठी एका आईला पाच वर्षे तुरुंगाच्या कोठडीत खितपत पडावं लागलं असतं, आपल्या मुलांची काळजी करत, रोज एक नवं मरण मरत. केवळ काही हजार रूपयांसाठी.

"म्हणजे हिच्यासारख्या कैद्यांजवळ जर जामीन भरायला पैसा नसेल, तर खटला उभा राहण्यापूर्वी त्यांना पाच किंवा त्याहून अधिक वर्षे तुरुंगात राहावं लागतं. आणि जर दुर्दैवानं त्यांच्यावरचा गुन्हा सिद्ध झालाच, तर मग आणखी किती वर्षे त्यांना तुरुंगात राहावं लागतं, हे देवच जाणे. हे सगळं खरोखर घृणास्पद आहे."

"पण काय करणार? कायद्याचं काम असंच चालतं," शहनाज हताशपणे म्हणाली.

"कायदा हा बरेच वेळा गाढव असतो."

"भरूचा, आजवर हजारो कैद्यांनी कित्येक वर्षे अशी खितपत काढली आहेत– केवळ जामीनाची रक्कम उभी करता न आल्यामुळे."

जरा विचार करा. एखादी व्यक्ती निरपराध असल्याचं सिद्ध होतं. पण त्याआधी कित्येक वर्षे तिला तुरुंगात काढावी लागतात, कारण तिच्याकडे जामीनासाठी पैसे नसतात. तसं म्हटलं तर छोटीशी रक्कम... आपण सहज एखाद्या रात्रीच्या जेवणावर किंवा अत्याधुनिक पोषाखावर उडवतो.

एकतर न्यायदानाचं काम झटपट होऊन खटले अगदी लवकर काही महिन्यांच्या आत निकालात निघावे, यासाठी सरकारनं काही ठोस पावलं उचलली पाहिजेत, नाहीतर सरकारनं जामीनाची रक्कम इतकी ठेवली पाहिजे, की ती

गरीबातील गरीब व्यक्तीला सुद्धा भरता येऊ शकेल. ''एखाद्या व्यक्तीवरचा गुन्हा जोपर्यंत सिद्ध होत नाही, तोपर्यंत त्या व्यक्तीला निरपराध मानावे'' असं एकीकडे हा कायदा सांगतो. आणि दुसरीकडे तोच कायदा ज्या व्यक्तींवरचा गुन्हा अजून शाबित सुद्धा झालेला नाही, अशा व्यक्तींना तुरुंगात डांबतो! वर्षानुवर्षे ती माणसं कोठडीत राहतात, केवळ जामीनासाठी रक्कम उभी करता न आल्यामुळे.

या गोष्टीबद्दल काही कायदेतज्ज्ञांशी बोलायलाच हवं. आपल्या देशाच्या कायद्यात या बाबतीत काहीतरी तरतूद असेलच की.

''घरी आणखी कोण कोण आहे?''

''माझी आई, धाकटा भाऊ, बहीण आणि माझी दोन मुलं.''

''तुमचे भाऊ बहीण वयानं केवढे आहेत?''

''भाऊ बारा वर्षांचा आहे आणि बहीण चौदा.''

''आणि तुमची आई?''

''साधारण बेचाळीस वर्षांची...''

''तुमचं लग्न खूप लहान वयात झालं असणार.''

''होय साहेब. फारच लहानपणी.'' ती लाजून म्हणाली. आणि नंतर ती रडू लागली. तिच्या गालांवरून अश्रू घळाघळा वाहू लागले. तारुण्य कोळपून गेल्याचे अश्रू... स्वप्नांना मूठमाती मिळाल्याचे अश्रू... मृत पतीसाठीचे अश्रू... मुलांसाठीचे अश्रू... आयुष्य जसं असायला हवं होतं आणि जसं असणं आता शक्य नव्हतं, त्या आयुष्यासाठीचे अश्रू. गरीबांना रडण्यासाठी पुष्कळ कारणं असतात. श्रीमंत लोक मात्र अश्रू गाळण्यासाठी कारणं शोधत बसतात आणि अश्रू गाळण्याचं समर्थन करत बसतात.

''तुम्ही त्याला का मारलंत?''

तिनं माझ्याकडे पाहिलं. तिच्या नजरेत अनिश्चितता होती. मला तिची परिस्थिती, त्यवेळची मन:स्थिती समजू शकेल का, याविषयी तिच्या मनात शंका होती. अलंकारिक भाषेतच बोलायचं झालं, तर आम्ही दोन वेगवेगळ्या विश्वांमधून आलेली माणसं होतो. ती बराच वेळ माझ्याकडे नुसती टक लावून बघत राहिली आणि नंतर काय कारणानं, कोण जाणे, पण तिनं मला सगळं सांगायचं ठरवलं.

''तो मला खूप मारहाण करायचा. तो दारू पिऊन यायचा आणि माझ्यावर अत्याचार करायचा. तो काही कामधंदा करायचा नाही. नुसता माझा छळ करायचा. त्याचा मुलांवर परिणाम व्हायला लागला. एक दिवस काय झालं तेच कळलं नाही मला.'' परत एकदा तिच्या डोळ्यांतून घळाघळा पाणी वाहू लागलं.

त्याक्षणी माझ्या मनात एक विचार चमकून गेला. मी खरंतर क्लार्क किंवा मॅकॅनिक किंवा इतर काहीतरी असतो, तर किती बरं झालं असतं. कशाला मी लेखक झालो?

“माझी आई रोजंदारीवर काम करते. देवा, बरं झालं, मी आता परत जाऊन तिला तिच्या कामात मदत करीन, माझ्या मुलांची आणि माझ्या धाकट्या भावंडांची देखभाल करीन.” ती उठून उभी राहिली. मीही उठलो. आम्ही दोघांनी एकमेकांना ‘नमस्ते’ केलं. ती निघून गेली. मी खिडकीबाहेर बघत राहिलो. बाहेर सुंदर बाग होती. दोन लहान मुलं बागेत खेळत होती. तिच्यासारख्या अजून कितीतरी स्त्रियांना मदतीची गरज होती. खरं तर आपल्याला सर्वांना मिळून खूप काही करता येईल. फक्त मनात तशी सद्‌भावना पाहिजे.

“समाजसेवी संस्था आणखी पुढे काय मदत करतील?”

“सोशल वर्कर तिच्या घरी जाऊन विचारपूस करेल. एकंदर परिस्थितीचा अंदाज घेईल. तिच्या मुलांच्या शिक्षणाचा खर्च भागवण्यासाठी काही व्यवस्था करण्यात येईल.”

“दर मुलामागे दोनशे रुपये?”

“होय.”

“दोनशे रुपये ही काही फार मोठी रक्कम नव्हे, याची मलाही कल्पना आहे. पण गरीब लोकांच्या आयुष्यात प्रत्येक रुपयाचा हिशेब असतो. मी आधीच म्हटलं काहीतरी भलं करण्याची इच्छा आणि त्यासाठी आपण केलेली मदत कितीही छोटी असली, तरी त्यातून खूप काही साध्य होऊ शकतं. थेंबे थेंबे तळे साचे.”

त्यानंतर आत आलेल्या कैदी स्त्रीचं नाव होतं राधा कारकर. तिच्याबरोबर तिची मुलगी होती. लहानशी, गोबऱ्या गालांची. तिच्या गळ्यात खोट्या मोत्यांची माळ होती. तिचे दातही त्या मोत्यांसारखेच पांढरेशुभ्र होते. ती आश्चर्यानं थक्क होऊन माझ्याकडे बघत राहिली. जणू काही मांजरानं आज, हे काय आत आणलंय बरं?– असा भाव तिच्या चेहऱ्यावर होता.

“अजून एखाद्या नवऱ्याला स्वर्गात पाठवलं की काय?” मी मुद्दामच इंग्रजीत विचारलं.

“नाही. असं म्हणतात हिनं, हिच्या नवऱ्यानं आणि भावानं मिळून एका आख्ख्या कुटुंबाची हत्या केली.”

हे ऐकून माझ्या पोटात गोळा आला. मी त्या स्त्रीकडे पाहिलं. पण थंड डोक्यानं कोणाचा खून करेल अशी काही ती वाटत नव्हती. ती केवळ एक आई होती, आपल्या मुलीच्या भविष्याची चिंता करत असलेली!

"आख्ख्या कुटुंबाची हत्या केली? म्हणजे नक्की काय केलं?"

"एका विशिष्ट कुटुंबातील चार की पाच व्यक्तींना मारण्यात आलं म्हणे. ती ते नाकबूल करते. ते खून झाले तेव्हा आपण तिथे हजरच नव्हतो, असं तिचं म्हणणं आहे."

ती स्त्री माझ्या समोरच बसली होती. मी परत एकदा तिच्याकडे पाहिलं. पण ती खुनी असेल या गोष्टीवर माझा काही केल्या विश्वास बसायला तयार नव्हता. त्याक्षणीतरी ती स्वत:च्या वैयक्तिक दु:खाचा नरक भोगणारी स्त्री वाटत होती. तिला कायद्यानं किंवा नियतीनं अधिक काही शिक्षा ठोठावण्याची तिच्या वाट्याला आणखी काही दु:ख देण्याची गरजच नव्हती.

"तुमची मुलगी काय वयाची आहे?"

"सहा वर्षांची."

मी शहनाजकडे वळलो. एखादं मूल केवळ पाच वर्षांचं होईपर्यंतच तुरुंगात आपल्या आईबरोबर राहू शकतं, असं मला सांगण्यात आलं होतं.

"आता तिचा खटला लवकरच उभा राहणार आहे, म्हणून आम्ही या मुलीला तिच्या आईसोबत जरा जास्त दिवस राहण्याची परवानगी दिली आहे." तुरुंगाच्या अधिकृत सोशल वर्करनं सांगितलं.

"या आईला तुरुंगात आणलं तेव्हा ही मुलगी केवढी होती?"

"तिला अटक झाली तेव्हा ती गर्भारशी होती."

"म्हणजे? गेली सहा वर्षे ही स्त्री तुरुंगात आहे, आणि ही दोषी आहे की निर्दोष याचा न्यायनिवाडासुद्धा अजून झालेला नाही?"

"होय."

"ती तुरुंगात आहे, कारण तिला जामीनाची रक्कम भरता आली नाही, असंच ना?"

"होय."

"साहेब, मी कुणालाही मारलं नाही."

मी तिच्याकडे पाहिलं. जर एखाद्या कुटुंबाची योजनाबद्ध रीतीनं निर्घृण हत्या करण्याच्या कटात ती खरोखरच सहभागी असेल, तर मग तिच्या वाट्याला हे जे काही आलं होतं, ते योग्यच होतं. पण त्याचीच दुसरी बाजू जी होती... त्या नुसत्या विचारानंसुद्धा मी शहारलो. दुसरी बाजू म्हणजे कदाचित ती खरोखरच निरपराध असेल. आणि ती तशी निरपराध असली, तर? सहा वर्षे तुरुंगवास... गरीब असल्याबद्दल... निरपराध असूनही जवळ पैसा नसल्याबद्दल... आणि गळ्यात खोट्या मोत्यांची माळ घालून आलेल्या या मुलीचं काय? डोळ्यांत शैशवाचा आनंद घेऊन आलेल्या या पोरीचं काय? त्या मुलीनं असं कोणतं पाप

केलं होतं? आयुष्यातली ही सर्वांत चांगली वर्षे, हे बालपण असं तुरुंगाच्या गजाआड का घालवावं लागावं तिला?

"तुमच्या घरचं कुणी या मुलीचा सांभाळ करू नाही का शकणार?"

"माझे आईवडील उस्मानाबादला राहतात. पण हिला तिकडे ठेवायची मला भीती वाटते."

"का?"

"तिचा नवरा तुरुंगातून पळून गेलाय. तो तिथे जाऊन आपल्या पोरीला पळवेल आणि कुठेतरी परागंदा होईल, अशी तिला भीती वाटते."

"मला वाटत होतं, हे असं जेलमधून पळून जाणं वगैरे केवळ तद्दन खालच्या दर्जाच्या चित्रपटातच घडतं."

"एकदा एक नायजेरियन महिला या तुरुंगातून पळून गेली होती," शहनाजनं तपशील पुरवला.

"बरं झालं... चांगलंच झालं... अं... सॉरी... फारच वाईट..." मी जीभ चावली. तुरुंगात हे असलं बोलणं चुकीचं होतं, हे जरा उशिरानंच लक्षात आलं माझ्या.

"हिचा खटला सुनावणीसाठी कधी उभा राहील?"

"लवकरच."

"त्यानंतर दुर्दैवानं जर तिला शिक्षा झालीच, तर मग या मुलीला सुधारगृहात पाठवण्यात येईल?"

"हो..."

"साहेब, माझ्या नवऱ्यानं माझ्या आईवडिलांना अगोदरच धमकी दिली आहे. मी माझ्या मुलीला त्यांच्याकडे ठेवू शकत नाही. तो तिला घेऊन जाईल. पण मी जर माझ्या मुलीबरोबर असले, तर मी कानाकोपऱ्यात कुठेही जाऊन राहीन. तो आम्हाला शोधून काढू शकणार नाही. साहेब, मला मदत करा ना... साहेब." ती उठून उभी राहिली. शहनाजनं पुढच्या स्त्रीला आत बोलावलं. मला ताज्या हवेत श्वास घ्यावासा वाटला.

"दीपा पटेल. मुंबईची आहे." तुरुंगाची सोशल वर्कर म्हणाली.

तिच्या चेहऱ्यावर भीती व संशय होता. ती भावना तिच्या डोळ्यांत स्पष्टपणे व्यक्त होत होती. पण भीती आणि संशयाच्या त्या सावटामागून आशेचा एक छोटासा किरणही चमकत होता. मला आता एक गोष्ट कळून चुकली आहे. काहीतरी चमत्कार घडेल, अशा आशेवरच या कैदी स्त्रिया एक एक दिवस कंठत असतात. ती माझ्यासमोर बसली होती. तिच्या हातांच्या मुठी घट्ट वळलेल्या होत्या. ती अस्वस्थ दिसत होती. मधूनच बोटं हलवत होती. ती कृश अंगकाठीची

स्त्री होती. तिच्याबरोबरच्या इतर कैदी स्त्रियांप्रमाणेच राग, संशय, दुःख आणि परिस्थितीमुळे आलेली असहायता या सर्वांनी तिला जणू काही गिळंकृत केलं होतं.

"हिची केस इतरांपेक्षा वेगळी आहे," शहनाजनं माहिती पुरवली. "तीन वर्षांपूर्वीच तिनं आपल्या नवऱ्याला घटस्फोट दिला होता. काही महिन्यांपूर्वी तिचा नवरा अचानक गायब झाला आणि नंतर त्याचा मृतदेह मिळाला. ही, हिची वहिनी आणि हिच्या बहिणीचा नवरा या सर्वांवरच गुन्हा दाखल करण्यात आला असून सर्वांना अटक झाली आहे..."

"भाऊ, मी काही केलेलं नाही हो. आम्हीतर एकत्र राहत सुद्धा नव्हतो. मी कितीतरी वर्षांपूर्वी नवऱ्याला सोडचिठ्ठी दिली आहे. माझ्या सासूनं हे सगळं केलंय. तिला माझं मूल हवंय, म्हणून तिनं हे कारस्थान रचलंय."

"तुमचं म्हणणं असं, की तुमच्या सासूमुळे आज तुम्ही इथे तुरुंगात आहात?"

"हो. मी गेल्या तीन वर्षांत माझ्या नवऱ्याचं तोंडसुद्धा पाहिलं नव्हतं. माझा त्याच्याशी काही संबंध नव्हता. तो गायब झाला. मरण पावला आणि या बाईनं पोलिसांना सांगितलं– त्याच्या मरण्यात माझा हात आहे म्हणून. पण तो मेला तर त्यानं माझा काय फायदा होणार होता? ती माझा कायम रागराग करायची आणि आता तिनं मला या जेलमध्ये पोचवलं. तिनं माझ्या आईवडिलांना धमकी देऊन माझ्या बाळाला सुद्धा नेलं आहे."

"पण पोलिसांनी तिच्यावर कसा काय विश्वास ठेवला?"

"तिनं खूप पैसा खर्च केलाय." हे वाक्य ती येरवडा जेलमध्ये लेडी जेलरच्या ऑफिसात म्हणाली असली तरी ते उद्‌गार वास्तवाला धरूनच होते. त्यामुळे तिथे बसलेल्या कोणालाच त्याबद्दल आश्चर्य वाटलं नाही, धक्का बसला नाही किंवा अवघडल्यासारखंसुद्धा वाटलं नाही.

"तुमचं म्हणणं असं आहे, की तुमच्या सासूनं पोलिसांना विकत घेतलंय?"

"होय, साहेब. ती फार पाताळयंत्री आहे. तिनं काहीतरी युक्ती लढवून सगळ्याच्या सगळ्या मुलांना स्वतःच्या ताब्यात घेतलंय."

मी आधी त्या बाईकडे आणि नंतर शहनाजकडे पाहिलं. हे काहीतरी नवीनच कोडं होतं. मला याविषयी काहीच माहीत नव्हतं.

"त्या आजीनं आपल्या सर्वच्या सर्व नातवंडांना स्वतःपाशी ठेवलंय. त्यामुळे सध्या ती चार मुलांना सांभाळते आहे." शहनाजनं माहिती पुरवली.

"यात दीपाचं मूल, दीपाच्या एका मेहुण्याचं एक मूल आणि तिच्या जावेचीही मुलं आहेत."

"साहेब, ती फार भयंकर बाई आहे. माझ्यासाठी तुम्हीच आता प्रयत्न करा आणि या ठिकाणाहून बाहेर काढा मला. मला दुसरं तिसरं काही नको. फक्त माझं मूल मला परत हवं." ती रडू लागली. मी शहनाजकडे वळलो.

"आपण समजा जर या बाईच्या जामीनाची व्यवस्था करू शकलो तर तिला तिचं मूल परत मिळेल?"

"होय."

"तुम्ही तशी खात्री देऊ शकता?"

"आपण कोर्टाकडून दीपाच्या सासूला तशी नोटीस देण्याची व्यवस्था करू. म्हणजे मग दीपाचं मूल तिला परत द्यावंच लागेल."

"पण मला एक सांगा– पोलिसांना त्या सासूचं म्हणणं कसं काय पटलं? तुमच्याकडून त्यांनी एखाद्या कागदपत्रावर सह्या वगैरे घेतल्या का?"

"होय, साहेब. त्यांनी काही कागदावर आमच्या जबरदस्तीनं सह्या घेतल्या."

"जबरदस्तीनं सह्या घेतल्या? म्हणजे काय?"

"त्यांनी आम्हाला खूप मारझोड केली. आम्हाला तब्बल पाच दिवस कोठडीत डांबून ठेवलं होतं. आम्हाला त्यांनी खूप मारलं, साहेब. त्यांच्यातला एकजण तर जड बूट घालून आमच्या पायावर उभा राहून थयाथया नाचायचा, आम्हाला लाथा घालून तुडवायचा."

"हे कोणत्या पोलीस ठाण्यात घडलं? "

"गावदेवी पोलीस चौकीत, साहेब. नंतर आम्हाला आर्थररोड जेलमध्ये हलवण्यात आलं. तिथे तर इतकी भयंकर परिस्थिती आहे. पन्नास बायकांसाठी बांधलेल्या खोलीत दोनशे बायकांना डांबून ठेवण्यात येतं." ती परत रडू लागली. "साहेब, खरंच मला काही नको. फक्त माझं बाळ मला परत द्या. तेवढंच मला पुरे." रडत रडत तिनं हात जोडले आणि ती मान खाली घालून उभी राहिली, हरलेली. अखेर ती निघून गेली.

मला पण तिथून निघून जावंसं वाटलं. ते एकूण दृश्य कसं होतं, याची तुम्हाला पुरेशी कल्पना आली आहे, की नाही, हे काही मला सांगता येणार नाही. पण ते अश्रू, त्या वेदना, ते उघडंवाघडं नपुंसक सत्य, त्या स्त्रियांचं नैराश्य आणि त्यांची भावनिक अगतिकता हे सगळं इतकं खऱ्या स्वरुपात समोर उभं ठाकलं असलं की बघणाऱ्याची सगळी शक्तीच निघून जाते. माणूस त्यापुढे हतबल होतो. त्या दृश्यापासून निघणाऱ्या कंपनलहरी इतक्या नकारात्मक असतात, की त्या आपल्यावरही हल्ला करतात आणि आपल्या शरीरात व मनात घुसतात. त्याचमुळे मी जेव्हा जेव्हा जेलमध्ये जाऊन तेथील कैद्यांची भेट घ्यायचो, त्यावेळी परत आल्यावर मला आजारपण यायचं.

"यानंतर येणारी स्त्री ही दीपाची जाऊ आहे. तिच्यावरही त्या सासूनं याच केसमध्ये आरोप ठेवले आहेत."

त्यानंतर आत शिरलेल्या स्त्रीचं नाव होतं, मीरा. ती पण अगदी दीपासारखीच दिसत होती. तिची पण कहाणी दीपासारखीच होती. मीराची मुलगी गीता ही आठ वर्षांची होती. तीन वर्षांपूर्वी त्या वादग्रस्त सासूनं मीरावरचा आरोप सिद्ध केला होता आणि जबरदस्तीनं मीराचं मूल ठेऊन घेतलं होतं. आता मीराच्या मुलालाही तिच्यापासून काढून घेण्यात आलं होतं. अर्थातच त्या गरीब बिचाऱ्या स्त्रीच्या डोळ्यांतून, तिच्या प्रत्येक हालचालीतून ती वेदना डोकावत होती.

पोलिसांकडून होणाऱ्या छळाची जी कहाणी दीपानं सांगितली होती, त्याला मीरानं दुजोरा दिला. एका अतिउत्साही पोलिसानं बुटाच्या पायानं लाथा मारून त्यांच्या पायाची बोटं चिरडून टाकण्याचा प्रयत्न केला होता, हे ही तिनं सांगितलं. ती रडत रडत निघून गेली.

"तुम्ही त्यांच्यासाठी जामीनाच्या रकमेची सोय करू शकाल?" शहनाजनं विचारलं.

"मी माझ्याकडून जास्तीत जास्त प्रयत्न करीन. आजकाल लोक दुसऱ्याच्या आयुष्यासाठी थोडा पैसा खर्च करण्याऐवजी स्वतःच्या केसांवर पैसे खर्च करणं अधिक पसंत करतात." ही खरोखर वस्तुस्थिती आहे. एखाद्या चांगल्या कामासाठी लोकांकडून पैसा काढणं महाकर्मकठीण काम आहे.

□

आपल्या देशात, सगळ्या जगात मिळून अशा किती माता तुरुंगात खितपत पडल्या असतील, देव जाणे. त्यातल्या किती जणींची आपल्या मुलाबाळांशी गाठभेट होऊ शकेल? मी साईबाबांच्या फोटोकडे पाहिलं. ते फोटोतून माझ्याकडे पाहून हसले. ईश्वर स्वर्गात राहत असेलही पण त्यानं निर्माण केलेल्या या जगात मात्र काही ठीकठाक नव्हतं.

आणखी एक स्त्री आत आली. तिचं नाव पौर्णिमा असल्याचं मला समजलं. पौर्णिमा याचा अर्थ पूर्ण चंद्र. पण आत्ता याक्षणी मात्र तिच्या आयुष्याला ग्रहण लागलेलं होतं. ती वयानं तरूण होती पण आयुष्यात तिनं जे काही भोगलं होतं, त्याच्या खुणा तिच्या चेहऱ्यावर उमटल्या होत्या. तिला अकाली म्हातारपण आल्यासारखं दिसत होतं. आयुष्याचा तिचा प्रवास अत्यंत खडतर आणि संघर्षमय झाला असणार हे तिच्या प्रत्येक हालचालीतून आणि चेहऱ्यावरच्या भावांवरून जाणवत होतं. एका लहान मुलानं तिचा हात घट्ट धरला होता. तो मुलगा खूप भेदरलेला होता. एकदम इतके अनोळखी चेहरे समोर पाहून तो बावरला होता. नशीब, मी घोटून दाढी करून आलो होतो, म्हणून. लहान मुलांना जीन्स घातलेल्या आणि गब्बरसिंग सारख्या दिसत असणाऱ्या माणसांपेक्षा घोटून दाढी केलेली माणसं जास्त आपलीशी वाटतात.

''तिला नुकतीच जन्मठेपेची शिक्षा झाली आहे.''

''तिचा खटला उभा राहण्यापूर्वी किती वर्षे तिला तुरुंगात असं खितपत पडावं लागलं?''

''दोन वर्षे!'' कठीण आहे.

''तिला मुलं किती आहेत?'

''तीन मुलं बाहेर आहेत आणि हे एक इथे तिच्याजवळ तुरुंगात आहे.''

मी एक नि:श्वास टाकला. पैशाअभावी दोन वर्षे तुरुंगात काढायची– आणि इकडे तीन मुलं आईविना झुरत.

''ती मुलं केवढी आहेत?''

''सगळ्यात मोठा चौदा वर्षांचा आहे तर सर्वांत धाकटा राहुल पाच वर्षांचा आहे.''

''आत्ता तुमची मुलं कुठे राहत आहेत?''

''माझ्या नणंदेच्या घरी.''

''नणंद म्हणजे...?''

''माझ्या नवऱ्याची बहीण.''

''तिला स्वत:ची मुलं आहेत का?''

''होय. दोन आहेत.''

''आणि शिवाय तुमची तिघं.''

''हो.''

''त्यांची आर्थिक स्थिती चांगली आहे का?''

''आम्ही त्यांना मदत करतो.'' शहनाज म्हणाली.

''दोनशे रुपये दर मुलांमागे?''

''हो.''

मी परत शहनाजकडून पौर्णिमाकडे वळलो.

''तुमची मुलं शाळेत जातात?''

''हो. माझी मुलगी आठव्या इयत्तेत शिकते. पण आता ती शाळेत नाही जात. तिची शाळेत जायची इच्छा असल्याचं तिनं मला पत्रातून कळवलं आहे. पण माझी नणंद त्यांना शाळेत पाठवायला राजी नाही.''

''तुम्ही तुमच्या मुलांना अगदी अलीकडे कधी भेटलात?''

''दोन वर्षांपूर्वी. मला तुरुंगात टाकल्यापासून मी त्यांना भेटलेली नाही.'' तिचे डोळे पाण्यानं भरले होते. पण तिनं ते पाणी गालावर ओघळू नये म्हणून आटोकाट प्रयत्न केला. कदाचित आपला मुलगा आपल्याला रडताना पाहून घाबरेल असं तिला वाटत असावं.

''माझी आणि त्यांची भेट घडवून आणा ना. त्यांना माझी खूप आठवण येते. ती माझा ध्यास घेऊन रडतात. पण मी इथे त्याबद्दल काही करू शकत नाही. माझ्या मुलीनं पत्रातून लिहिलंय– त्यांना कुणी शाळेत पाठवत नाही की अंगात घालायला धड कपडेसुद्धा देत नाही. त्यांना बोर्डिंग स्कूलला पाठवायची माझी इच्छा आहे.''

''शहनाज, हे शक्य आहे?'

''हो, आहे ना. सरकारी बोर्डिंग स्कूल्स आहेत. त्या खूप महाग नाहीत आणि चांगल्या पण आहेत.''

''पण मग तुम्ही वाट कशाची पाहताय?''

"भाई– मला अशाच एखाद्या शाळेत माझ्या मुलांना पाठवायचंय. मला मदत करा ना. त्यांनी निदान शाळा तरी शिकून पूर्ण होऊ दे. माझ्या मुलीनं लिहिलंय– 'माँ, ते आम्हाला शाळेत जाऊ देत नाहीत, पण आम्हाला जायचंय गं.' भाई, मुलं कधी खोटं बोलत नाहीत. मला माझ्या मुलांना बघायचंय. काहीतरी करा ना." ती रडू लागली. त्या मुलानं मोठमोठ्या डोळ्यांनी तिच्याकडे पाहिलं. तिचा हात हातात घेऊन थोपटला. तिचा चेहरा कुरवाळला. ती उठून उभी राहिली आणि आमच्याकडे न बघताच निघून गेली.

मी डोळे मिटून घेतले आणि एक सुस्कारा टाकला. हा सुद्धा नरक होता, दुःख, वेदना, यातना सगळ्याचं एक महाभयंकर मिश्रण इथे होतं. आपल्या मुलांना भेटायला न मिळणं, त्यांच्यासाठी काहीही करता न येणं, ही गोष्ट तर नरकयातनांहूनही दारूण होती.

"या मुलांना जर त्यांच्या आईला भेटवायचं झालं, तर त्याचा खर्च किती येईल?"

"तीन मुलांची तीन परतीची तिकिटं, शिवाय त्यांना घेऊन येणाऱ्या व्यक्तीचं परतीचं संपूर्ण तिकीट. ती मुलं नागपूरला असतात. मला वाटतं एक हजार रुपयांत सगळं होईल."

हे हजार रुपये आपण सिगारेट, बिअर सारख्या गोष्टींवर किंवा एखाद्या छोट्याशा सहलीवर किती आरामात खर्च करतो आणि याच हजार रूपयांसाठी एका आईला आपली छोटी छोटी मुलं दोन वर्षांत भेटली नव्हती.

"या मुलांची तुम्ही बोर्डिंग स्कूलमध्ये व्यवस्था लावू शकाल?"

"हो."

"मग आधी आपण त्यांची आणि त्यांच्या आईची गाठ घालून देण्याचं काहीतरी बघू."

हे सगळं एका दिवसाच्या मानानं खूप झालं होतं. पण त्यातली सर्वांत वाईट गोष्ट अशी होती, की अगदी अशाच आणखी हजारो केसेस देशभरातील अनेक तुरुंगांमध्ये होत्या. त्या सगळ्यांसाठी मी फारसं काही करू शकणार नव्हतो. मी पुस्तकं छापतो, नोटा नव्हे.

ह्या पुस्तकाचं लेखन करत असताना मी एक गोष्ट मात्र निश्चित शिकलो– आपल्यापैकी प्रत्येकानं अगदी कितीही छोट्या प्रमाणात, आपल्याला जसं आणि जितकं जमेल तसं दुसऱ्यासाठी मनापासून केलं, तर त्यातून इतरांचं जीवन कितीतरी सुखी होऊ शकतं.

उदाहरणार्थ, पौर्णिमाचीच केस घ्या. तिला जास्तीत जास्त हजार रुपयांची गरज होती. ते जर तिला मिळाले असते, तर तिला आपल्या मुलांना भेटता

आलं असतं. तिला गेल्या दोन वर्षांत आपल्या मुलांना साधं दुरून सुद्धा बघता आलेलं नव्हतं. मग त्यांना जवळ घेणं, कुरवाळणं, त्यांच्यावर मायेचा वर्षाव करणं तर बाजूलाच राहिलं. आणि हे कशामुळे? तर ती एक छोटीशी रक्कम उभी करू शकली नव्हती, म्हणून. तुम्हाला जर मुलं असतील, तर या स्त्रीनं ही दोन वर्षे कशी रुक्ष आणि आपल्या मुलांच्या भेटीसाठी तळमळत, झुरत काढली असतील, याची तुम्हाला कल्पना येऊ शकेल. तिनं किती आसवं गाळली असतील, हेही तुम्हाला कळू शकेल. वेल. आम्ही पैशांची व्यवस्था केली. एक महिन्यानंतर पौर्णिमाची आणि तिच्या मुलांची भेट झाली. सगळा मिळून फक्त बाराशे रुपये खर्च आला. तीन मुलं आपल्या आईला भेटली. ते दृश्य हृदयाला पीळ पाडणारं होतं.

अशा कितीतरी स्त्रिया तुरुंगात आहेत. त्यांची मुलं बाहेर आहेत. त्यांना मदतीची गरज आहे. केवळ थोडेसे प्रयत्न आणि थोडीशी अनुकंपा हवी आहे. त्यानं अशा शेकडो हजारो आयांच्या आणि मुलांच्या जीवनात शांती येणार आहे. कित्येक जणी वर्षानुवर्षे तुरुंगात आहेत, आपल्यावरचा खटला कधी उभा राहतो याची वाट पाहत. पण त्यांच्याकडे जामीनासाठी लागणारा पैसा नसल्यानं या स्त्रिया कित्येक वर्षे तुरुंगवास भोगतात. म्हणजेच केवळ पैसा नसल्यामुळे या स्त्रियांवरील आरोप सिद्ध होण्याआधीच दीर्घकाळ त्यांच्या वाट्याला तुरुंगवास येतो. हे असं सगळं म्हणताना त्या स्त्रियांच्या हातून घडलेला गुन्हा गंभीर स्वरुपाचा नाही, असं सुचवण्याचा माझा उद्देश नाही.

बरेचदा या स्त्रिया चोऱ्या करतात, हत्या करतात त्या दारिद्र्यापोटी आलेल्या नैराश्यामुळे. तत्पूर्वी कित्येक वर्षे त्या अनन्वित छळ सहन करत आलेल्या असतात. अर्थात म्हणून कुणी कायदा हातात घ्यावा, असं नाही. पण निदान त्यांच्यावर ठेवण्यात आलेला आरोप सिद्ध तर होऊ दे, मग त्यानंतर न्यायालयानं जी काही शिक्षा त्यांना ठोठावली असेल, ती त्यांना भोगू दे. पण इथे त्या वर्षानुवर्षे तुरुंगवास भोगतात आणि त्यांची मुलं आईविना वर्षानुवर्षे राहतात, कारण त्यांच्या आया गरीब असतात. जामीनासाठी लागणारे काही हजार रुपयेसुद्धा उभे करण्याची त्यांची ऐपत नसते. ही गोष्ट दु:खदायक आहे. मला वाटतं आपल्यापैकी प्रत्येकजण कितीही गरीब अथवा श्रीमंत असला, तरी आपल्याला सर्वांनाच थोडं फार काहीतरी या लोकांसाठी करता येईल. थेंबेथेंबे तळे साचे, म्हणतात ना. आपण सुद्धा कितीतरी अंधारमय जीवनांमध्ये प्रकाशाचे किरण आणू शकू.

□

बरेच दिवसांपासून ही एक ट्रिप करायचं माझ्या मनात होतं. एका बाईच्या नवऱ्याची आणि मुलीची माहिती काढायची होती, त्यांच्या प्रकृतीची वास्तपुस्त करून दोघांची खुशाली विचारायची होती. मी त्या बाईला तसं वचन दिलं होतं; ते वचन पाळायचं मी ठरवलं होतं.

मी रेहानाची पूर्वी जी भेट घेतली होती, त्याविषयी लिहिलंच आहे. ही मूळची मुसलमान. पण तिचं एका सिंधी माणसाशी लग्न झालं. तिची आणि तिच्या मैत्रिणीची अजून एका महिलेबरोबर बाचाबाची झाली. भांडणाचं कारण पाणी हे होतं. या आधुनिक जगात, एस.एम.एस. च्या, मोबाईल फोन्सच्या आणि यंत्रमानवाच्या युगात अजूनही आपल्या देशात पाणी हा भांडणतंट्याचा विषय असू शकतो. दररोज मिळेल तेवढं, थोडंसं पाणी बादल्यांमध्ये, तपेल्या, कळशांमध्ये भरून साठवून ठेवण्यासाठी बायकांना कित्येक तास रांगेत उभं राहावं लागतं.

त्या भांडणानंतर रेहानाच्या दृष्टीनं एक अत्यंत दुर्दैवी घटना घडली, ती म्हणजे त्या स्त्रीनं घरी जाऊन आत्महत्या केली. रेहाना आणि तिची मैत्रीण (ही नंतर काही दिवसांतच येरवडा जेलमध्ये एड्सनं मृत्युमुखी पडली.) या दोघींना अटक झाली. रेहाना जर या प्रकरणात दोषी ठरली, तिच्यावरील आरोप सिद्ध झाला, तर तिला जन्मठेप होऊ शकते. पण जर तिची निर्दोष सुटका झालीच, तरी सुद्धा केवळ गरीब असल्यामुळे तिनं आपल्या आयुष्याची उमेदीची पाच वर्षं हकनाक तुरुंगात घालवली. कारण तिचा खटल्याचा निकाल लागायला तेवढा उशीर झाला.

त्यावेळी रेहानाचा मुलगा श्याम हा एका सरकारी संस्थेत होता. रेहानाला जेव्हा तुरुंगात आणण्यात आलं, तेव्हा ती गर्भवती होती. श्यामचा जन्म तुरुंगातला. आता तो पाच वर्षांचा झाला असून, नुकतंच त्याला एका सरकारी अनाथाश्रमात ठेवण्यात आलं आहे. तुरुंगात शिक्षा भोगत असणाऱ्या स्त्रियांची आणखी काही मुलं सुद्धा या आश्रमात राहतात.

माझ्या या मनमाडच्या ट्रिपमागे दोन उद्देश होते. एकतर रेहानाचा पती अजून जिवंत आहे का, ह्याची माहिती मिळवणं. तो रेहानाला भेटायला मागच्या वेळी जेव्हा आला होता, तेव्हा तो बराच आजारी होता. शिवाय त्याचवेळी

त्यांच्या मुलीच्या तब्येतीची चौकशी करणं, तिची खुशाली विचारणं! ही मुलगी सुरुवातीला बरेच दिवस येरवड्याच्या तुरुंगात आपल्या आईबरोबर राहत होती. पण ती पाच वर्षांची झाल्यावर तिचे वडील तिला आपल्यासोबत मनमाडला घेऊन गेले होते. मी तिकडे प्रत्यक्ष जाण्याचं दुसरं कारणही अगदी उघड होतं. जर रेहानाचा पती जिवंत असेल, तर मग तुरुंगाधिकाऱ्यांकडून साथी संस्थेच्या मदतीनं त्याला पाठवण्यात आलेल्या असंख्य पत्रांपैकी एकाही पत्राला त्यानं उत्तर का बरं लिहिलं नव्हतं? रेहानानं पण त्याला कितीतरी पत्रं लिहिली होती. पण त्यांनाही उत्तर आलं नव्हतं. आपल्या मुलाला स्वत:जवळ ठेवून घेण्याची त्याची इच्छा नव्हती की काय? आपली मुलगी तेवढी आपल्याबरोबर घरी राहावी आणि मुलगा मात्र सरकारी अनाथाश्रमात असावा, असं त्याला वाटत होतं? याच सर्व प्रश्नांची उत्तरं शोधण्यासाठी हा मनमाडला जाण्याचा प्रपंच होता.

मी ज्यावेळी ह्या पुस्तकाच्या लेखनाचं काम सुरू केलं, त्याचवेळी एकीकडे 'जातीय सलोखा' या विषयावरही पुस्तक लिहिण्याचं माझं काम सुरू होतं. सर्व हिंदू आणि मुसलमान काही एकमेकांच्या जिवावर उठलेले नसतात, व त्या भरात आपल्या देशाचं वाटोळं करायला निघालेले नसतात. मी या विषयावर बरंचसं संशोधन केलं. ते करत असताना मला विविध जातीधर्मांचे असंख्य लोक भेटले. त्यांच्यातील कितीतरी लोक जुनाट रूढी व परंपरांना, धार्मिक कल्पनांना मुळीच चिकटून न बसता जातीय सलोख्याचा आणि मानवता धर्माचा पुरस्कार करणारे होते. देवाधर्माच्या, राम आणि अल्लाच्या नावाखाली निरपराध लोकांची, म्हाताऱ्यांची, तरुणांची, लहान मुलांची हत्या करणं, स्त्रियांवर बलात्कार करणं, त्यांना आणि त्यांच्या मुलांना जाळून मारणं हे ह्या लोकांना मंजूर नव्हतं. त्याऐवजी स्वत:ला मानवतावादी म्हणवून घेणं त्यांना जास्त योग्य वाटत होतं.

माझा परममित्र मदन (ईश्वर त्याच्या आत्म्यास शांती देवो.) आणि मैत्रीण भारती भटीजा यांच्याकडून मला असं समजलंय की, नाशिकमध्ये एक वैशिष्ट्यपूर्ण प्रार्थनामंदिर बांधण्यात आलं आहे. धर्ममार्तंडांनी, आजवर जे काही नियम आणि संकेत घालून दिलेले आहेत, ते या ठिकाणी पूर्णपणे धुडकावण्यात आले आहेत. हे प्रार्थनामंदिर मीरा दत्त नामक सूफी संतांच्या स्मरणार्थ बांधण्यात आलं आहे. या संतांना हिंदू व मुसलमान असे दोघेही मानत असत. मंत्र, तंत्र आणि जादूटोण्यावर विश्वास ठेवणाऱ्या त्यांच्या अनेक भक्तांनी भारतभर सर्वत्र त्यांच्या स्मरणार्थ प्रार्थनास्थळे बांधली आहेत. पण नाशिक येथे बांधण्यात आलेल्या या प्रार्थनास्थळाचं वैशिष्ट्य असं, की हिंदू देव शंकर आणि गणेश आणि मक्का व मदिना ही मुसलमानांची पवित्र स्थळे या ठिकाणी एकोप्याने शेजारी शेजारी उभी आहेत. एका बाजूला वेदातील वचने कोरलेली आहेत तर त्यापासून अवघ्या दोन फुटांवर 'अल्ला

हा करूणेचा सागर आहे' असं वचन कोरलेलं आहे. पंडित येथे पूजापाठ करतात तर मौलवी अझान करतात. एखाद्या दिवशी काही कारणानं जर दोघं उपस्थित राहू शकले नाहीत, तर तेथील हिंदू व्यवस्थापक कोणताही गाजावाजा न करता शांतपणे नित्यकार्यक्रम पार पाडतात. मदनचे सासरे स्वत: अत्यंत धार्मिक हिंदू आहेत, शाकाहारी आहेत. पण अगदी धार्मिक मुसलमानांप्रमाणे तेही रूमालानं आपलं मस्तक झाकून मीरा दत्तांचं नामस्मरण करत, जातीय व सांस्कृतिक सलोख्याचं आगर असलेल्या या स्थळी नतमस्तक होतात. ते वयोवृद्ध आहेत. ते भल्यापहाटे कुराणातील एक वचन पुटपुटत येथील दर्ग्याची स्वच्छता करतात. या पवित्र स्थळी भूतपिशाच्चाची बाधा झालेल्यांना मुद्दाम आणण्यात येतं आणि ते येथून बरे होऊन परत जातात.

तुरुंगातील कैदी स्त्रियांना मदनकडून मदतीचा हात नेहमीच पुढे असायचा. कधीही आई किंवा मुलांना कोणत्याही गोष्टीची गरज भासली, की तो खरोखर ती गरज भागवण्यासाठी आटोकाट प्रयत्न करायचा. उदाहरणार्थ, साथी संस्थेच्या कार्यकर्त्या मिसेस आपटे यांचा एक दिवस मला फोन आला, 'पाच शिवणयंत्रांची सोय करता येईल का?' असं त्यांनी मला विचारलं. येरवडा जेलमधून सुटका झालेल्या काही स्त्रियांना स्वत:चा व्यवसाय सुरू करून उदरनिर्वाह करायचा होता. मी मदनला फोन केला. त्यानंतर अगदी थोड्या दिवसात पाच शिवणयंत्रे खरेदी करण्यास पुरेशी रक्कम 'साथी'च्या ऑफिसात पोचली. पाच घरे त्यातून उभी राहिली. यावरूनही हेच दिसून येतं, की तुरुंगातील कैद्यांना आपण जर अशी अल्पस्वल्प मदत केली, तर त्यांना आयुष्य नव्यानं सुरू करण्याची संधी मिळते. त्यांच्या जीवनात फार मोलाचा बदल घडतो. मदन, त्याचा हळुवार आवाज आणि त्याचं विशाल हृदय यांची मला अत्यंत तीव्रतेनं आठवण येते.

मदनच्या वडिलांबरोबर एक दिवस घालवल्यावर दुसऱ्या दिवशी मी मनमाडला जायला निघालो. तो गणेशचतुर्थीचा दिवस होता. जिथे बघावं तिकडे लहान लहान गणेशाच्या मूर्ती होत्या. लोक अत्यंत भक्तिभावानं त्यांना तबकात बसवून घरी घेऊन चालले होते. पायी चालत, सायकलवरून किंवा मोटारसायकलच्या मागच्या सीटवर बसून सुद्धा. मी रेल्वेनं मनमाडला पोचलो. गाडीचा सगळा डबा रिकामाच होता. मी स्वत:ला चिमटा काढला– गाडीचा डबा रिकामा? मी स्वप्नात तर नाही ना? भारतात रेल्वेच्या दुसऱ्या वर्गातून प्रवास करायचा तर त्यासाठी एखाद्या संताचा स्वभाव, सैन्यातील खेचराची सहनशीलता आणि तलवारीचं युद्ध खेळणाऱ्या साहसवीराची पावले हवीत. पण आज मात्र डबा खरोखरच रिकामा होता. खिडक्यांमधून मोकळी हवा जोरात आत येत होती. मी खिडकीपाशी बसून बाहेरच्या दृश्याचा आनंद लुटत होतो. हिरवीगार शेतं, त्यात डोलणारी पिकं, वाऱ्यावर लहरणारी फुलं, बागडणारी स्वच्छंदी मुलं, संथपणे

उभ्या म्हशी, शाकारलेली घरं, मोठाली सुंदर देवळं, मशिदी आणि डास.

भारतातून प्रवास करत असताना तुमच्या कधी एक गोष्ट ध्यानात आली आहे? आपल्या इथले लोक कितीही गरीब असले, कितीही सामान्य परिस्थितीत राहत असले, तरी त्यांच्या देवांचा थाटमाट मात्र बघण्यासारखा असतो. ते बघून मनाला खूप बरं वाटतं. एखादा माणूस जन्मभर गळक्या झोपडीत आयुष्य काढतो, पण त्याचे देव मात्र अगदी ऐषारामात राहतात.

ट्रेन स्टेशनात शिरली. मी प्लॅटफॉर्मवर उतरलो. माझ्या मनात संमिश्र भावना होत्या. त्या कुटुंबाशी आधी संपर्क साधण्याचा काही मार्गच नव्हता. त्यामुळे ते लोक अजून मनमाडमध्ये राहत असतील अशी मी मनोमन आशा केली. कारण बरेचदा अशा प्रकारची आपत्ती एखाद्या नको असलेल्या पाहुण्यासारखी एखाद्या कुटुंबावर येऊन घाला घालते, तेव्हा त्या कुटुंबाची अक्षरश: वाताहात होते. मानसिक तर होतेच, पण त्यांना कधीकधी राहतं घरही सोडावं लागतं. संकटाचा सामना करणं मुळीच सोपं नसतं. फार थोड्यांना ते जमतं. हे वधवानी कुटुंबीय अजूनही मनमाडला राहत असतील का? आणि अगदी असलेच, तरी ते त्यांच्या पूर्वीच्याच घरात, त्याच ठिकाणी राहत असतील का?

मी गल्ल्याबोळांमधून वाट काढत चाललो होतो. गणपतीबाप्पा इथल्या भागात फारच लोकप्रिय दिसत होते. लोक बाप्पाला शांततेनं, गंभीरतेनं, अत्यंत प्रेमानं व आदरपूर्वक आपापल्या घरी घेऊन चालले होते. आता येते काही दिवस त्याचा भरपूर थाटमाट होईल. गणपती बाप्पांचं बरं होतं.

मी थोडीफार चौकशी केल्यावर मला वधवानींच्या घराचा पत्ता मिळाला. ती एक चाळवजा इमारत होती. रेहानाचा पती पहिल्या मजल्यावर आपल्या कुटुंबियांबरोबर राहत होता. उजव्या हाताच्या शेवटच्या घरात. पोरं खेळून धुमाकूळ घालत होती. जणू ती इमारत जमीनदोस्त करण्याचा त्यांचा बेत होता. माझी त्या मुलांशी जवळपास टक्करच झाली.

"मि. वधवानी इथेच राहतात का?" मी जरा चाचरत विचारलं. मुलं खेळता खेळता थांबून जराशा संशयानं माझ्याकडे पाहू लागली.

"हो. पण तुम्ही कोण?"

"मी कोण?" त्यांच्या या प्रश्नाचं उत्तर द्यायला माझं अवघं आयुष्यसुद्धा पुरे पडलं नसतं.

"तुम्ही कोण आहात?"

"आम्ही त्यांची मुलं आहोत," सगळी मुलं एकदम ओरडली.

"तुम्ही सगळी?" माझे डोळे आता विस्फारले.

"हा लाल चड्डीतला मुलगा आहे ना, तो सोडून बाकी सगळे. पण तुम्ही कोण?"

"मी पुण्याहून आलोय. मला तुमच्या वडिलांशी बोलायचं आहे."

"का?" हा प्रश्न माझ्या मागच्या बाजूनं आला. मी उत्तर देण्यासाठी मागे वळलो आणि एका कृश अंगकाठीच्या स्त्रीवर माझी नजर पडली. तिची भुवई आशंकेनं उंच उचलली गेली होती. तिच्या डोळ्यांतही चिंता काठोकाठ भरली होती.

"मी येरवड्याहून आलोय." वास्तविक हे तसं खोटंच होतं. पण मी लेखक आहे असं जर तिला सांगितलं असतं तर तिनं बहुदा माझ्या पार्श्वभागी लाथ मारून मला हाकलून दिलं असतं. कधी कधी सत्य बोलावं लागतं तर कधीकधी हे असं सपशेल खोटं बोलावं लागतं. धर्मग्रंथात याच्या उलट लिहिलेलं असतं हे मलाही माहीत आहे पण हे प्रेषितांनो मला क्षमा करा. मला वाटतं हे सगळे प्रेषित प्रकाशन क्षेत्रातील कायदेकानूंविषयी अनभिज्ञ होते.

"मी त्यांची बायको आहे. आत या ना." माझ्या मनात ते ऐकून जो काही गोंधळ उडाला, तो तिला माझ्या चेहऱ्यावर स्पष्ट दिसला असावा. ती हळूच म्हणाली, "मी त्यांची पहिली बायको. आत या ना."

मी तिच्या गरीब घरात शिरलो. पाठोपाठ मुलंपण आत घुसली. तिचं घर स्वच्छ, नीटनेटकं होतं. त्यात फक्त जरूरीपुरतंच सामान होतं. पण घर ऊबदार होतं. त्या घरात जीवनावश्यक गोष्टी तेवढ्या होत्या, पण घराला घरपण होतं.

"हं, बोला. मी काय करू तुमच्यासाठी?"

"मी काही आठवड्यांपूर्वी येरवड्याला गेलो होतो. मी तुरुंगात राहत असलेल्या आई मुलांविषयी एक पुस्तक लिहित आहे. मी येरवड्याला असताना तिथे रेहानाला भेटलो..."

"रेहाना दीदी कशी आहे?" तिला आपल्या नवऱ्याच्या दुसऱ्या बायकोची खरोखरच काळजी वाटत होती. तिनं रेहानाला दीदी– बहीण म्हणून संबोधलं होतं.

"छोटी माँ कशी आहे?" त्या मुलांपैकी सर्वांत मोठ्या मुलानं विचारलं. तो दहा-बारा वर्षांचा असेल. त्याचं नाव होतं रामू.

"तुरुंगात जसं काही असतं, त्याचा विचार करता ठीकच आहे. तिला तिच्या मुलीची फार चिंता लागून राहिली आहे. तिनं आणि तुरुंगाच्या अधिकाऱ्यांनी मि. वधवानींच्या नावे कितीतरी पत्रं तुम्हाला पाठवली. पण वधवानींनी त्यातल्या एकाचंही उत्तर दिलं नाही असं का?"

"पत्रं? कुठलं पत्रं? आम्हाला तर इथे एकही पत्र मिळालेलं नाही आणि त्यांनी आम्हाला कशासाठी पत्रं पाठवली?"

"रेहानाचा मुलगा..."

"शामभय्या कसा आहे?" परत एकदा त्या रामू नावाच्या मुलानं विचारलं.

"तो ठीक आहे. पण तो आता पाच वर्षांचा झालाय. त्याला अनाथाश्रमात

ठेवलंय. त्यानं खरं तर इथे तुमच्यापाशी राहावं, अशी रेहानाची इच्छा होती. तिला मि. वधवानींच्या तब्येतीची सुद्धा काळजी वाटते. ते ठीक आहेत ना?''

''नाही, हो. त्यांची प्रकृती मुळीच बरी नाही. त्यांची तब्येत खराब असल्यामुळे त्यांना नीट कामही करता येत नाही. घरात मिळवते असे फक्त तेच आहेत. आणि खायची तोंडं ही एवढी.'' तिच्या डोळ्यांत पाणी आलं. पण मोठ्या निकरानं तिनं ते परतवून लावलं. खोल गेलेल्या गालांवरून खाली ओघळू दिलं नाही. ''मी तुम्हाला काहीतरी खायला आणते...''

''नको, नको. प्लीज...''

''काहीतरी घ्यायलाच हवं. इतक्या लांबून तुम्ही आला आहात...''

''खरंच, मला काही नको.'' माझं ते बोलणं ऐकून ती जराशी दुखावली असावी. मग मी घाईनं म्हणालो, ''त्यापेक्षा घोटभर चहा चालेल.''

''आत्ता आणते. तुम्ही आरामात बसा,'' असं म्हणून ती तिथून निघून गेली.

''ही छोटी माँची मुलगी. माझी बहीण.'' असं म्हणत त्यांच्यातल्या मोठ्या मुलानं एका लहान मुलीला माझ्याकडे ढकललं. ती कमरेवर हात ठेवून उभी राहिली. ती फार गोड होती. तिची या घरात उत्तम देखभाल होत असणार, हे उघड होतं. ती हसरी, आनंदी होती. तिचे डोळे चमकदार होते. चेहऱ्यावर आगावू भाव होते. ती जेव्हा मोठी होईल, तेव्हा आपल्या नवऱ्याला चांगलं धारेवर धरेल, माझ्या मनात आलं.

''तुला तुझ्या आईची आणि भावाची– श्यामची आठवण येते का गं?''

''मला इथे आवडतं. मला जेलमध्ये मुळीच आवडायचं नाही. बडी माँ माझी काळजी घेते आणि आता मी शाळेत सुद्धा जाते'' असं म्हणून ती आपल्या भावंडांबरोबर खेळायला पळून गेली.

''मी मात्र शाळेत जात नाही'' रामू म्हणाला. त्याच्या अंगावरचे कपडे स्वच्छ, नीटनेटके होते. त्याने व्यवस्थित भांग पाडला होता. त्यानं आरश्यासमोर बराच वेळ घालवला असणार, हे उघड होतं.

''पण तू शाळेत का नाही जात?''

''मी पहिल्या मजल्यावरून खाली पडलो आणि माझ्या डोक्याला मार बसला. आता मला काही आठवत नाही. म्हणून मी शाळेत जात नाही.''

''तू खोटं तर नाही बोलत, रामू?''

''नाही. अजिबात नाही.''

''तो त्याच्या जाड्या डोक्यावर पडला ना, तेव्हापासून त्याची मजा आहे'' पिवळ्या विजारीतला कुरळ्या केसांचा मुलगा म्हणाला.

''काका, त्याच्याकडे लक्ष देऊ नका. मी खरंच डोक्यावर पडलो. त्याला

माझा हेवा वाटतो. माझ्या डोक्याला केवढं मोठं टेंगूळ आलं होतं.''

''हो, ना. फुटबॉलएवढं मोठं. तो इतका मजेशीर दिसायचा... हा... हा...'' पिवळी विजारवाला परत एकदा म्हणाला.

''तू डोक्यावर एकदा पडलास की तुझं डोकं पण दिसेल फुटबॉलएवढं. खरंच काका, मी शपथ घेऊन सांगतो... मला काही आठवत नाही. पण मला छोटी माँची खूप आठवण येते. तिला हे नक्की सांगा तुम्ही. माझ्यासारखं विसरू नका हं.''

''नाही विसरणार.'' असं म्हणत मी त्याच्या आईकडून चहाचा कप घेतला. ''मि. वधवानी कुठे आहेत?''

''ते काम शोधायला गेले आहेत. बऱ्याच दिवसांपासून त्यांची तब्येत बरी नाही.'' त्या स्त्रीनं आयुष्यात अतोनात कष्ट काढले होते, हे तर उघडच होतं. पाच मुलांची आई. स्वतःची चार. नवऱ्याच्या दुसऱ्या बायकोचं एक... तिनं अजून एका मुलाची जबाबदारी घ्यावी, असं मी कसं सांगू तिला? सहा मुलं आणि आजारी नवरा. घरात कमावतं कोणी नाही. हातातोंडाची गाठ रोजच पडत असणार. मुलं तिच्याभोवती गोळा झाली. सगळ्या मुलांचं तिच्यावर प्रेम असल्याचं स्पष्ट दिसत होतं.

मी चहा संपवला आणि जायला निघालो. एका बाजूला गणपतीची मूर्ती सजवून ठेवली होती. त्याच्या शेजारी माँ दुर्गा पण होती. खालून गणपतीच्या आरतीचे आवाज येत होते. मी थेट गणपतीच्या मूर्तीपाशी गेलो. गणपतीला आणि दुर्गामातेला मनापासून नमस्कार केला.

''रेहानाला सांगा, आठवण काढली आहे– म्हणून. ती मला धाकट्या बहिणीसारखी आहे. तिला सांगा, आम्ही रोज तिच्यासाठी प्रार्थना करतो आणि मुलीची काळजी करू नको, म्हणून सांगा. ती माझी पण मुलगी आहेच की. ह्यांना बरं वाटलं की मी त्यांना लगेच पाठवून देईन, रेहानाला भेटायला.''

मी मान हलवली. रामूच्या डोक्यावरून हात फिरवला आणि निघालो. मोडकळीला आलेल्या जिन्याच्या पायऱ्या सावकाश उतरून खाली आलो. पुढे खूप मोठा प्रवास होता. पुण्यापर्यंत पोचायला बसनं सात तास लागणार होते. नाशिकमधील एखाद्या सामाजिक संस्थेचा कार्यकर्ता खरं तर तासाभरात इथे येऊन पोचला असता. त्यानं रेहानाचं दुःख कमी झालं असतं. पण मला वाटतं काम करणाऱ्या स्वयंसेवकांचा अभाव, पैशांची कमतरता आणि रोजच दुःखांशी-गाऱ्हाण्यांशी संबंध आल्यामुळे समाजसेवकही कंटाळून जात असतील. त्यामुळेच तुरुंगात राहणाऱ्या आई मुलांच्या व्यथावेदनांचं त्यांना फारसं काही वाटत नसेल.

त्यानंतर एक महिन्यानी मि. वधवानी वारले. सहा मुलं आणि दोन बायकांना अनाथ करून.

☐

एक दिवस शहनाजचा फोन आला. तिनं सांगितलं– पौर्णिमाची मुलं दोन दिवसांनी आपल्या आईला भेटायला येणार होती. याआधी मी पौर्णिमाविषयी लिहिलंच आहे. तीन मुलांची आई. आपल्या मुलांना ती दोन वर्षांत भेटली नव्हती. त्यामागचं कारण साधंच होतं– पैसा. किंबहुना पैशाचा अभाव.

असो. तर चांगली बातमी अशी होती की या गरीब बिचाऱ्या स्त्रीला दोन वर्षांनी आपल्या मुलांना भेटता येणार होतं, पोटाशी धरून मायेनं कुरवाळता येणार होतं. या भेटीच्या प्रसंगी मी त्या ठिकाणी उपस्थित राहावं की नाही, याविषयी माझा काही निर्णय होत नव्हता. मला माझ्या कुटुंबियांनी, आप्तेष्टांनी व मित्रमंडळींनी अजवर अनेकदा सांगितलं आहे, की माझ्यात खंडीभर दोष आहेत.

इतर सगळ्या दोषांकडे कानाडोळा केला तरी आणखी एक दोष माझ्यात आहे, तो म्हणजे मी एक लेखक असून सुद्धा दुसऱ्या व्यक्तीच्या खाजगी आयुष्यात डोकावून त्याविषयी लिहून आपल्या वाचकांसमोर पेश करणं मला जमत नाही.

खरं तर आई व मुलांची तब्बल दोन वर्षांनी भेट होण्यासारखा हृदयद्रावक प्रसंग प्रत्यक्ष डोळ्यांनी पाहण्याची संधी चालून येणं, म्हणजे कोणत्याही लेखकाच्या दृष्टीनं मोठीच पर्वणी. पण माझ्या मते असं करणं म्हणजे त्या व्यक्तीच्या आधीच दुःखानं ओसंडून भरून चाललेल्या खाजगी आयुष्यात नाक खुपसणं व ती गोष्ट मला मंजूर नाही.

"पौर्णिमाचा आग्रह आहे– तुम्ही त्यावेळी तिथे हजर असावं, असा."

"पण का?"

"ज्या व्यक्तीमुळे त्या मुलांना आपल्या आईच्या भेटीला येणं शक्य झालं, त्या व्यक्तीची व आपल्या मुलांची भेट व्हावी, अशी तिची इच्छा आहे."

"तिला सांगा, माझ्या डोक्याला मार लागलाय आणि मी काही महिने तरी येऊ शकणार नाही."

''तुम्ही यावं, अशी तिची खरोखर मनापासून इच्छा आहे. तिच्या मुलांना बोर्डिंग स्कूलमध्ये प्रवेश मिळावा यासाठी तिला तुमची मदत हवी आहे.''

''मी कशी काय मदत करणार?'' माझ्या निकटवर्तीयांचं एका बाबतीत माझ्याशी अगदी नक्की एकमत होईल– ते म्हणजे, मदतीची खरोखर गरज कुणाला असेल, तर ती मलाच आहे. तीही मानसोपचार तज्ज्ञाच्या मदतीची.

''दोन वर्षांनंतर अखेर कोणाच्या तरी मदतीनं तिला तिची मुलं तुरुंगात येऊन भेटू शकली. दोन वर्षांच्या अनन्वित दु:खानंतर तुम्ही मदतीला धावून आलात. तिला तुमच्याविषयी खूप आशा वाटते.''

फोनचा रिसीव्हर खाली ठेवल्यावर मला खचून गेल्यासारखं, हतबल वाटलं. पुणे शहरात असलेल्या येरवडा जेलमध्ये ही अशी स्थिती आहे की काही हजार रुपये जवळ नसल्यामुळे एक आई दोन वर्षे आपल्या मुलांना भेटू शकत नाही. मग आपल्या देशाच्या अगदी कानाकोपऱ्यात असलेल्या तुरुंगांमधून तर काय स्थिती असेल. सरकारला सुद्धा प्रत्येक गोष्टीसाठी जबाबदार धरता येत नाही. आई मुलांच्या अशा भेटी त्यांनी आयोजित कराव्यात, अशी अपेक्षा करणंही योग्य नव्हे. तशी अपेक्षा ठेवणं फार झालं. आता जर एखाद्या मुलाला सरकारनं चालवलेल्या संस्थेत दाखल करण्यात आलं असेल तर त्याची व त्याच्या आईची ठरावीक महिन्यांनंतर भेट घालून देणं, ही सरकारची जबाबदारी होऊ शकते. पण एखादं मूल जर घरी राहत असेल, तर अशा मुलाचा आईला भेटायला येण्याजाण्याचा खर्च सरकारनं द्यावा– अशी अपेक्षा करणं, म्हणजे जरा अतीच झालं. याच दृष्टीनं बिगर सरकारी सेवाभावी संस्थांनी, तसंच कृपाळू दानशूर व्यक्तींनी सहृदयपणे मदतीचा हात पुढे केला पाहिजे.

अखेर दोन दिवसांनंतर परत एकदा मी कदम मॅडमच्या ऑफिसात बसलो होतो. मांजराची पिल्लं कुठे दिसत नव्हती. ती बाहेर भटकायला गेली होती. शहनाज अजून आली नव्हती. ही भेटीगाठींची वेळ होती. डाव्या हाताच्या टोकाला एक सरदारजी आपल्या पत्नीशी बोलत होता. दोघे पतीपत्नी तरुण होते. पस्तिशीच्या घरातले असतील. दोघेही चांगल्या घरातले वाटत होते. त्या बाईनं जेलमध्ये जाण्यासारखं कोणतं कृत्य केलं असेल? तिनं आपल्या लहानपणी कल्पनाशक्तीला कितीही ताण दिला असता, तरी कधीकाळी आपण असं तुरुंगात जाऊन पडू असं तिला वाटलं नसतं. तिच्याकडे पाहून ती उच्चशिक्षित, सुसंस्कारित आणि प्रेमळ वाटत होती.

नंतर मला एका बाजूला एक मोठा घोळका दिसला. पौर्णिमाची मुलं तिला भेटायला आलेली दिसत होती. मी कदम मॅडमच्या ऑफिसातच बसून होतो. मला त्यांच्यामध्ये पडायचं नव्हतं. तिकडून रडण्याचे, मुसमुसण्याचे आवाज येत

होते. पौर्णिमाचं रडणं तर हृदय पिळवटून टाकणारं होतं. दर थोड्या वेळानं ती देवाचा धावा करत होती. त्यानंतर मला एक अगदी लहान मूल त्या कोंदट खोलीतून बाहेर पडताना दिसलं. तो मुलगा येरवड्याच्या दोन मोठाल्या फाटकांच्या मधोमध उभा होता. एका दारापलीकडे बाहेरचं जग होतं आणि दुसऱ्या फाटकाच्या आत कैदी स्त्रियांना डांबून ठेवण्यात आलं होतं. एका बाजूला कदम मॅडमचं ऑफिस तर दुसऱ्या बाजूला कैदी व नातेवाईकांच्या भेटीसाठी असलेली ती कोंदट खोली. तो लहान मुलगा त्या कोंदट खोलीतून बाहेर पडला. कदम मॅडमच्या ऑफिसच्या जवळ आला आणि त्याला तिथे उलटी झाली. उलटी झाली म्हणण्यापेक्षा आतडी पिळवटून त्याला जोराचा उमासा आला, म्हटलं तरी चालेल. भावनांचा कल्लोळ, कुबट कोंदट खोली किंवा गुदमरून टाकणारा उकाडा यापैकी काहीतरी त्यामागचं कारण असावं. आपलं मूल आपल्याला सोडून असं निघून जात असल्याचं पाहून पौर्णिमानं एकच आकांत केला.

पौर्णिमाची वहिनी पारंपरिक महाराष्ट्रीयन वेशभूषा करून आली होती. पौर्णिमाच्या मुलांचा तीच सांभाळ करत असे. ती त्या मुलापाशी बसून राहिली. ते मूलही तिच्याजवळ आरामात बसलं होतं. तिनं त्या मुलाला थोडं पाणी पाजलं आणि त्याला घेऊन मोकळ्या हवेवर बसण्यासाठी गेली. त्या दोघांना जाताना पाहून पौर्णिमा परत एकदा हमसाहमशी रडू लागली.

शहनाज आत आली. आम्ही थोडावेळ बोललो. तिनंच मला माहिती पुरवली. तीन लहान मुलं आणि तीन मोठी माणसं नागपूरहून आली होती. ती एक दोन दिवस इथे थांबणार होती. त्यांच्या राहण्याची व्यवस्था एखाद्या धर्मादाय संस्थेत करण्याची शहनाजची खटपट चालू होती. दोन वर्षांनंतर एका मुलाला आपल्या आईच्या भेटीला घेऊन येण्याचा खर्च बाराशे रुपये होता. त्याच्या आदल्याच दिवशी माझ्या दोन जिवलग मित्रांनी मला दुपारी हॉटेलात जेवणासाठी नेलं होतं. जेवण, कॉफी व त्यानंतर काही तास पोटाला आलेली सुस्ती, अजीर्ण या सगळ्याचा खर्चसुद्धा अगदी तेवढाच होता.

"चला, आपण आत जाऊ. निदान काय चाललंय ते तरी पाहू."

मग आम्ही आत गेलो. पौर्णिमा पार्टिशनच्या पलीकडे होती. आम्हाला पाहताच ती उठून उभी राहिली.

"भाई, माझा मुलगा मला ओळखत नाही हो. तुम्ही पाहिलंत ना? तो ओळखतच नाही मला. तो मला विसरलाय. आणि तो किती बारीक आहे. तो पाच वर्षांच्या मुलाएवढा वाटतोय का तरी? तो तीन वर्षांचा असल्यासारखा दिसतोय. त्याचं कारण त्यानं माझी खंत काढली आहे. भाऊ, ही माझी मुलगी. पाया पड गं त्यांच्या. त्यांच्यामुळेच तर आज आपल्याला..."

"पौर्णिमा, जरा शांत हो बघू..."

"त्यांच्या पाया पड. ते माझे भाऊ आहेत." पौर्णिमाची मुलगी सुद्धा तेरा वर्षांची होती. पण तिच्या डोळ्यांत एखाद्या वयस्कर स्त्रीचा पोक्तपणा होता. एखाद्या व्यक्तीनं अगणित दु:ख आणि वेदना मूकपणे सोसल्या असाव्यात, आणि सर्वांत वाईट म्हणजे कटुता आणि अपमान सोसले असावेत, अशा व्यक्तीचे ते डोळे होते. ती लहान मुलगी नव्हतीच मुळी. नियती आणि परिस्थितीनं तिला अकाली मोठं केलं होतं. तिच्या आईचं दु:ख मला समजलं. आपल्या मुलीच्या हरपलेल्या बाल्यासाठी तिनं अश्रू ढाळायचे की तारुण्याच्या उंबरठ्यावर असणाऱ्या या मुलीच्या भवितव्याची चिंता करत बसायचं? पौर्णिमाची मन:स्थिती आत्ता कशी असेल, याची मला पुरेपूर कल्पना होती. भीती, वेदना, राग आणि नपुंसकत्व, असहायता यांचं एक भयानक मिश्रण तिच्या मनात पिंगा घालत असणार.

वसुधाचा भाऊ तिच्या शेजारीच बसला होता. तो नऊ वर्षांचा होता. त्याला खास कशाचीही फिकीर दिसत नव्हती. आपल्या आईच्या हातून घडलेलं कृत्य आणि तिची अनुपस्थिती, या दोन्हीचे चटके त्याच्या बहिणीला सहन करावे लागले असणार, हे उघड होतं. मुलांच्या शेजारी आणखी एक माणूस बसला होता. तो मित्र आणि स्नेही होता, असं मला सांगण्यात आलं.

"शहनाज, मला एक सांग, या पौर्णिमाच्या मुलांना बोर्डिंग स्कूलमध्ये न पाठवता स्वत:जवळच ठेऊन घेण्यात तिच्या नणंदेचा काही आर्थिक फायदा आहे का?"

"आम्ही दर मुलामागे दोनशे रुपयांची मदत देतो."

"त्यांच्या दृष्टीनं सहाशे रुपये ही काही लहानसहान रक्कम नव्हे."

"अगदी बरोबर. दुसरी गोष्ट म्हणजे पौर्णिमानं काही कागदपत्रांवर सह्या कराव्यात, असा त्यांचा आग्रह चाललाय. एकदा तिनं सह्या केल्या की मुलांच्या वडिलांच्या प्रॉव्हिडंट फंडाची रक्कम व इतर सवलती मुलांना मिळू शकतील."

"ती रक्कमही चांगली मोठी असणार."

"त्यांच्या दृष्टीनं नक्कीच आहे..."

"पण मुलांना जर बोर्डिंग स्कूलमध्ये दाखल केलं, तर ती रक्कम मुलांच्या नावे अडकून राहील. असंच ना?"

"हो. मग पौर्णिमाच्या नणंदेला काही मिळणार नाही."

"पौर्णिमाला त्या पार्टिशनच्या मागेच बसावं लागेल का? आपल्या मुलांना साधं जवळ सुद्धा घेता येणार नाही का तिला? ती काय कुठे पळून जाणार आहे का?"

"मी वरिष्ठांशी तसं बोलते."

“आणि हा बरोबर आलेला जो माणूस आहे, त्याला आधी बाहेर घालवा म्हणजे तिला आणि तिच्या मुलांना एकमेकांशी बोलता तरी येईल.”

त्यानंतर त्या बरोबर आलेल्या माणसाला खोलीबाहेर थांबण्याची सूचना करण्यात आली. आपण त्या कुटुंबियांचे स्नेही आहोत आणि आपला बरोबर इथे येण्यात कोणताही स्वार्थ नाही, असं तो माणूस मला वारंवार पटवून देण्याचा प्रयत्न करत होता.

आम्ही खोलीत एकटेच राहिल्यावर पौर्णिमा माझ्याशी आणि शहनाजशी बोलू लागली.

“माझ्या मुलांनी परत जाऊ नये, असं मला वाटतं. शहनाज दीदी, त्यांना इथून सरळ बोर्डिंग स्कूलमध्ये नेऊन सोडा ना. भाऊ, ते इथे का आले आहेत, ते तुम्हालाही माहीत आहे. त्यांना कसल्याशा कागदावर माझ्या सह्या हव्या आहेत. एकदा माझ्या नवऱ्याचे पैसे त्यांच्या हातात आले, की ते माझ्या मुलांना नोकरासारखं वागवतील. ते माझ्या मुलांना पोटभर जेवायला घालत नाहीत, त्यांना शाळेत पाठवत नाहीत. तिची मुलं शाळेला जातात आणि माझी मुलं शेतात काम करतात. माझ्या मुलांच्या अंगावर फाटके तुटके कपडे आणि तिच्या मुलांना तेवढे चांगले कपडे. अरे देवा! मला मरायचंय. मला मारून टाका. मला आता हे सगळं नाही सहन होत.” तिला आणखी पुढे काही बोलवेना. ती हातानं कपाळ बडवत राहिली.

शहनाजनं आणि तुरुंगाच्या रक्षकानं तिला शांत करण्याचा प्रयत्न केला. मी बाहेर पडलो. वसुधा आणि तिचा भाऊ माझ्यामागे पळत आले. दोघंही रडत होते.

“तुम्हाला बोर्डिंग स्कूलला जायचंय?” मी त्या मुलीला विचारलं. ती अवघी तेरा वर्षांची होती. पण तिचा चेहरा तिच्या आईसारखा दिसत होता. तिच्या डोळ्यांत वेदना स्पष्ट दिसत होती.

“मला शाळा शिकायची आहे. पण ते म्हणतात– मला जर शिकायचं असेल, तर मी एकटीनं लांब जायचं आणि माझ्या भावांना त्यांच्यापाशी सोडून जायचं. मी नाही माझ्या भावांना सोडून जाऊ शकत. मला तिथेच राहून त्यांची काळजी घ्यायला हवी. हो, मला बोर्डिंग स्कूलला जायला आवडेल. पण तिथे मला माझ्या भावांना घेऊन जाता आलं, तरच!” तिनं नाही म्हणण्यामागचा हेतू अगदी स्पष्ट होता. आपल्या अनुपस्थितीत आपल्या भावांशी कोणी वाकडं वागू नये, त्यांना त्रास देऊ नये म्हणून ही लहान मुलगी शिक्षणाची चालून आलेली संधी सोडायला तयार होती. हालअपेष्टांनी भरलेलं खडतर जीवन जगायला तयार होती. मुलांना या असल्या हालअपेष्टांमधून खरंतर कधी जायला लागू नये.

''पण मग तू शहनाज दीदींना एखादं पत्र लिहून ह्या सगळ्याची कल्पना का नाही दिलीस?''

''ते मला काही लिहून देत नाहीत. शिवाय माझ्याकडे पैसे नसतात. ते मला शाळेत जाऊ देत नाहीत. मी जेव्हा शेतात असते तेव्हा मला पत्र लिहिता येत नाही. घरी असले, की घरचं काम असतं. लिहायला फुरसत नसते. शिवाय माझ्याकडे पैसे नसतात.'' असं म्हणून ती रडू लागली. तिचा भाऊ तिच्या शेजारीच बसला होता. तो आमच्याकडे डोळे फाडून बघत होता. इथे जे काही चाललं होतं, त्याचा त्याला फारच कंटाळा आला असावा. त्याचा भविष्यकाळ एकूण कठीणच होता. पण त्या गोष्टीची त्याला फारशी पर्वा असेल असं वाटत नव्हतं. आपला शिक्षणाचा हक्क डावलला जातोय, याचं त्याला काहीच वाटत नव्हतं.

''तू का रडतेस? मी तुझ्याबरोबर शेतात काम करीन ना...''

''गप्प बस. तू अभ्यास करायचा आहेस. हा किती मूर्ख आहे. काय चाललंय, ते त्याला समजतच नाहीये. ते ह्याला खेळू देतात आणि रिकामटेकडेपणानं वेळ वाया घालवू देतात, त्याचा ह्याला आनंदच होतोय. ते काही नाही, तू अभ्यास करायचायस, समजलं?'' त्या मुलानं मान हलवली. त्याला आपल्या बहिणीची खरोखर भीती वाटत असावी. ते एक प्रकारे बरंच होतं.

अचानक आतलं दार उघडण्यात आलं. पौर्णिमा पळत बाहेर आली आणि तिनं आपल्या मुलांना जवळ घेतलं. मुलं रडू लागली आणि आपल्या आईला मिठी मारून बसून राहिली. मी कदम मॅडमच्या ऑफिसात शिरलो आणि तिथे बसलो. त्या दृश्यापासून दूर. थोड्या वेळानं पौर्णिमाच्या हाका ऐकू आल्या. ती मला बोलावत होती. मी त्यांच्याकडे गेलो. तिघं आतल्या दरवाज्याच्या अगदी जवळ, एकमेकांना खेटून जमिनीवर बसली होती. कोणीतरी त्यांना जेवायला आणून दिलं होतं. तुरुंगातलं जेवण. चपाती, डाळ, भाजी. आई मुलांना जेवू घालत होती. ती मुलगी हळूहळू एकेक घास खात होती. तिच्या गालांवरून अश्रू ओघळत होते.

''भाऊ, देव तुमचं आणि तुमच्या घरच्यांचं भलं करो...''

''पौर्णिमा, आपल्या मुलांबरोबर वेळ घालव. कशाचीही काळजी करू नकोस. पुढच्या वर्षीपासून तुझी मुलं नक्की बोर्डिंग स्कूलला जातील, याची व्यवस्था शहनाज करेल.''

या सर्व गोष्टीमागची कारणमीमांसा शहनाजनं मला समजावून सांगितली. एक गोष्ट उघड होती– जर 'साथी' संस्थेनं मनात आणलं असतं, तर त्या तिन्ही मुलांना पुढच्या वर्षीपासून पुण्याच्या बोर्डिंग स्कूलमध्ये ठेवणं त्यांना सहज शक्य होतं. त्यामुळे ती मुलं आपल्या आईच्या जवळपास राहिली असती आणि तिला

वारंवार भेटायला येऊ शकली असती. सरकारी संस्था आणि सामाजिक संस्था यांनी जर परस्परसहकार्यानं काम केलं, तर बऱ्याच गोष्टी सोप्या होऊन जातात. गरीब, गरजू, निराधार लोकांच्या आयुष्यात त्यांना खूप मोठा बदल घडून येऊ शकतो.

त्यांचं जेवण झाल्यावर आजूबाजूला रक्षक नाही असं पाहून वसुधानं माझ्या हातात एक गुपचूप पत्र दिलं. ते शहनाजसाठी होतं. मीही तिच्या हातात थोडे पैसे ठेवले.

''या पैशातून तुझ्या आईला किंवा शहनाजला पत्र लिहित जा. ते पैसे जपून ठेव.''

मी येरवडा जेलबाहेर पडलो. जेलचे दरवाजे बंद होत असताना मी मागे वळून पाहिलं. आई आणि मुलं एकमेकांना जवळ घेऊन बसली होती.

□

तिहार जेल
(दिल्ली)

खरं तर मुंबईतल्या अर्ध्या जनतेनं मला दिल्लीच्या हवेविषयी सावधानतेचा इशारा दिलेला होता. मी नखशिखांत लोकरीचे कपडे घालून एखाद्या एस्किमोसारखा तर दिसतच होतो, शिवाय माझ्या बॅगेतही मी हवे तेवढे कपडे पॅक करून घेतले होते. पण टी.व्ही. वाहिन्यांवर हवामानाचा अंदाज वर्तवणारे शंख करून सांगत होते– दिल्लीला ज्या थंडीच्या लाटेनं घेरलं होतं, ती आता ओसरली असून सर्व परिस्थिती पूर्ववत झालेली आहे.

पण खरं बोलायचं तर या हवामानाचा अंदाज वर्तवणाऱ्यांची पण ऐशी की तैशी.

आमचं विमान जेव्हा दिल्लीच्या विमानतळावर उतरलं तेव्हा देवाच्या पाऊस विभागानं डोकं फिरल्याप्रमाणे आभाळातून भारताच्या राजधानीवर बदाबदा पाऊस पाडायला सुरुवात केली. दिल्ली अंधारमय, ओलीकच्चं, थंडगार आणि उदासवाणी होती. तेवढंच पुरे पडलं नाही की काय म्हणून आकाशातून धूर आणि धुक्याचे मिट्ट काळे ढग दाटून आले होते. मला माझ्या नाकापलीकडचं काही दिसत नव्हतं.

टॅक्सी जेमतेम अर्धा मैलसुद्धा पुढे गेली नसेल एवढ्यात कुठून तरी सुरक्षा जवान अवतीर्ण झाले आणि त्यांनी सर्व रहदारी थांबवली. कोणीतरी राजकीय नेता कुठल्याशा महत्त्वाच्या जेवणाच्या मीटिंगला चालला होता. देशाला आणखी काळोख्या गर्तेत लोटण्याचे बेत ठरवायला असेल बहुदा! आमच्या शेजारून किमान बारा वाहने सुसाटत पुढे गेली, त्या पाठोपाठ एक ॲम्ब्युलन्स गेली. मला एका गोष्टीचं कोडं अजूनही उलगडलेलं नाही– कोणत्याही शहाण्या माणसाला आपल्या पिस्तुलातील महागामोलाची गोळी एखाद्या राजकीय पुढाऱ्यावर झाडून वाया घालवण्याची का इच्छा होईल? असो. तर मी डिक फ्रान्सिसचं पुस्तक वाचत बसलो. आपण खरं तर तिहार जेलविषयीचं पुस्तक वाचायला हवं, असा विचार मनात येऊन मला अपराधी वाटलं.

पारशी सॅनिटोरियममधील माझ्या खोलीत मी माझं सामान ठेवलं. आडवं पसरलेलं सुंदर बांधकाम होतं. इमारतींच्या संकुलाच्या मधोमध एक अग्निमंदिर

होतं. सुरेखसं उद्यान होतं आणि राल्फ नावाचा कुत्रा होता. हे पारशी सॅनिटोरियम दिल्ली शहराच्या मधोमध आहे. येथे राहण्याचा खर्च अत्यंत बेताचा येतो. खोलीत अत्यावश्यक अशा सगळ्या सुविधा आहेत त्याचमुळे अनेक झोराष्ट्रियन–पारशी लोक इथे उतरण्यासाठी येत असतात.

या ठिकाणापासून तिहार अर्ध्या तासाच्या अंतरावर आहे. परत एकदा तिहारविषयी माझ्या मनात विचार सुरू झाले. तुम्ही किरण बेदी यांनी लिहिलेलं 'इट्स ऑलवेज पॉसीबल' हे पुस्तक जर वाचलं असेल, तर किरण बेदींनी इन्स्पेक्टर जनरल म्हणून या तुरुंगाची सूत्रं हातात घेईपर्यंत तिहार म्हणजे निव्वळ नरक होता. आज या तुरुंगाचा जो काही कायापालट झाला आहे त्यासाठी किरण बेदी स्वत: आणि त्यांच्या नंतरचे आय.जी. जबाबदार आहेत. आज त्या तुरुंगाला आपल्या देशातील एक आदर्श तुरुंग मानण्यात येतो.

परंतु आधी तिथे फार मोठ्या प्रमाणात भ्रष्टाचार चालत असे. पैशाची सत्ता आणि दंडेली यांचं तिथे राज्य होतं. तिथे कैद्यांची प्रचंड गर्दी तर होतीच, पण कैद्यांना दिल्या जाणाऱ्या अन्नाचा दर्जा, वैद्यकीय सुविधा, आरोग्याच्या सुविधा आणि एकंदरच तेथील आयुष्य अत्यंत विदारक होतं. तेथील कैदी ज्या परिस्थितीत राहत होते, ती मानवतेला काळिमा फासणारी होती. आपल्या देशाच्या राजधानीत काही माणसांना जनावरांपेक्षाही वाईट वागवण्यात येतं. यांच्यातील कित्येकांवर अजून खटला शाबित सुद्धा झालेला नाही. हे पाहिलं तर आपला स्वत:च्या डोळ्यांवर विश्वाससुद्धा बसत नाही.

डॉ. किरण बेदींच्या भेटीची व मुलाखतीची वेळ पक्की करण्यासाठी मला तब्बल तीन महिने लागले. कामिनी गोगिया यांच्या मदतीने ते पार पडले. उद्याच मी डॉ. किरण बेदींना जाऊन भेटणार होतो. तत्पूर्वी दोन महिने आधीच मी माझे प्रश्न ई-मेलद्वारे त्यांना पाठवून दिले होते. नव्वद सालाच्या सुरुवातीपर्यंत तिहार जेलची स्थिती काय होती, याची तुम्हाला जरा कल्पना यायला हवी असेल, तर डॉ. किरण बेदी यांना आय.जी. तिहार म्हणून सूत्रे हातात घेतल्यावर जे काय अनुभव आले त्यातील काही त्यांच्याच शब्दात खाली देत आहे. (डॉ. किरण बेदी यांची मी जी मुलाखत घेतली, ती पुढील प्रकरणात विस्तारानं दिलीच आहे.)

डॉ. किरण बेदी म्हणतात, ''आशिया पॅसिफिकमधील सर्वाधिक कैदी निवास करत असणारा तुरुंग म्हणून ज्याची ख्याती होती, त्या तिहार कारागृहाची मी आता प्रमुख होते. १९९३ साली तिहार कारागृहाच्या संकुलात एकूण चार तुरुंगांचा समावेश होता. त्यात सुमारे ७२०० गुन्हेगार न्यायालयीन कैदेत होते. वास्तविक त्या तुरुंगामध्ये मिळून केवळ २२७३ लोकांचीच राहण्याची सोय होती.'' त्यांनी मला पुढे अशी माहिती पुरवली, की त्यावेळी तिहार जेलमध्ये

जेवढे कैदी बंदिवान होते त्यांच्यापैकी केवळ दहा टक्के कैद्यांवरचा गुन्हा सिद्ध होऊन त्यांना शिक्षा झालेली होती. बाकीच्या कैद्यांपैकी काहींवर खटला चालू होता, तर उरलेले आपल्यावरच्या खटल्याची सुनावणी चालू कधी होणार याची वाट पाहत होते.

"तुरुंगात पाच वर्षांच्या आतील एकूण सेहेचाळीस मुले आपापल्या आयांबरोबर राहत होती. त्या आया येथे कैदेत होत्या. काही मुलांचा तर जन्मच तुरुंगात झाला होता. परंतु तुरुंगात वाढणाऱ्या या लहान मुलांकरता एकही बालरोगतज्ज्ञ नव्हता. लसीकरणाची सोय नव्हती. स्त्रियांसाठी रात्रपाळीला काम करणारी महिला डॉक्टर नव्हती. रात्रीच्या वेळी त्या स्वत:च एकमेकींची काळजी घेत. मुलांची संख्या इतकी जास्त असूनही दिवसाचा काही काळ त्यांच्यासाठी पाळणाघराची सोय नव्हती... इथे कैदी स्त्रियांना कमालीच्या अपमानास्पद अनुभवांना सामोरं जाण्याची वेळ येई. तुरुंगात पोचेपर्यंत जो काही थोडाफार आत्मसन्मान, स्वाभिमान त्यांच्यापाशी शिल्लक उरलेला असायचा, तोही पार धुवून निघत असे. या स्त्रियांवर जे काही प्रसंग गुदरत, त्यानंतर त्यांचं डोकं ठिकाणावर कसं काय राहत असे, हाही एक मोठा चमत्कारच आहे."

या तुरुंगात खरोखर जे काही घडत होतं ते मी आता नमूद करणार आहे. स्वत: किरण बेदी आणि त्यांच्या तुरुंगातील काही कैदी स्त्रियांनी प्रत्यक्ष घडलेल्या काही हकिकती मला सांगितल्या. त्या मी ध्वनिमुद्रित केल्या. डॉ. किरण बेदी यांच्या संमतीने मी त्या इथे उद्धृत करत आहे. १९९० साली तुरुंगात जी काही परिस्थिती तिथे होती, त्याबद्दल एक कैदी स्त्री म्हणते :

"मी २ ऑक्टोबर १९९० यादिवशी इथे येऊन दाखल झाले. तुरुंगाच्या कर्मचाऱ्यांपैकी एक माणूस होता. त्याचं नाव.... (गुप्ततेच्या कारणास्तव त्याचं नाव इथे देता येत नाही.) तो आता गेला. तो वॉर्डमध्ये यायचा आणि येथील स्त्रियांशी लगट करायचा. काही कैदी स्त्रियांना दिवसाढवळ्या आपल्या ऑफिसात बोलावून घेण्याची त्याला खोड होती... स्त्रियांच्या वॉर्डमध्ये माफिया टोळीचं राज्य चालायचं. ज्या व्यक्तींवर खूप मोठ्या गुन्ह्याचा आरोप असेल, अशा लोकांकडून हे गँगवाले लोक हवा तेवढा पैसा वसूल करत. ज्या व्यक्तींकडे पैसा असे, त्यांना ते भरपूर लुटत. या पैशांच्या साहाय्यानं ते तुरुंगाच्या कर्मचाऱ्यांना पैसे चारत. कैद्यांना त्यांचे नातलग भेटीला येण्यासंबंधी कायद्यानं जे काही हक्क दिलेले होते, त्यात हे लोक लाचलुचपतीनं हवे तसे फेरबदल करत. त्यामुळे काही कैद्यांना त्यांचे नातेवाईक रोजच्या रोजसुद्धा भेटायला येऊ शकत. तुरुंगात कैद्यांना मिळणारं अन्न फारच खराब असायचं. ज्या पोच्यानं फरशी पुसण्यात यायची, जे बाहेरच्या अंगणात पडलेलं असायचं, त्याच फडक्यातून कैद्यांना

वाढायला चपात्या आणल्या जात. हे तर रोजचंच होतं. महिन्यातून एकदा न्यायाधीश येऊन तुरुंगाची तपासणी करून जात. त्यावेळी सर्व कैद्यांना कोठडीत डांबून ठेवलं जायचं. फक्त एकदोन कैद्यांना न्यायाधीशांपुढे नेलं जायचं. ते न्यायाधीशांशी बोलत... वकील तर पैसा कमावण्यासाठीच तिथे होते. सरकारतर्फे गरीब कैद्यांना पुरवण्यात येणारा मोफत कायदेशीर सल्ला म्हणजे तर शुद्ध पोरखेळ होता. सरकारतर्फे त्यासाठी नेमलेली वकील बाई तर अगदी निरुपयोगीच होती. मी माझ्यासाठी स्वखर्चानं एक वकील नेमला. त्यानं मला आधी भरपूर लुबाडलं आणि नंतर फसवलं. 'मी तुझी जामीनावर सुटका करतो' असं आश्वासन त्यानं मला दिलं होतं. मी जेव्हा खटल्याच्यावेळी कोर्टात हजर राहिले, तेव्हा माझ्या लक्षात आलं– माझ्या केसमधल्या सर्व साक्षीदारांना कोर्टानं समन्स बजावावं, परत एकदा त्यांना साक्षीला आणण्यात यावं, असा त्यानं कोर्टात अर्ज केला होता. ते पाहून मला धक्काच बसला. माझी केस झटपट निकालात काढणं तर बाजूलाच राहिलं. त्यानं नव्या सुनावणीची मागणी केली होती.''

१९८० ते ९० या कालखंडाच्या सुरुवातीच्या काळात तिहार जेलची अंतर्गत परिस्थिती कशी होती, यावर एक स्त्री कैदी तळमळीनं बोलली.

''...एखाद्या स्त्रीच्या बाळंतपणाची घडी येऊन ठेपली व नेमकी त्यावेळी ती कोठडीत बंद असली तर तिथे वैद्यकीय मदत उपलब्ध होतच नसे. आणि त्यात सुद्धा ही वेळ जर दुपारी १ ते रात्री १०च्या दरम्यान ओढवली, तर अगदीच नाही. कारण जी महिला डॉक्टर नोकरीवर होती, ती केवळ रात्रपाळीला म्हणजे रात्री १० ते दुपारी १ या वेळात हजर असे. मग अशावेळी अडलेल्या स्त्रीला आम्हीच मदत करत असू. आमच्याबरोबर दुसरं कोणीच नसायचं. इतकंच काय पण प्रथमोपचाराची पेटीसुद्धा नसायची. अशीच एक वेळ आली व एक स्त्री कोठडीतच प्रसूत झाली. तिची वार कशानं कापायची असा प्रश्न उपस्थित झाला. आमच्यापाशी काहीच नव्हतं. तिचं बाळ तसंच कितीतरी वेळ पडून होतं. खूप वेळ शोध घेतला. अखेर एका कैदी स्त्रीकडे एक लहानसा पात्याचा (ब्लेडचा) तुकडा मिळाला. एव्हाना प्रसूती होऊन कित्येक तास झाले होते.

आणखी एक स्त्री तर बंदिवासाच्या काळात रात्री प्रसूत झाली. ती सार्वजनिक कक्षात होती. रात्री अर्थातच कोणीही डॉक्टर तिच्यासाठी आले नाहीत. सरकारी बराकी उघडल्यावर आम्ही तिच्यापाशी गेलो, तर ती आणि तिचं मूल रक्ताच्या थोराळ्यात पडलेलं आढळलं. मग आमच्यातील काही कैदी स्त्रियांनीच त्या बाळाला अंघोळ घातली. आमच्यातील एकीने त्या स्त्रीला स्वच्छ केले... तिच्या स्वत:च्या कक्षातील स्त्रियांनी मात्र रात्री प्रसूतीच्या वेळी त्या स्त्रीला काहीही मदत न करता बराकीच्या कोपऱ्यात तसंच पडू दिलं होतं.''

हा अनुभव होता मादक द्रव्यांच्या गुन्ह्याबद्दल अटक झालेल्या एका स्त्रीचा. केवळ कैदी स्त्रियाच नव्हे, तर त्याकाळचे तिहारमधील कर्मचारीसुद्धा तेथील परिस्थितीबद्दल अत्यंत नाखूष होते. काही कैदी स्त्रियांनी डॉ. किरण बेदी यांना आपले काही अनुभव कथन केले आहेत. ते खाली उद्धृत करत आहे.

"...मी येथे गेली सहा वर्षे नोकरी करत आहे. तिहार जेलमधील स्त्रियांच्या वॉर्डातील स्थिती मी अगदी जवळून पाहिली आहे... त्यातल्या ज्या स्त्रियांना तान्ही मुलं असत त्या स्त्रियांबद्दल व मुलांबद्दल मला फार वाईट वाटायचं. त्या मुलांना काही चांगलं अन्न पुरवण्याची सोयही नव्हती. मी खूप प्रयत्न करून त्या मुलांपुरती पातळ खिचडी करून घेण्यास सुरुवात केली. स्त्रिया अथवा मुले, दोघांसाठीही शिक्षणाची सोय नव्हती. अनेक स्त्रिया इथे शिक्षा भोगत होत्या आणि त्यांची मुले तुरुंगाबाहेर दुर्लक्षित, निराधार अवस्थेत जीवन कंठत होती. त्याबद्दल त्या स्त्रियांना खूप काळजी वाटायची व त्या अनेकदा ती बोलूनही दाखवत."

डॉ. किरण बेदी यांच्या मते तुरुंगातील ते वातावरण, तेथील ती सुप्त हिंसात्मक परिस्थिती, तो ताण, ती कटुता, तो अविश्वास या सर्वच गोष्टींचा आपल्या आईसोबत राहणाऱ्या कोवळ्या वयाच्या मुलांवर फार खोलवर परिणाम होई. त्या मुलांचं नैसर्गिकपणे खेळणं, हुंदडणं, बागडणं बंदच झालं होतं.

आपल्या मुलांसोबत राहणाऱ्या स्त्रियांसाठी स्वतंत्र कोठड्या तसेच त्या मुलांसाठी पाळणाघराची व्यवस्था तुरुंगात असणं किती आवश्यक होतं हे तुरुंगात काम करणाऱ्या एका अधिकारी स्त्रीच्या कथनावरून लक्षात येतं. तिहारमध्ये राहत असलेल्या मुलांसाठी ती काम करत असे. डॉ. किरण बेदी यांनी सुरू केलेल्या आणि इन्स्पेक्टर जनरल आय. के. गुप्ता आणि सध्याचे डी.जी. अजय अगरवाल यांनी चालू ठेवलेल्या सुधारणा चळवळींच्या आधीची ही गोष्ट आहे.

"...ती मुलं कसली, भुतंच होती. ती मोठ्या माणसांसारखीच शिवीगाळ करत. त्यांच्या तोंडची भाषासुद्धा एखाद्या निर्ढावलेल्या गुन्हेगाराच्या तोंडी शोभेल अशीच होती. 'मी तुझा मुडदा पाडीन', 'मी तुला गोळी घालीन', 'मी तिच्या पोटात सुरा भोसकेन...'इ. त्यांच्यातील चार वर्षांहून लहान मुलं सुद्धा समलिंगी शारीरिक संबंधांसारखे खेळ खेळत. एकमेकांशी नको ती सलगी करत. त्यांना रागावलं की ती आम्हालाच शिवीगाळ करीत आणि दगडसुद्धा मारत. तुरुंगात किडे आणि बेडूक भरपूर सापडायचे. ही मुले त्यांना पकडून त्यांच्याशी क्रूर खेळ खेळत. त्यांचा छळ करत, त्यांना चिरडत, ठेचत, जाळून टाकत किंवा जिवंतपणी पिरगाळून टाकत. कधीकधी जिवंत बेडूक पकडून गुपचूप आमच्या अंगावर टाकीत. त्या मुलांना कोणीही आवरू शकत नसे."

म्हणूनच याबाबतीत एक सक्ती करण्यात यावी– ती म्हणजे, सर्वच भारतीय

तुरुंगांमध्ये आपल्या आईसोबत राहणाऱ्या मुलांसाठी पाळणाघर आणि बालवाडी असलीच पाहिजे. निदान दिवसातरी त्या मुलांना तुरुंगातील इतर कैद्यांबरोबर वेळ घालवण्याची पाळी येऊ नये. त्याऐवजी त्यांना शिक्षण देण्यात यावं, त्यांचं कोडकौतुक पुरवण्यात यावं, त्यांना आपल्या बालपणाचा आनंद उपभोगण्याची जास्तीत जास्त संधी देण्यात यावी. शक्य असेल तेवढा व्यवहारी आणि मानवतावादी दृष्टिकोन बाळगून हे घडावं. दिवसभराचा वेळ व्यर्थ न दवडता मुलांनी तो सत्कारणी लावावा. त्या मुलांना पुरेसं प्रेम मिळावं. त्या मुलांना आपलं बालपण इतर चारचौघांप्रमाणे घालवण्याची संधी मिळावी. हे जर घडू शकलं नाही, तर मग ह्या लहान मुलांवर तुरुंगातील निर्ढावलेल्या अट्टल बदमाशांच्या संगतीचा दुष्परिणाम झाल्याखेरीज राहणार नाही. त्या मुलांना या असल्या बदमाशांच्या सहवासात जर एकटं सोडण्यात आलं, आणि सामाजिक संस्थांनी याबाबतीत काहीच पुढाकार घेतला नाही, तर त्यांच्यातील कितीतरी मुलांच्या, तुरुंगातल्या या अभागी सावल्यांच्या वाट्याला साधं, सरळ, सर्वसामान्य जीवन कधी येऊच शकणार नाही.

परत एकदा पाऊस सुरू झाला होता. मी एक शिवी हासडली. ते ऐकून टॅक्सी ड्रायव्हरनं त्याला थोडी आणखी शिव्यांची पुस्ती जोडली आणि निसर्गाविषयी आणि दिल्लीविषयी चार अपशब्द उच्चारले.

"तुमचं कोणी तिहार जेलमध्ये असतं का?"

"नाही. मी एक पुस्तक लिहितोय– भारतीय कारागृहांविषयी."

"का?"

यावर काय उत्तर देणार मी?... कारण माझं डोकं फिरलंय म्हणून!

मी तसाच थंडीत हीव भरल्या अवस्थेत टॅक्सीतून खाली उतरलो. मांडीवर जरा थाप मारून गोठलेला रक्तप्रवाह सुरळीत चालू करण्याचा प्रयत्न केला आणि समोर तिहार जेलकडे पाहिलं.

"आता तिहार फारच चांगला आहे. कधी कधी वाटतं, आपण का नाही तिथे राहत?"

मला वाटलं थंडीनं, दात वाजत असल्यामुळे मला त्याचं बोलणं नीट ऐकू आलं नाही की काय! मी कानाभोवती व चेहऱ्याभोवती गुरफटून घेतलेला पुलओव्हर खाली ओढला.

"तुम्हाला कशाला तिहारला जायचंय?"

"साहेब, कधीकधी इतके काबाडकष्ट केले तरीसुद्धा हातात इतके कमी पैसे येतात. कुटुंबियांना, मुलाबाळांना, स्वत:च्या पोटाला खायला घालणं कठीण जातं. आम्ही तिहारमध्ये होतो, तेव्हा निदान पोटाला खायला मिळायचं. जगत

तर होतो.''

हे म्हणजे अतीच झालं. माझं मन आधीच इतकं उदास होतं. त्यात त्या माणसाच्या बोलण्यानं आणखीनच भर पडली. मी एखाद्या बँकेत का नाही नोकरी केली, किंवा एखाद्या छान छान कंपनीत... छान ऊबदार ऑफिसात बसायचं, कॉफी प्यायची आणि खूप कामात असल्यासारखं दाखवायचं... सगळा वेळ नुसतं इंटरनेटवर खेळत बसायचं. अगदी जर मला लिहायची एवढीच हौस होती, तर रोजच्या रोज वृत्तपत्रात एखाद्या पार्ट्यांची बातमी येत असते, तशा पार्ट्यांविषयी लिहायचं, लोकांना त्याचे तपशील पुरवायचे, तारे-तारका काय खातात, काय पितात याविषयी लिहायचं, नाहीतर अशाच कुठल्यातरी हलक्याफुलक्या गोंडस विषयावर लिहायचं.

त्याऐवजी मी इथे उभा होतो. साऊथ आशिया पॅसिफिकमधल्या सर्वांत मोठ्या कारागृहासमोर. थंडीनं कुडकुडत. देशभरातील अनेक मुलं या असल्या कडाक्याची थंडी आणि बोचणारा, भाजून काढणारा उन्हाळा कसा बरं सहन करत असतील, असा विचार करत मी उभा होतो. या मुलांना देवानं मुक्त हस्तानं दिलेली देणगी म्हणजे त्यांचं आनंदी, चिंतामुक्त व तणाव विरहित बालपण. पण तेच कितीतरी मुलांकडून हिरावून घेण्यात आलं होतं.

□

एक गोष्ट मान्य करायलाच हवी– श्री. अजय अगरवाल, डायरेक्टर जनरल तिहार प्रिझन्स (हे नुकतेच निवृत्त झाले आहेत) आणि श्री. सुनील गुप्ता तिहारचे कायदेविषयक अधिकारी हे दोघे अत्यंत शिस्तबद्ध व काटेकोर होते. सरकारी अधिकाऱ्यांबद्दल आपला जो एक समज असतो, त्याच्या बरोबर विरुद्ध होते हे दोघे.

आजकाल एखादी गोष्ट सरकारी आहे असं नुसतं म्हटलं, की तिच्यावर ताशेरे झोडायचे अशी प्रथाच पडून गेली आहे. काही झालं, तरी दोषाचं खापर त्या सरकारवर फोडायचं. अगदी पावसाळ्याचा ताप झाला, तरी त्याला सरकारच जबाबदार. जणू काही भारतीय नागरीक या नात्यानं प्रत्येकाला असं करण्याचा हक्कच आहे. (अर्थात तुम्ही जर खरेखुरे, सच्चे भारतीय असाल तर सर्वांत आधी दोषारोप करायचा असतो आपल्या शेजारी राष्ट्रावर आणि मग नंतर हळूहळू आपल्या सरकारवर!)

मला मात्र तिहारमध्ये जाण्याची परवानगी मिळवण्यासाठी काही थोडी ई-मेल्स, डझनभर फोन आणि एक फॅक्स एवढ्या गोष्टी पुरेशा ठरल्या. ही गोष्ट म्हणजे खरोखर एक फार मोठा चमत्कारच म्हणावा लागेल. कारण मला नुसती तिहार जेलमध्ये पाऊल टाकण्याचीच परवानगी मिळाली होती असं नव्हे, तर तेथील कैद्यांच्या मुलाखती घेऊन त्या अगदी जशाच्या तशा, काहीही फेरबदल न करता छापण्याची परवानगीसुद्धा मला मिळाली होती. माझे सर्व मित्र, स्नेही आणि आप्तेष्टांचं मत असं पडलं, की ही परवानगी म्हणजे नुसता एक बहाणा होता. एकदा का मी तिहार जेलच्या आत शिरलो की परत बाहेर येण्याच्या वाटा मला बंद होऊन जातील, माझं नखसुद्धा कोणाला दिसणार नाही वगैरे... पण तसं काहीच घडलं नाही.

मी रक्षकांपाशी गेलो. तिहार तुरुंगाचं मुख्य कार्यालय बॉंबनं उडवून वगैरे देण्याचा माझा काहीही बेत नसल्याची एकदा त्यांची खात्री पटल्यावर मला श्री. सुनील गुप्ता यांच्या कक्षात नेण्यात आलं. सुनील गुप्ता हे तिहारचे मुख्य

कायदेविषयक अधिकारी असून त्यांना तेथे बराच मान होता. मी आत शिरून त्यांच्याशी हस्तांदोलन केलं आणि बसून राहिलो. त्यांना भेटायला काही माणसं आली होती. त्यातून ते मोकळे कधी होतात याची वाट पाहत!

"तिहारमध्ये आत्ता जे काही घडतंय ते कितीही चांगलं असलं ना कुमारजी, तरी तुम्हाला असं नाही का वाटत, की तिहारकडून समाजाला काहीतरी चुकीचा संदेश मिळतोय?"

सुनीलकुमार यांनी आपल्या समोर बसलेल्या वयस्कर स्त्रीकडे पाहिलं. मी त्या स्त्रीपासून थोड्या खुर्च्या सोडून पलीकडे बसलो होतो. एवढ्यात त्यांच्यासमोरचे दोन फोन कर्कश्यपणे वाजू लागले. त्या दोन्ही फोनवर एकदमच बोलताना त्यांची जराशी धांदल झाली.

"मॅडम, आम्ही समाजाकडे कोणता चुकीचा संदेश पाठवत आहोत?"

"तिहारमधली परिस्थिती– निदान लहान मुलं आणि स्त्रियांना ज्या विभागात ठेवण्यात आलंय तेथील परिस्थिती इतकी उत्तम आहे, की एखादी स्त्री जर फारच गरीब असेल व तिचं मूल अगदी लहान असेल, तर त्या स्त्रीला बाहेरच्या जगात राहण्यापेक्षा तिहारला येऊन राहणं उत्तम असं वाटेल. तिहारमध्ये त्या स्त्रीची व तिच्या मुलाची इतकी चांगली काळजी घेण्यात येते. उलट बाहेरच्या जगात हजारो स्त्रिया आणि मुलांना दिवसातून एकवेळ सुद्धा पोटभर जेवायला मिळत नाही."

"मॅडम– आमचं काम एवढंच आहे– तिहारमध्ये आल्यावर कैद्यांमध्ये सुधारणा होते की नाही, त्यांचं हृदयपरिवर्तन होतं की नाही, ते बघणं. आपण जर कैद्यांचं पुनर्वसन केलं नाही, तर त्यांच्यात सुधारणा घडूच शकणार नाही."

"पण सर, या जेलमध्ये प्रवेश केल्यावर असं वाटतं, की इथल्या कैदी स्त्रियांना याआधी कधी इतकं चांगलं वातावरण मिळालंच नसेल. आत्ता तुम्ही जर बाहेर जाऊन पाहिलंत तर कितीतरी बायका ऊन खात, आपले केस सुकवत बसलेल्या दिसतील. काही स्त्रियांना रोजगार आहेत, त्या चांगला पैसा मिळवतात. त्यांच्या मुलांना चांगलं चुंगलं खायला मिळतं. त्यांची चांगली चैन असते. त्यात काही गैर आहे, असं मला म्हणायचं नाही. पण वास्तविक त्यांच्यातल्या कितीतरी स्त्रिया खुनी आहेत, त्यांनी निर्घृण गुन्हे केलेले आहेत. त्यातल्या काही तर आपल्या सुनांना ठार मारल्यामुळे इकडे आल्या आहेत. काहींनी आपल्या नवऱ्यांची वेगवेगळ्या कारणासाठी हत्या केली आहे. काही स्त्रिया मादक द्रव्यांची आयातनिर्यात करण्याच्या गुन्ह्याबद्दल इथे आल्या आहेत. एक खरं, की बऱ्याच स्त्रिया परिस्थितीची, गरीबीची शिकार झाल्यामुळे तुरुंगात आल्या आहेत. पण तुम्हाला असं नाही का वाटत, की ज्या व्यक्ती शिक्षा भोगण्यासाठी आल्या आहेत त्यांना या इतक्या

सुंदर सुंदर कैदीसुधार कार्यक्रमांची संधी असता कामा नये. यांच्यापैकी ज्या कोणी खरोखरच परिस्थितीच्या, दारिद्र्याच्या बळी असतील, त्यांनाच या सर्व सुधारणांच्या कार्यक्रमांचा लाभ झाला पाहिजे. पण ज्या खरोखरीच्या खुनी आणि निर्ढावलेल्या गुन्हेगार असतील त्यांना हा असा ऐषाराम मिळता कामा नये.''

''तुमचा मुद्दा वाजवी आहे. पण जो काही गुन्हा घडलेला असेल, त्या पाठीमागचा नैतिकतेचा पैलू कोण तपासून बघणार? एखाद्या स्त्रीनं आपल्या नवऱ्याची हत्या करण्यामागे कितीतरी कारणं असू शकतात. तिनं आपल्या नवऱ्याला मारलं, कारण तो सतत तिचा छळ करत होता, हे आपण कसं काय ठरवणार? किंवा असंही असू शकतं, की ती स्त्री दुसऱ्या पुरुषाच्या प्रेमात पडली असल्यामुळे तिनं नवऱ्याला मारून टाकलं. या सुधारणा नक्की कोणापर्यंत पोचायला हव्या, हे कोण आणि कसं ठरवणार? तुम्ही म्हणता त्यात तथ्य आहे. बऱ्याच प्रमाणात तथ्य आहे. पण या गोष्टींवर काही उपाय नाही. धान्यात खरं धान्य कोणतं आणि फोलपट व भेसळ कोणती, हे कसं ओळखायचं?'' त्यांनी एकवार माझ्याकडे दृष्टिक्षेप टाकला आणि फोनचा रिसीव्हर उचलला. ''आत्ता मला तुमचं बोलणं काही नीट ऐकू येत नाहीये. तुम्ही प्लीज जरा अर्ध्या तासानं फोन कराल का?'' असं त्यांनी पलीकडून बोलणाऱ्या माणसाला सांगितलं.

''फोन कॉल्सबद्दल सॉरी. तर मी काय म्हणत होतो? हं. अनेकदा असं होतं– एखादी स्त्री सहा नाहीतर सात महिन्यांची गर्भवती असते. मग आपल्याला तिहारमध्येच ठेवण्यात यावं, यासाठी ती खूप प्रयत्न करते. कारण गर्भवती स्त्रियांना आणि बाळंतिणींना इथे इतक्या उत्तम सोयी सुविधा आम्ही पुरवतो, की बाळंतपणाच्यावेळी तिहारमध्येच असलेलं बाळबाळंतिणीच्या दृष्टीनं उत्तम असतं; असा त्या स्त्रीनं विचार केलेला असतो. अशा रीतीनं अनेक स्त्रिया बाळंतपणाच्या काही महिने आधीच तिहारमध्ये येऊन दाखल होतात आणि बाळ तीन चार महिन्यांचं झालं की त्या जातात. तेथे घेण्यात येणारी काळजी, वैद्यकीय सुविधा, औषधपाणी इतक्या उत्तम असतात, की त्या स्त्रीला ते सगळं स्वखर्चानं कधीच परवडणं शक्य नसतं. म्हणून 'सरकारलाच आपल्या बाळंतपणाचा खर्च भरू दे' असं बऱ्याच स्त्रिया ठरवतात. उरलीसुरली काळजी घ्यायला आणि व्यवस्था बघायला बिगरसरकारी, सेवाभावी संस्था असतातच.'' परत एकदा त्यांनी टेलिफोन्सशी हातानं चाळा केला. मध्यंतरी तर एका चालू माणसांनी अशी एक अफवा सुरू केली होती– की ज्या स्त्रियांची बाळंतपणं तिहार तुरुंगात होतात, त्यांना फक्त मुलगेच होतात. मग गर्भवती स्त्रियांची तिहारकडे येण्यासाठी एकच गर्दी उसळली. 'मुलगा पाहिजे' हे जे विलक्षण आकर्षण भारतीयांच्या मनात आहे, त्यामुळेच ही भाऊगर्दी उसळली. अनेक गर्भवती स्त्रियांना 'तुरुंगातील हा चमत्कार' अनुभवण्याची

इच्छा झाली. अखेर ही परिस्थिती हाताळण्यासाठी तिहारच्या अधिकाऱ्यांना एक वेगळी चाल खेळावी लागली. वृत्तपत्रांच्या मदतीनं आणि तोंडी त्यांनी समाजाला अशी माहिती पुरवली, की तिहारमध्ये मुलांपेक्षा मुलीच जास्त प्रमाणात जन्माला आल्या आहेत. त्यानंतर हळूहळू तिहारविषयीचं हे आकर्षण बऱ्याच प्रमाणात कमी झालेलं आहे.''

त्यानंतर आम्ही जेव्हा एकटे बसलो होतो तेव्हा सुनील गुप्ता यांनी मला एक अधिकृत पत्र दिलं. त्यानुसार मला तिहार सेंट्रल जेल क्रमांक ६-अ येथे जाण्याची अधिकृत परवानगी देण्यात आली होती. याच ठिकाणी शिक्षा भोगणाऱ्या कैदी स्त्रियांना आणि ज्यांच्यावर खटला अजून चालू आहे अशा स्त्रियांना ठेवण्यात आलं होतं.

□

मी दचकून जागा झालो. पांघरुणातून डोकं वर काढलं. डोकं प्रचंड ठणकत होतं. संपूर्ण खोली जणू धुक्यानं भरून गेली होती. मी एक दीर्घ श्वास घेतला आणि निःश्वास सोडला. माझ्या तोंडातून धूर बाहेर पडला. कडाक्याची थंडी होती आणि कोणीतरी अतिउत्साही व्यक्ती खोलीचं दार जोराजोरात वाजवत होती.

"काय?" मी मोठ्यांदा ओरडलो. जी कोण व्यक्ती होती, तिनं उत्तर दिलं नाही, पण दार वाजवणं तसंच चालू ठेवलं. "थांबा, थांबा!" मी जोरात ओरडलो. कोण आहे हा माणूस? हा जन्मतःच याचा गळा कोणी का नाही घोटला? मी पलंगावरून पाय जमिनीवर ठेवले आणि ताडकन् उठलो. जमीन थंडगार पडली होती. असं वाटत होतं, शून्याखाली तापमान गेलं की काय? मी जोरात एक शिवी हासडली आणि पांघरुण गुंडाळून दाराकडे गेलो. सर्व वेळ कोणीतरी सतत दार ठोठावतच होतं. मला त्याचा जीव घ्यावासा वाटला. पण त्यासाठी आधी मला अंगाभोवती गुरफटलेलं पांघरूण दूर करावं लागलं असतं आणि थंडीत काकडून मरायची पाळी माझ्यावरच आली असती म्हणून मी गांधीजींच्या 'अहिंसा' तत्त्वाचा पाठपुरावा करायचं ठरवलं.

मी दार उघडून बाहेर पाहिलं. बाहेर तर कुणी दिसत नव्हतं. एवढ्यात माझ्या गुडघ्यावर काहीतरी जोरात आदळलं. गुरुत्वाकर्षणाचे नियम झुगारून मी अलगद खाली आपटलो आणि धरणीमातेच्या कुशीत विसावलो. एक घाणेरडं कुत्रं अतिशय स्तिमित होऊन माझ्याकडे टक लावून बघत होतं. त्याच्या तोंडात आंघोळीचा मग होता. मी जणूकाही अवकाशातून या पृथ्वीवर उतरलेला कोणी परग्रहावरचा अनोखा प्राणी आहे की काय, अशा कुतूहलानं ते पाहत होतं. मला वाटतं नखशिखांत पांघरुणात गुरफटलेली ती माझी आकृती आणि केवळ नाकच तेवढं बाहेर... अशा त्या अवतारात मी प्रेक्षणीय दिसत असणार.

"इथे किमान पन्नास एक खोल्या असतील आणि तुला दरवाजा ठोठावायला माझी एकट्याची खोली सापडली पठ्ठ्या? आणि मी परग्रहावरचा प्राणी असल्यागत

टक लावून काय बघतोयस माझ्याकडे? आधी खोलीतून चालता हो.'' मी खेकसलो. तसं त्या कुत्र्यानं माझ्या पायावरच तोंडातला मग टाकला व तो निघून गेला. मी परत एकदा विजेच्या वेगानं बिछान्यात शिरलो. तर असं हे माझं संभाषण झालं राल्फशी. कुत्रा कसला चार पायांचा सैतान होता तो. ही वेळ 'डब्बा एक्सप्रेस' खेळायची नाही ही अखेर त्याची समजूत पटली होती. त्याच्याशी मी तसा बराच वेळ बोलत होतो. मला तिहारला कसं वेळेवर पोचलं पाहिजे, हे मी आधी त्याला समजावून सांगितलं आणि नंतर 'इथून चालता हो आणि दुसऱ्या कोणाचं तरी दार ठोठाव' असंही त्याला बजावलं. या कडाक्याच्या थंडीत अंघोळ करणं म्हणजे एक प्रकारची 'हाराकीरी'च असून ती मी करणार आहे, हेही सुनावलं त्याला.

अंघोळीनंतर बरोबर आणलेल्या कपड्यांपैकी अर्धेअधिक कपडे अंगावर चढवून तयार झाल्यावर मी निघण्यापूर्वी अग्नीमंदिरात गेलो. त्यानंतर ऑटोरिक्षानं थेट जेल क्रमांक ६-अ च्या मुख्य प्रवेशद्वारापाशी जाण्यास निघालो. येथेच स्त्रियांना व मुलांना ठेवण्यात आले होते. माझं नशीब तरी काय म्हणायचं. वाटेत पावसाची रिपरीप सुरू झाली आणि कडक्याच्या थंडीनं आणि धुक्यानं परिसर वेढून टाकला. आता यात न भिजता अंग कोरडं ठेवायचं म्हणजे भरपूरच कसरत करावी लागली. त्याचा परिणाम म्हणून मी कोरडा राहिलो खरा, पण मानेत चांगलीच लचक भरली. आमची रिक्षा तिहारला पोचेपर्यंत पर्जन्य देवतेनं थोडा समजूतदारपणा दाखवायला सुरुवात केली होती. वेगवेगळ्या ऋतूंचा हा जो खेळ मांडण्यात आला होता, तो आता थांबला होता. आम्ही मुख्य प्रवेशद्वारापाशी पोचलो. याच द्वारातून आत शिरलं की वेगवेगळ्या वॉर्डांकडे जाणारे मार्ग होते. रक्षकानं श्री. सुनील गुप्ता यांच्या सहीचं पत्र वाचलं आणि जरासं कुरकुरतच मला आत सोडलं. त्यानं मला दिलेल्या सूचनांचं तंतोतंत पालन करून मी चालत राहिलो आणि थोड्याच वेळात एक अवाढव्य भिंत लागली. ही भिंत वळणे आणि वळसे घेत जाणाऱ्या महाकाय सापासारखी अस्ताव्यस्त पसरली होती. भिंतीवर जागोजागी रक्षक होते. त्यांच्यापैकी बरेचसे दक्षिण भारतीय असल्यासारखे दिसत होते. आता मी मुख्य रस्ता सोडून जेल क्रमांक ६-अ कडे निघालो होतो.

''मुलाकात?'' त्यानं ओरडून विचारलं. माईक टायसन जशी आरोळी ठोकेल, साधारण तेवढ्याच मार्दवानं.

मुलाकात याचा अर्थ यावेळेत तुरुंगातील कैदी आपल्या कुटुंबियांना, मित्रमंडळींना आणि वकिलांना भेटू शकतात. मी तसाच चालत राहिलो. मानेनेच नकार देत.

त्यावर ''तुम्ही कुठं चालला राव?'' असं तो खेकसला. मी त्यांना सुनील गुप्तांचं पत्र दाखवलं आणि 'हे वाचा' असं म्हणालो. तो जमिनीपासून पन्नास

फुटांवर भिंतीच्या तटबंदोवर उभा होता. त्याला काही माझं हे उत्तर आवडलेलं दिसलं नाही. तो एकदा जोरात काहीतरी ओरडल्यावर कुठून तरी आणखी एक पहारेकरी अवतीर्ण झाला. तोही अगदी याच्या इतकाच नम्र, प्रेमळ, बंधुभाव वगैरे जपणारा होता. त्यानं माझ्या हातातून ते पत्र हिसकावून घेण्याचा प्रयत्न केला. पण मी ते मुळीच सोडलं नाही. माझ्या हातातूनच त्याला दाखवलं. त्यात काय लिहिलंय ते त्याला धड वाचताही येईना. कधीकधी माणसा माणसांमध्ये अशा लढाया जुंपतात याचं एकमेव कारण त्या व्यक्तींच्या बोलण्यावागण्यातला सौजन्याचा अभाव. तो माणूस नाराजीनं जोरात हुंकारला आणि आपल्या त्या भिंतीवर उभ्या असलेल्या शिपाईगडी दोस्ताकडे वळून त्यानं त्याच्या मातृभाषेत काहीतरी संभाषण केलं. त्याच्या स्वरावरून आणि आविर्भावावरून त्याला काय म्हणायचं होतं, ते कळणं फारसं कठीण नव्हतं. ते नक्की असंच असावं: "खरं तर या बेट्याला कापूनच काढला पाहिजे. पण काय करणार, सोडावं लागतंय!"

आता रस्ता उजवीकडे वळला. तेथून पन्नास मीटरवर जेल क्र. ६-अ चं प्रचंड मोठं प्रवेशद्वार होतं. अगदी येरवडा जेलच्या गेटसारखंच. फरक इतकाच की पुण्याच्या येरवडा जेलचं प्रवेशद्वार मेनरोडवरूनही दिसतं तर हे जेल मात्र लोकांच्या नजरेपासून लांब, जरा एकांतात आहे. तेथे एका खाचेतून मी माझं पत्र आत सरकवलं आणि मला आत सोडण्यात आलं. नेहमीप्रमाणेच फाटकाला लावण्यात आलेली कुलपं प्रचंड मोठी आणि मजबूत होती. मी आत शिरलो आणि माझ्यामागे ते फाटक बंद झालं. तेथून बरोबर वीस मीटरवर अजून एक फाटक होतं. ह्या दारातून प्रवेश केला की थेट जेलच्या मुख्य संकुलातच प्रवेश मिळत असे. माझ्याजवळ जर काही पैसे, दागिने, सिगारेट, तंबाखू, बंदुका, सुऱ्या, बंदुकीची काडतुसे वगैरे असतील तर ते काढून ठेवावे, अशी सूचना मला देण्यात आली. त्यानंतर एका माणसानं मला वरपासून खालपर्यंत चाचपून तपासून पाहिलं. दोन रजिस्टरमध्ये माझ्या सह्या घेण्यात आल्या व अखेर मला मुख्य जेल संकुलात प्रवेश देण्यात आला.

त्या दुसऱ्या फाटकातून त्यांनी मला आत नेलं ते थेट सुनिता सबरवाल यांच्या केबिनमध्ये. या तिहार सेंट्रल जेलच्या स्त्री विभागाच्या जेल सुपरिटेंडंट होत्या. मी आत शिरताच मॅडमनं स्वत:च माझं स्वागत केलं.

त्यांना माझ्या पुस्तकाविषयी आधीच माहिती देण्यात आली होती आणि या संपूर्ण उपक्रमाला त्यांचा मनापासून पाठिंबा होता. बालकल्याणाविषयी आम्ही बराचवेळ चर्चा केली आणि दुसऱ्या दिवशीची वेळ नक्की ठरवली. म्हणजे औपचारिकपणे डिक्टाफोन वगैरे घेऊन मॅडमची सविस्तर मुलाखत घेण्यासाठी मी यायचं, असं ठरलं. तत्पूर्वी मी तिहारमधील स्त्रिया आणि मुलांची निदान

वरवर तरी पाहणी करणार होतो.

तिहार जेलमध्ये अगदी पहिल्याप्रथम पाऊल टाकल्यानंतर मला नक्की काय वाटलं होतं, माझ्या मनात कोणते विचार उमटले होते, याविषयी माझी आठवण जरा धूसरच आहे. पण एक विचार मनात डोकावून गेला होता– मी येरवड्याला इतके वेळा भेट दिली होती, पण मला तुरुंगात प्रवेश कधीच मिळाला नव्हता. तिहारमध्ये मात्र विशेष प्रयास न करताच, लाल फितीच्या कारभाराला सामोरं जाण्याची वेळ न येता माझा इथे आतपर्यंत प्रवेश झाला होता. या इतक्या प्रचंड तुरुंगाच्या कामकाजात केवढी पारदर्शकता आहे, हेच यातून दिसून येतं. येथे लेखक, प्रसारमाध्यमे, चित्रपटनिर्माते, अशा सर्वांना कोणत्याही सेन्सॉरशिपच्या किंवा जाचक अटी वा नियमांच्या बंधनांशिवाय मुक्त प्रवेश मिळतो. हे घडून येण्यामागे किरण बेदी, आय. के. गुप्ता या तिहारच्या पूर्वीच्या इन्स्पेक्टर जनरल्सचे तसेच तिहार प्रिझन्सचे सध्याचे डी. जी. अजय अगरवाल यांचे आभार मानले पाहिजेत.

आमच्या मनमोकळ्या गप्पा आणि वाफाळता गरम गरम चहा पिऊन झाल्यावर सुनिता सबरवाल यांनी मला सांगितले, "आता आमचा रखवालदार तुम्हाला असिस्टंट सुपरिटेंडंट नीतू चूघ यांच्याकडे घेऊन जाईल." वाटेत एका पहारेकऱ्यानं काही स्त्रियांकडे माझं लक्ष वेधलं. त्या विविध हस्तकलेची कामे करत होत्या. त्यांच्यापैकी काहींनी मला मान झुकवून नमस्कार केला तर काही आपलं काम करत राहिल्या. मी मुद्दामच सोबत कॅमेरा आणला नव्हता, कारण त्यांच्या खाजगी आयुष्यात ढवळाढवळ करण्याची माझी इच्छा नव्हती. जो काही थोडा बहुत आत्मसन्मान त्यांच्या ठायी शिल्लक उरला असेल तो मला पायदळी तुडवायचा नव्हता. मी समजा असे फोटो काढून आणले असते तर त्यानं अनेक लोकांच्या मनातील विकृत कुतूहल नक्की शमलं असतं. पण या स्त्रियांचं दुःख, त्यांच्या वेदना यांना आपल्या कॅमेऱ्यात पकडणं, त्यांच्यावर ओढवलेल्या त्या कठीण परिस्थितीचा फायदा उकळणं असल्या गोष्टी करून त्यामार्गानं आपल्या पुस्तकाच्या थोड्या अधिक प्रती खपवणं मला काही प्रशस्त वाटलं नाही.

पहारेकऱ्यानं माझी नीतू चूघ मॅडमशी ओळख करून दिली. असिस्टंट सुपरिटेंडंट नीतू मॅडम गर्भारशी होत्या. त्यांना आठवा महिना होता. मी त्यांच्यासोबत तुरुंगाचा फेरफटका करण्यासाठी निघालो. आम्ही मुदपाकखान्यात गेलो. पूर्वीच्या काळी, म्हणजे तुरुंगात हे सुधारणेचे वारे वाहण्यापूर्वी येथील आरोग्याची स्थिती दारूण होती. त्याकाळी जेवण काय प्रकारे रांधलं जायचं आणि वाढलं जायचं, ते ऐकूनच मळमळू लागतं. पण आत्ताचा मी पाहत असलेला हा मुदपाकखाना मात्र अतिशय स्वच्छ होता. आत प्रवेश करण्यापूर्वी मला माझे बूट बाहेर काढून

ठेवावे लागले आणि तेथील कर्मचाऱ्यांनी दिलेल्या सपाता घालाव्या लागल्या. तीन स्त्रियांनी स्वयंपाकाला सुरुवात केली होती. तीन मोठमोठ्या पातेल्यात त्यांनी भात शिजत टाकला होता. त्या स्त्रिया चांगल्या धडधाकट, आरोग्यपूर्ण दिसत होत्या. "तुम्हाला इथल्या जेवणाची चव चाखायची आहे का?" नीतू मॅडमनी विचारलं. पण दुपारचं जेवण सगळं संपलं होतं आणि सायंकाळच्या स्वयंपाकाला नुकतीच सुरुवात झाली होती. जेवण रोज प्रत्येकवेळी ताजं शिजवण्यात येई. भात, डाळ, चपात्या व भाजी. त्यानंतर आम्ही तेथून बाहेर पडलो. बूट घातले आणि मुख्य इमारतीकडे जाण्यासाठी कंपाऊंड पार केलं. या मुख्य इमारतीत अनेक कोठड्या, तसंच औद्योगिक प्रशिक्षण केंद्रं होती. एवढ्यात पाऊस पडण्यास सुरुवात झाली. पाऊस कसला, पाणी बदाबदा कोसळू लागलं. त्यासोबत काही मिनिटातच धुकंही पसरलं. मी आभाळाकडे बघत चार शेलक्या शिव्या हासडल्या.

कोणीतरी छत्र्या आणल्या. आम्ही आमचा फेरफटका चालूच ठेवला. एकंदर आठ वॉर्ड तिथे होते आणि खरोखर सांगतो ते दिसायला आश्रमांसारखे किंवा आरोग्यधाम असावे असे दिसत होते. या विशिष्ट दिवशी तिथे ५०६ कैदी आणि ४१ मुलं होती. या संपूर्ण संकुलाच्या भोवती हिरवीगार हिरवळ होती. तिची व्यवस्थित मशागत केली होती. त्यामुळे तिथे एखादा बगीचाच असल्याचा भास होत होता. मी ज्या ठिकाणी चिंब भिजत उभा होतो, तेथून तर हा एक तुरुंग आहे, या गोष्टीवर विश्वास बसत नव्हता. मुंबईतील बहुसंख्य लोकांना इतक्या सुंदर वातावरणात राहण्याची संधी मिळत नाही. तिहार तुरुंगाच्या संकुलात असलेल्या सर्वच्या सर्व तुरुंगांमध्ये पाणी बचाव योजना राबवण्यात येते. येथील वातावरण प्रदूषणमुक्त राखण्यासाठी या परिसरात एकंदर सात हजार रोपे लावण्यात आली आहेत. परंतु पूर्वीचे तिहार जेल मात्र सिमेंटचे जंगल भासे. यावरून एक गोष्ट लक्षात येते– केवळ थोड्या व्यक्तींनी घेतलेल्या पुढाकारातून कितीतरी साध्य करण्यात येते, कितीतरी व्यक्तींची आयुष्ये त्यामुळे बदलू शकतात.

मित्रहो, यामुळे मात्र कोणीही गैरसमज करून घेऊ नका. शेवटी तुरुंग म्हणजे एक पिंजराच. तो बाहेरून कितीही देखणा दिसला तरीही. वस्तुस्थिती शेवटी अशीच असते, की माणसाला इथे काहीही एकांत नाही, खाजगी आयुष्य नाही, स्वातंत्र्य नाही. वरिष्ठांची मर्जी सांभाळूनच राहावं लागतं. जर का त्यांचा रोष ओढवला, तर मग तुम्हाला वाचवायला देवच धावून यायला हवा. आणखी एक समस्या, जी इतरही सर्वच तुरुंगांना भेडसावताना दिसते, ती तिहारमध्येही आहे; ती म्हणजे प्रचंड गर्दी. एकदा जर बराकीत शिरून पाहिलं, तर तेथील गर्दीमुळे जणू काही भिंती अंगावर येत आहेत असं वाटून जीव दडपतो.

हस्तकलेसाठी राखीव ठेवण्यात आलेली जागा मला दाखवण्यात आली. नीतू मॅडमनं मला माहिती पुरवली, की कैदी स्त्रिया संपूर्ण दिवस या हस्तकलेच्या व्यवसायात घालवतात आणि काही दिवसात पुरेसा पैसा कमावू लागल्या की त्या तुरुंगाबाहेर राहणाऱ्या आपल्या कुटुंबियांना पैसेसुद्धा पाठवू शकतात. ही गोष्ट ऐकूनच मला नवल वाटलं. स्त्री कैद्यांना रोजगाराची संधी देण्यासाठी येथे अनेक प्रकारचे उपक्रम राबवण्यात येतात, त्यात मागावर विणकाम, शिवणकाम, स्वयंपाक इत्यादीचा समावेश होतो. आणखी एक अत्यंत महत्त्वाचा मुद्दा म्हणजे येथील प्रत्येक कैदी स्त्रीला शिक्षण सक्तीचं करण्यात आलं आहे. ही गोष्ट खरोखरच कौतुकास्पद आहे. इतकंच नव्हे तर ज्या कैदी स्त्रिया निरक्षर असतील त्यांच्याकडे विशेष लक्ष पुरवण्यात येतं आणि त्यांना आठवड्याभरातच स्वत:चं नाव लिहिता येतं, सही करता येते. इ.स. २००२ मध्ये एकूण १८६१ कैदी स्त्रियांना व्यवसाय प्रशिक्षण देण्यात आलं, असं मला सांगण्यात आलं. या ठिकाणी औपचारिक, तसंच अनौपचारिक शिक्षणाचीही सुविधा होती.

"कधी कधी तर काही कैद्यांच्या बँकेच्या खात्यात दहा नाहीतर पंधरा हजार रुपये सुद्धा जमा असतात. याला कारण इंडिया व्हिजन फौंडेशनसारख्या काही सेवाभावी संस्था वेळोवेळी या स्त्रियांसाठी काम पुरवतात आणि त्यांना आधार देतात. मग त्या ते पैसे आपल्या घरी पाठवतात."

तिहारचं स्वत:चं ब्युटी पार्लरसुद्धा आहे. तिथे काही कैदी स्त्रिया होत्या. काही शिकाऊ होत्या, तर काही काम करत होत्या, काही स्वत:वर विविध सौंदर्योपचारांचे अत्याचार करून घेऊन सुंदर दिसण्याच्या मागे लागल्या होत्या. थोडक्यात, जगभरातील १२ वर्षांवरील स्त्रिया जे काही करत असतात, ते याही करत होत्या.

त्यानंतर नीतूनं मला पाळणाघरात नेलं. हे इंडिया व्हिजन फौंडेशनने डॉ. किरण बेदींच्या पुढाकारानं सुरू केलं आहे. मुलांसाठी दोन पाळणाघरं असून येथे लहान मुलांना, तसंच गर्भवती स्त्रियांना खास आहार देण्यात येतो. तिहारला स्त्रीरोगतज्ज्ञ आणि बालरोगतज्ज्ञ यांची नियमित भेट असते.

तेथील लहान मुलांनी आम्हाला बघताच ताबडतोब आपले इवलेसे बाळसेदार हात जोडून नमस्ते केलं. त्यावेळी तिथे किमान वीस मुलं असतील. अगदी तान्ह्या मुलांपासून ते चार-पाच वर्षांच्या मुलांपर्यंत. तान्ह्या मुलांना पाळण्यात ठेवून दोन स्त्रिया सांभाळत होत्या. त्यांची त्याच कामावर नेमणूक करण्यात आली होती. इंडिया व्हिजन फौंडेशनची एक स्वयंसेविका लहान मुलांना इंग्रजी मुळाक्षरं शिकवत होती. मुलं स्वच्छ आणि नीटनेटकी होती. त्यांच्या अंगात स्वच्छ गणवेश होते. ते इंडिया व्हिजन फौंडेशनच्या टीमनं खास या मुलांसाठी

शिवले होते. सर्वांत महत्त्वाची गोष्ट म्हणजे मुलं मजेत होती. इथे त्यांना शिकवण्यात येतं. ती स्वच्छ चटयांवर झोपतात. जास्त थंडी असली तर मुलांसाठी हीटरची सोय आहे, तसंच उकाडा असला तर कूलरची सोय आहे. त्यांना पोषक आहार देण्यात येतो. त्यात फळांचाही समावेश असतो. सायंकाळी या मुलांना आपल्या आईकडे परत पोचवण्यात येतं. सर्व मुलांची ही अशी उत्तम देखभाल होते, ही गोष्ट खरोखरच स्पृहणीय आहे.

डॉ. किरण बेदी यांची इंडिया व्हिजन फौंडेशन, येथील कामिनी, रेणू आणि इतर कर्मचाऱ्यांच्या मदतीनं या मुलांसाठी लक्षणीय काम करत आहे. बाहेरच्या जगात कितीतरी पाळणाघरं चालवण्यात येतात, पण तिहारमधील या पाळणाघराएवढी उत्कृष्ट व्यवस्था इतर कोणत्याही पाळणाघरात असेल, असं मला नाही वाटत.

''मुलांना इथे पाठवल्यावर आयांना काम करायला सवड मिळते. विविध सामाजिक संस्थांनी रोजगाराच्या ज्या योजना सुरू केल्या आहेत, त्यांचा या मातांना लाभ घेता येतो. शिवाय पाळणाघरातही मुलं दुसऱ्या मुलांच्या संपर्कात येतात. त्यांचं बाल्य त्यामुळे शाबूत राहतं. कोठड्या आणि तेथील त्या वाईट वातावरणापासून, प्रौढांच्या जगापासून काही काळ तरी ही मुलं दूर राहतात, अभ्यास करू शकतात, मुलांमध्ये मूल होऊन रमू शकतात. इंडिया व्हिजन फौंडेशनचे लोक या मुलांना छोट्या सहलींना नेतात, अगदी नियमितपणे.'' देशातील इतर तुरुंगांपेक्षा पार विरुद्ध टोकाची परिस्थिती इथे आहे. इतर ठिकाणी त्या मुलांना बाहेरच्या जगाचं कधी दर्शनही होत नाही.

मी होकारार्थी मान हलवली. एकंदर असे किती सुधाराचे उपक्रम सुरू करण्यात आले होते, ही बाब तितकीशी महत्त्वाची नव्हती. जोपर्यंत मुलांना मोठ्या माणसांपासून, त्यांच्या त्या भावनिक गुंतागुंतीपासून, त्यांच्या राजकारणापासून दूर राहण्याची संधी मिळत नाही, तोपर्यंत त्या मुलांना मुक्तपणे कधी बागडता येणार नाही, शैशवाचा आनंद लुटता येणार नाही. त्या पाळणाघरात मुलांना खेळायला, पळायला, आरडाओरडा करायला, मूल होऊन राहायला जागा होती. कोठडीत आणि बराकीत परत गेल्यावर असा मुक्तपणा त्यांना मिळत नसे. पण मुलांना दिवसातील काही काळ आणि संपूर्ण रात्र आपल्या आईसोबत तेथेच तर काढावी लागे. याचा अर्थ असा की प्रत्येक तुरुंगात अशी जागा राखीव ठेवण्यात आली पाहिजे. या राखीव जागेत दिवसाचा भरपूर वेळ अभ्यास करण्यात, खेळण्यात, मौजमजा, दंगामस्ती करण्यात घालवण्याची मुभा मुलांना असली पाहिजे. कारण आपल्या आईच्या हातून काही चूक घडली असेल, किंवा तिचं नशीब खोटं असेल, तर त्याची शिक्षा या मुलांना का बरं व्हावी? ही मुलं म्हणजे आपल्या आयांच्या सावल्या आहेत. या सावल्या पिंजऱ्यात आहेत, ही

गोष्टच काळजाला पीळ पाडणारी आहे. निदान ही मुलं जागी असतात, तेव्हाचा प्रत्येक क्षण तरी वेदनेनं भरलेला असू नये.

नीतूनं मला आणखी एका वॉर्डकडे नेलं. तिहारमधील स्त्रियांच्या विभागात एक खास जागा फक्त आया व त्यांची मुले यासाठी राखीव ठेवण्यात आली आहे. अजून एक राखीव जागा अगदी नव्यानंच तिहारमध्ये भरती झालेल्या कैदी स्त्रियांसाठी आहे. तुरुंगाचं वातावरण, तेथील दैनंदिन व्यवस्थापन इत्यादी गोष्टींचा सराव होण्यासाठी, त्या येथे रुळण्यासाठी काही वेळ जावा लागतो. एकदा एखाद्या कैद्याची तुरुंगात भरती झाली की समाजकल्याण अधिकाऱ्यांबरोबर त्यांना थोडा वेळ घालवावा लागतो, सल्लामसलत होते, त्यानंतर मुलाहिजा पंचायत आणि इतर कर्मचाऱ्यांशी कैद्याची ओळख होते. पण या सुविधा देशातील इतर तुरुंगांमध्ये उपलब्ध नाहीत. त्या तशा का नसाव्यात, ही गोष्ट नवल करण्यासारखी आहे.

खरं तर तुरुंगात पहिल्या प्रथम पाऊल टाकत असणाऱ्या नवख्या कैद्यांसाठी अशा राखीव कोठडीची किंवा एका मोठ्या सार्वजनिक शयनकक्षाची व्यवस्था देशातील प्रत्येक तुरुंगात असलीच पाहिजे. त्याचप्रमाणे ज्या कैद्यांचे गुन्हे अगदीच किरकोळ स्वरूपाचे असून त्यांना अगदी कमी मुदतीची शिक्षा झालेली आहे, अशा कैद्यांना वेगळं ठेवण्यात आलं पाहिजे. भुरट्या चोऱ्यांसारखे किरकोळ गुन्हे करणाऱ्या गुन्हेगारांना आपण जेव्हा निर्ढावलेल्या, सराईत बदमाषांबरोबर ठेवतो, तेव्हा आपण संकटालाच निमंत्रण देत असतो. पण असा प्रस्ताव ठेवल्यास त्याविरोधी युक्तिवादही ठरलेलाच असतो. तो म्हणजे जागेची कमतरता आहे, पैशांची कमतरता आहे, अशा स्वरुपाचा कोणताही कायदा अस्तित्वात नाही... वगैरे वगैरे. आणि सरतेशेवटी 'तुम्हाला काय करायचंय? तुम्ही कशाला यात पडता?'

पावसाची रिपरिप थांबली होती. ढगांच्या गर्दीतून जरा जरा तोंड बाहेर काढण्याचा केविलवाणा प्रयत्न सूर्य करत होता. नीतूनं मला आता ज्या भागात आणलं होतं, त्याचं स्वरुप एका भल्या मोठ्या झोपडीसारखं होतं. नव्यानं भरती झालेल्या कैद्यांना तुरुंगाच्या वातावरणात रुळण्याचा सराव व्हावा, यासाठी ही जागा होती. आत भरपूर मोकळी जागा, कोठड्या आणि सार्वजनिक शयनकक्ष होते. बऱ्याच कैदी स्त्रिया आपल्या कोठडी बाहेरच्या मोकळ्या जागेत बसल्या होत्या. काही जणी खात होत्या, काही जणी केस विंचरत होत्या, तर काही इकडे तिकडे रेंगाळत होत्या. काहींच्या अंगावर जाड गरम कपडे होते, तर काहींनी शाली गुरफटून घेतल्या होत्या. खरं सांगायचं तर आत्ता हे लिहित असताना मला त्यांच्या कपड्यांविषयी फारसं काही आठवत नाहीये. त्या सर्वजणींच्या अंगात विशिष्ट गणवेष होता, का त्यांनी वेगवेगळे कपडे घातले होते, वगैरे. इतक्या

मोठ्या संख्येनं तिथे स्त्रिया आणि लहान मुलं शिक्षा भोगत होती, एका सोनेरी पिंजऱ्यात आपले आयुष्य घालवत होती... आणि त्यांच्यातील काहींच्या तर वाट्याला त्यांचा स्वत:चा काहीही दोष नसताना, केवळ परिस्थितीमुळे हे भोग आले होते. या विचाराने मी त्यावेळी खूप अस्वस्थ झालो होतो, एवढं मात्र नक्की. मनाला एक प्रकारचा बधिरपणा आला होता.

त्यापैकी एका कोठडीच्या दाराजवळ जाऊन मी उभा राहिलो. ती लंबगोलाकृती खोली होती. पिवळ्या दिव्याच्या प्रकाशात खोली उजळली होती. खोलीच्या फरशीवर अंथरुणांच्या वळकट्या पसरून ठेवल्या होत्या. एकंदर कैदी स्त्रियांची संख्याच इतकी प्रचंड होती, की सुधारणा तरी किती आणि कुठे कुठे करणार? पण मुळात आपल्या देशातील लाखो लोक बाहेरच्या जगात इतक्या मर्यादित जागेत, कष्टप्रद अवस्थेत जगत असताना आपल्या देशातील तुरुंग सर्व सुखसोयींनी परिपूर्ण असावे, अशी अपेक्षाच करणं चुकीचं आहे. खोलीत टी.व्ही. चालू होता. काही बायकांचं हातानं विणकाम चालू होतं. दोघीजणी आपले राहण्याचे कोपरे झाडून पुसून स्वच्छ करत होत्या. त्यांचं तुटपुंजं सामान त्यांनी तिथेच व्यवस्थित मांडून ठेवलं होतं. डावीकडच्या कोपऱ्यात एक बाथरूम व टॉयलेट होते. पण त्याला दारच नव्हते. एकदा रात्रीचा दरवाजा बंद झाला, की या स्त्रियांना कसं वाटत असेल. विशेषत: ज्या स्त्रियांना त्याच्या जवळ झोपावं लागत असेल! बाथरूम व टॉयलेटच्या समोर एक चार पाच फुटी भिंतीचा आडोसा तेवढा होता, पण छप्पर वगैरे नव्हते.

तिहारमध्ये पंख्यांच्या बाबतीत मात्र येरवड्यापेक्षा वेगळी परिस्थिती आहे. येथे उन्हाळ्यात पंखे पुरवण्यात येतात. दिल्लीच्या तापदायक उन्हाळ्याचा त्रास त्यामुळे सुसह्य होतो. आज मात्र येथे गोठवणारी थंडी होती, त्यामुळे पंखे नव्हते. मी कैद्यांवर एक अखेरचा दृष्टिक्षेप टाकला. सर्वांना आत व्यवस्थित बंद करण्यात आले होते. त्यांना ऊबदार पांघरुणेही पुरवण्यात आली होती. अगदी कडाक्याच्या थंडीत कैद्यांना गरम लोकरीचे ऊबदार अंथरुण-पांघरुण देण्यात येते, अशी माहिती मला देण्यात आली. मी त्या ऊबेत गुरफटून बसलेल्या कैदी स्त्रियांकडे जराशा असूयेनं पाहिलं. इथे मी अर्धा भिजलेला, कुडकुडत उभा होतो. कडाक्याच्या थंडीनं दात वाजत होते.

"इथली मुलं कुठे राहतात, ते मला बघायचंय."

"मुलं व त्यांच्या आयांसाठी स्वतंत्र वॉर्ड आहे. देशातील इतर तुरुंगात मुलांना आपल्या आईबरोबर एकत्र इतर कैद्यांच्या संगतीत राहावं लागतं. इथे मात्र तसं नाही... त्याचं काय आहे, तुरुंगात इतक्या विविध प्रकारचे गुन्हेगार असतात, त्यामुळे इथे तिहारमध्ये तरी आई व मुलं स्वतंत्र राहावी, अशी आम्ही

व्यवस्था केली आहे.''

आम्ही त्या आई मुलांसाठी असलेल्या राखीव विभागात शिरलो. परत एकदा राहण्याची व्यवस्था तशीच होती. जमिनीवर अंथरुणांच्या वळकटया गुंडाळून ठेवलेल्या होत्या. काही मुलं आपल्या आयांच्या जवळ होती. जर एखादं मूल आजारी असलं, किंवा काही कारणानं आपल्या आईला सोडत नसलं, तर त्याला पाळणाघरात किंवा बालवाडीत पाठवण्यात येत नाही, असं नीतूनं मला सांगितलं. खिडक्या अर्धवट बंद होत्या. आत बऱ्यापैकी ऊबदार होतं. पण तिथे भिंती अंगावर आल्यासारखी व गुदमरल्यासारखी भावना होत होती. तिहारमध्ये सुधारणा राबवण्यासाठी येथील व्यवस्थापनानं जे काही कष्ट घेतले आहेत, जो उत्साह दाखवला आहे, त्याचं महत्त्व मी कमी लेखत नाही, पण तुरुंगाधिकारी तरी कैद्यांच्या या वाढत्या गर्दीपुढे काय करू शकणार? या समस्येवर तोडगा काढणं आपल्या देशातील न्यायसंस्थेच्या हातात आहे.

देशातील प्रत्येक जेलला ही समस्या भेडसावते आहे. सध्या तिहार जेलमधील सहा सेंट्रल प्रिझन्समध्ये मिळून सुमारे ३६३७ कैद्यांच्या निवासाची क्षमता आहे. अगदी नुकत्याच प्रसिद्ध झालेल्या सर्वेक्षणातून असं स्पष्ट होतं की, इ.स. २००२ मध्ये येथे १२,०४१ कैदी होते. (हा आकडा ३१-१२-२००२ चा आहे) म्हणजे तुरुंगाच्या क्षमतेच्या चौपटीपेक्षाही अधिक. त्यातील फक्त २३३३ कैदीच गुन्ह्याची शिक्षा भोगत होते. ९६५६ लोकांवरचे खटले चालू होते आणि ५२ कैद्यांना नुसते अडकवून ठेवले होते.

स्त्री विभागासाठी नेमून दिलेली क्षमता ४०० आहे. मी तेथे भेटीसाठी गेलो तेव्हा तिथे ५०६ कैदी स्त्रिया व ४१ लहान मुलं होती. म्हणजे साधारण १५० तरी बिछाने जास्त घालण्यात आले असणार. पण मुंबईच्या ऑर्थर रोड जेलमध्ये तर कित्येकदा तुरुंगाच्या क्षमतेच्या चौपट कैद्यांना डांबून ठेवलेलं असतं. त्यामानानं तिहारच्या या स्त्री-विभागाची स्थिती पुष्कळच चांगली म्हणावी लागेल. तरीपण एक गोष्ट विचारात घ्यावीच लागेल. कोणत्याही तुरुंगासाठी अधिकृत क्षमता जेव्हा घोषित करण्यात आलेली असते, तेव्हा तेथील उपलब्ध जागेचा पुरेपूर विचार त्यात केलेला असतोच. त्यात आणखी जागा शिल्लक नसते. अशा मूळच्या मर्यादित जागेत तिच्या क्षमतेपेक्षा कितीतरी अधिक कैद्यांना डांबून ठेवण्यात येतं, तेव्हा स्वाभाविकच भिंती अंगावर येऊन गुदमरल्यासारखं वाटलं, तर त्यात नवल ते काय?

येथे एक स्टोअर आहे. तेथे साबण, तेल, बिस्किटे आणि इतरही अनेक जीवनावश्यक गोष्टी विकत मिळतात. यासाठी कूपन्स द्यावी लागतात. तुरुंगाच्या आत पैसे बाळगण्यास परवानगी नसते. कैदी तुरुंगात काम करून जो काही

रोजगार कमावतील, तो त्यांच्या बँकेच्या खात्यात जमा करण्यात येतो. त्याच पैशातून त्यांना ही कूपन्स खरेदी करता येतात. या कूपन्सचा उपयोग करून स्त्रियांना स्वत:साठी किंवा आपल्या मुलांसाठी आवश्यक त्या गोष्टी विकत घेता येतात.

डॉ. किरण बेदींनी तिहारची सूत्रे हातात घेतल्यानंतर त्यांनी तिहारमध्ये सिगारेट व तंबाखूवर बंदी आणली. तो नियम त्यांच्या नंतरच्या आय.जीं.नी पण तसाच लागू केला. तत्पूर्वी मात्र सिगारेटी, तंबाखू आणि मादक द्रव्ये यांचा फार मोठ्या प्रमाणावर इथे वापर चालायचा. अंमली पदार्थांच्या आहारी गेलेल्या कैद्यांची संख्याही मोठी होती. पण आता या सर्वच गोष्टींना इथे बंदी असल्यामुळे त्यापासून निर्माण होणाऱ्या समस्याही संपल्या आहेत. तिहार जेलमध्ये व्यसनाधीन कैद्यांच्या पुनर्वसनासाठो जे काही उपक्रम राबवण्यात आले त्यांचा जगभर फार मोठा बोलबाला झाला आणि 'सार्क' राष्ट्रांपैकी कित्येक राष्ट्रांनी तशाच पद्धतीचा पुनर्वसनाचा उपक्रम स्वत:च्या देशातील तुरुंगात राबवण्यास अनुकूलता दाखवली. मला इथे अशी माहिती मिळाली की इ.स.२००२ मध्ये सुमारे ७८१७ व्यसनाधीन कैद्यांनी व्यसनमुक्तीच्या उपचारांचा लाभ घेतला.

आम्ही चालता चालता औषधाच्या दुकानावरून पुढे गेलो. नीतूकडून असं कळलं, की इथे स्त्रीरोगतज्ज्ञ आणि बालरोगतज्ज्ञ नियमितपणे भेटीला तर येतातच, पण शिवाय मेडिकल व पॅरामेडिकल कर्मचाऱ्यांकडून चोवीस तास वैद्यकीय सेवा सुद्धा पुरवण्यात येते. पण या इतक्या अत्यावश्यक सुविधेची उपलब्धता भारतातील इतर काही तुरुंगांमध्ये अद्यापही नाही. एक गोष्ट समजून घेणं फार महत्त्वाचं आहे. डॉ. किरण बेदी यांची इन्स्पेक्टर जनरल ऑफ तिहार प्रिझन्स म्हणून नियुक्ती होईपर्यंत, म्हणजे १ मे १९९३ पर्यंत तिहार जेलमधील कैद्यांना अमानुष वागणूक मिळत होती. वैद्यकीय सोयी सुविधांच्या बाबतीत तुरुंगाचं व्यवस्थापन अत्यंत उदासीन होतं. आधी सांगितलं, त्याप्रमाणे रात्रीच्या वेळी वैद्यकीय सुविधा मिळत नसे. अगदी दिवसासुद्धा व्यवस्थित उपचार मिळवायचे, म्हणजे जर देवच तुमच्या मदतीला धावून आला, तर ते शक्य होई. कित्येक कैद्यांचे या घृणास्पद स्थितीत मृत्यू झाले आणि कितीतरी मुलं याच नरकसदृश परिस्थितीत जन्माला आली.

पण आता दृश्य पूर्णपणे पालटलं आहे. यातून एकच दिसून येतं. व्यवस्थापनानं आणि अधिकार हाती असणाऱ्या व्यक्तींनी जर मानवहितवादी दृष्टिकोन ठेवून, काम करायचं ठरवलं, कैद्यांमध्ये सुधार घडवून आणण्याचं उद्दिष्ट बाळगलं, आणि त्यांना बाहेरून बिगरसरकारी सेवाभावी संस्थांची मदत लाभली तर अक्षरश: चमत्कार घडून येऊ शकतो. पण शुद्ध हेतू आणि खरोखरच या लोकांच्या जीवनात परिवर्तन घडवून आणण्याची इच्छा त्यांनी मनात बाळगून या कामाला सुरुवात

केली असेल तरच हे होतं. हे परिवर्तन कायद्याचा बडगा दाखवून होऊ शकत नाही.

तिहार जेलच्या स्त्रियांच्या विभागाचा असा फेरफटका पूर्ण केल्यावर परत एकदा सुनील गुप्तांना जाऊन भेटायचं, असं मी ठरवलं. मला दुसऱ्याच दिवशी तिहार जेलचे लॉ ऑफिसर असलेल्या गुप्तांची मुलाखत घ्यायची होती व त्यात आयत्यावेळी काहीही बदल होऊ नये, अशी माझी इच्छा होती. काही कारणानं मी नेहमीचा सुरक्षित रस्ता सोडून उगीचच आतील रस्त्याकडे वळलो. हा रस्ता जेल क्रमांक ६-अ ला मुख्य कार्यालयाशी जोडणारा होता.

जर एखाद्या कैद्यानं काही कारणानं तुरुंगातून पलायन करायचं ठरवलं, तर तो स्वाभाविकच नेहमीचा सुरक्षित मुख्य रस्ता न घेता हाच रस्ता घेईल. पण मग त्यानंतर या भुलभुलैयातून बाहेर पडायला त्याला तुरुंगाचं अगदी खडानूखडा नकाशासहित ज्ञान हवं, आणि ईश्वराची कृपादृष्टी पण हवी. अखेर जाणाऱ्या एका पहारेकऱ्यानं मला योग्य रस्ता दाखवला. गंमत अशी की तो दगडधोंड्यांनी भरलेला एकमेव रस्ता टाळण्यासाठीच तर मी हा दुसरा रस्ता घेण्याचा प्रपंच केला होता.

एव्हाना मी पुरा थकलो होतो. गळून गेल्यासारखं झालं होतं. कपडे भिजून चिंब झाले होते. मी एक सिगारेट पेटवली. माझं डोकं बहुदा फिरलं असावं. 'धूम्रपान निषेध' अशा पाट्या जागोजागी लटकत होत्या. मी मनात विचार केला, फार तर फार काय होईल, आपल्याला अटक करून तुरुंगात टाकतील. निदान त्यामुळे बरेच प्रश्न तरी सुटतील– एक तर ओल्या कपड्यांचा प्रश्न, दुसरं म्हणजे जेवणाखाणाचा प्रश्न. कारण मी सकाळपासून अन्नाचा कणही खाल्लेला नव्हता.

अखेर मला जिथे जायचं होतं ती इमारत सापडली. माझ्यापासून १०० मीटर्सवर होती ती. एक माणूस चक्क अर्धी चड्डी घालून सायकलवरून तिकडे निघाला होता. त्यानं अंगात जाकीट घातलं होतं. त्याच्याजवळ एक मशिनगन होती. पण या असल्या कडाक्याच्या थंडीत इतके कमी कपडे घालून कोण शहाणा माणूस सायकलवरून जाईल, असं माझ्या मनात आलं. एकतर तो ठार वेडा तरी असला पाहिजे नाहीतर मग कोणीतरी त्याचा फारच रागराग करत असणार. काही क्षणांनंतर दुसराच एक विचार माझ्या मनात आला. हा वेडा टारझन मशिनगन घेऊन का बरं निघाला होता? तिहारमध्ये सिगारेट ओढणाऱ्या माणसांना गोळी घालण्याची पद्धत तर नक्कीच नव्हती. कारण तशी जर असती तर मग सिगारेट तब्येतीला हानिकारक असते एवढंच नव्हे तर कधीकधी ती तुमचा जीवही घेऊ शकते, असंच म्हणण्याची वेळ आली असती. तो माझ्याजवळून पुढे निघून गेला. मी घाईनं सिगारेट तोंडाच्या आत कशीबशी त्याला न दिसेलशी पकडून धरली. एकंदरीत पुस्तकं लिहिणं सुद्धा प्रकृतीला हानिकारकच असतं. □

संध्याकाळची वेळ होती. डॉ. किरण बेदींच्या बंगल्याला लागून असलेल्या त्यांच्या ऑफिसात त्यांची वाट पाहत बसलो होतो. मी त्यांची मुलाखत घेणार होतो. सुरक्षा अधिकाऱ्यांना त्याची पूर्वकल्पना देण्यात आली होती. माझं व्हिजिटिंग कार्ड मी त्यांना दाखवताच त्यांनी मला छोट्याशा बगीच्यातून आत सोडलं होतं. ही झोपडीवजा इमारत होती, त्यात डॉ. किरण बेदींचं ऑफिस होतं. शिवाय काही सामाजिक उपक्रम त्यात चालत. पलीकडे निवासस्थाने होती. ऑफिसला लागून असलेल्या दोन झोपडीवजा इमारतींमधून इंडिया व्हिजन फौंडेशनचं कामकाज चालायचं.

मी ओलाचिंब होतो. थंडी वाजत होती. प्रकृतीही बरी नव्हती. दिवसभर पाऊस पडला होता. सगळीकडे अंधार आणि चिकचिकाट होता. आपण आपली राजधानी दुसऱ्या एखाद्या सुंदर, जिवंत, जरा तार्किकदृष्ट्या सुसंगत हवामानाच्या ठिकाणी हलवायला हवी. वर्षातील अर्धे दिवस इतका असह्य उन्हाळा असतो, की वाटतं आपण मरून जावं. वर्षातील तीन महिने इतकी कडाक्याची थंडी असते, की त्यानं अर्धमेलं होण्याची पाळी येते. उरलेले तीन महिने खूप जादा काम करावं लागतं. कारण विजेची टंचाई आणि हीटर्स आणि एअर कंडिशनर्सच्या अमाप वापरामुळे येणारी भरमसाठ विजेची बिलं भागवायची असतात. मला वाटतं त्याचमुळे आपल्या देशाला प्रगतीपथावर नेऊ बघणारे सर्व नेते इतके रेमेडोके आहेत.

मी असाच काहीकाळ प्रतीक्षा करत राहिलो. त्यानंतर डॉ. किरण बेदींनी प्रवेश केला. त्यांचं व्यक्तिमत्त्व नजरेत भरण्यासारखं आहे. एकदा पाहिलं, की कोणी विसरू शकणार नाही. महान, उत्तुंग व्यक्तिमत्त्वाच्या ज्या काही खुणा असतात, त्या त्यांच्या ठायी आढळतात, यात शंकाच नाही. त्यांनी आधी आल्याआल्या झटपट आपला पत्रव्यवहार पाहिला. त्यांची कामाची प्रचंड गडबड असणार. नंतरच्या काही दिवसातच त्या युनायटेड नेशन्सच्या कामावर रुजू होण्यासाठी निघणार होत्या. युनायटेड नेशन्सच्या डिपार्टमेंट ऑफ पीस कीपिंग

ऑपरेशन्समध्ये सिव्हिलियन पुलीस ॲडव्हायझर म्हणून त्यांना काम बघायचं होतं. आम्ही उठून त्यांच्या घराकडे निघालो. एवढ्यात त्यांच्या सुरक्षा अधिकाऱ्यानं त्यांची एका तरुणाशी ओळख करून दिली. तो तरुण त्या अधिकाऱ्याचा नातेवाईक होता. त्याला मॅडमनं कुठल्यातरी विशिष्ट सरकारी खात्यात नोकरी लावून द्यावी, अशी त्यानं विनंती केली. मॅडमनं त्याची ती विनंती नीट ऐकून घेतली आणि नंतर त्या सुरक्षा अधिकाऱ्याकडे वळून म्हणाल्या, "मी तुम्हाला खूष करणारं उत्तर देऊ की खरं काय ते सांगू? तुम्हीच ठरवा. पण तुम्हाला जर खरं उत्तर ऐकायचं असेल, तर ते असं, की ते ज्या पदाविषयी म्हणत आहेत, ते त्यांना मिळण्याची सुतराम शक्यता नाही हे. आता मी जर राजकारणी असते, तर म्हटलं असतं, मी प्रयत्न करीन, तुम्ही त्यांचा बायो-डेटा ठेवून जा...वगैरे. पण मी काही राजकारणी नाही, त्यामुळे मी स्पष्ट सांगते, या विशिष्ट पदाचा नाद सोडून द्या. माझ्याकडून दुसरी काही मदत हवी असेल, तर सांगा."

त्या मला घेऊन त्यांच्या घराच्या दिवाणखान्यात गेल्या. आम्ही कोचावर आरामशीर बसलो आणि मी डिक्टाफोन चालू केला. ही मुलाखत मिळवण्यामागे माझी दोन महिन्यांची योजनाबद्ध धडपड होती. आधीच त्यांच्यावर कामाचा इतका ताण. तशात त्यांना दोन आठवड्यांच्या आत युनायटेड नेशन्सच्या पदाची सूत्रं हाती घ्यायची होती. त्यामुळे तर हा ताण अधिकच वाढला होता.

आम्ही मुलाखतीला सुरुवात करणार इतक्यात त्यांच्या कुटुंबियांपैकी कोणीतरी त्यांच्या प्रवासाला शुभेच्छा देण्यासाठी आले. डॉ. बेदी माझी माफी मागून उठल्या. त्यांनी आपल्या मावशीला आलिंगन दिलं आणि आश्वासक स्वरात सांगितलं, "मी जगाच्या पाठीवर कुठेही गेले तरी माझ्या कुटुंबियांचं स्मरण सदोदित मला असेल." त्यांच्या मागच्या बाजूला शिर्डीच्या साईबाबांचं चित्र तसबिरीत ऊबेत बसलेलं होतं. आणि इथे मी थंडीनं काकडत होतो. ही जीवघेणी थंडी माझ्या हाडांत शिरून माझ्या शरीराच्या रोमारोमांत भरून राहिली होती. मी मनोमन या दिल्लीला, तिहारला, धुक्याला शिव्या दिल्या. आपल्या मुलांना या पुस्तकं लिहिण्याच्या व्यवसायात कधी येऊन द्यायचं नाही, असा मी दृढनिश्चय केला. माझे कितीतरी मित्र, आप्तेष्ट आलिशान ऑफिसात बसून, लठ्ठ पगाराची नोकरी करून ऐषारामी, सुखासीन जीवन जगत होते आणि इथे मी थंडीनं काकडत बसून होतो. माझ्या या स्थितीची दया येऊन की काय, समोर वाफाळलेला चहाचा कप हजर झाला.

"चला, आपण सुरू करू या," पोलादापेक्षाही कणखर व्यक्तिमत्त्वाची ती स्त्री म्हणाली.

"तुमचं जे पुस्तक आहे, 'इट्स ऑलवेज पॉसीबल' त्या पुस्तकात तुम्ही

तिहारच्या इन्स्पेक्टर जनरल होण्यापूर्वी तिहारची स्थिती किती विदारक होती, याचं चित्रण केलेलं आहे. असं सांगा, १९९३ सालापूर्वी, तुम्ही तिहारची सूत्रं हाती घेण्यापूर्वी तिथे जशी स्थिती होती तशी आज भारतातील इतर कुठल्या जेलची आहे का?''

''मला वाटतं, जवळपास सगळ्याच तुरुंगांची आहे.''

''म्हणजे देशातल्या जवळपास सर्वच तुरुंगात आज तितक्याच अमानुष परिस्थितीला तोंड देत कैदी राहत आहेत?''

''अगदी. एक लक्षात घ्या, १९९३ सालानंतर तिहारमध्ये जे काही क्रांतिकारक बदल घडून आले, जे काही सुधारणेचे वारे वाहू लागले, त्यानंतर बऱ्याच जेल्सनी एक पाऊल उचललं. पण त्या प्रयत्नांमध्ये एका गोष्टीची फार मोठी कमतरता आहे, ती म्हणजे– माणुसकीची. सर्वांगीण विचार करण्याची. बऱ्याच तुरुंगांची बांधणी एक वसाहत म्हणून केलेलीच नसते. एखाद्या गावात जर पुष्कळ इमारती असतील, पण त्या स्वच्छ ठेवायला कुणीच नसेल, त्यांची देखभाल करायला कुणी नसेल, तर त्यातून आरोग्याशी निगडित असे गंभीर स्वरुपाचे प्रश्न उद्भवू शकतात. समजा एक गाव आहे, पण तिथे पोलीस चौकीच नाही, न्यायालय नाही, आरोग्यकेंद्र नाही, दवाखाना नाही, शाळा नाही... तर मग ते गावच नव्हे. गाव असणं याचा अर्थच या सर्व गोष्टी तिथे उपलब्ध असणं. एखाद्या गावात सुखानं राहून परिपूर्ण जीवन जगण्यासाठी लागणाऱ्या या सर्व आवश्यक गोष्टी त्या गावात आहेत की नाही हे पाहण्याची जबाबदारी गावच्या कमिशनरची नाही तर महापौरांची असते. आयुष्याची सर्व सूत्रं सुरळीतपणे चालण्यासाठी ज्या त्या गोष्टी ज्या त्या ठिकाणी व्यवस्थित असल्याच पाहिजेत, नाही का? या सर्व गोष्टी व संधी तुम्हाला जर तुमच्या गावात व्यवस्थित मिळत गेल्या, तर तुम्हाला स्थलांतर करून दुसरीकडे कुठे जाण्याची गरजच पडणार नाही. तिहार ही एक अशाच प्रकारची वसाहत, एक नगरी झालेली आहे. समाजातील विविध स्तरातील लोकांच्या ज्या विविध गरजा आहेत, त्या तिहारनध्ये पुरवल्या जातात. कारण आम्ही तिहार हे एक नगर वसवल्याप्रमाणे वसवलं आहे व तो प्रयोग यशस्वी झाला आहे.

''प्रत्येक वसाहतीला या सर्व गोष्टींची गरज असते. पण त्यातील काही गोष्टींसाठी सरकारच्या अंदाजपत्रकात तरतूद नव्हती. मग अशावेळी मी समाजाला दारं खुली केली. त्यानं सामाजिक सुरक्षिततेला धोका पोचेल, असं मला वाटलं नाही. जेव्हा कधी एखाद्या सामाजिक कार्यकर्त्याला अथवा एखाद्या बिगर सरकारी सेवाभावी संस्थेला तुरुंगाला भेट द्यायची असते, तेव्हा तुरुंगाचे सुरक्षा अधिकारी तशी परवानगी देतात. त्यांना एक ओळखपत्र दिलं जातं. ते जेव्हा आत

शिरतात, तेव्हा त्यांची झडती घेतली जाते. मग यात प्रश्न कुठे आहे? त्याहूनही सर्वांत महत्त्वाची गोष्ट अशी, की मला काहीच लपवून ठेवायचं नव्हतं. येथे संपूर्ण पारदर्शकता असते. मला असं वाटतं, की तुम्ही जर समाजाच्या हितासाठी काम करत असाल, तर तुमच्या प्रतिनिधींना काही गोष्टी जाणून घेण्याचा हक्क आहेच की. म्हणूनच इ.स. १९९३ मध्येच आम्ही माहितीच्या आधिकाराची पद्धत सुरू केली. कैद्यांनाही सर्व काही जाणून घ्यायचा हक्क होता. शिवाय, आपल्या तुरुंगात काय घडतंय, हे लोकांना माहिति होणं हाही त्यांचा अधिकार होता. आम्ही तुरुंगात कैद्यांना कसं वागवतो, हेही लोकांना माहिति होणं गरजेचं होतं. 'माझे हक्क नक्की कोणते', 'मी कशाची मागणी करू शकतो', ह्या दोन्ही गोष्टी कैद्यांना माहीत असणं आवश्यक होतं.

''मी आणखी एका गोष्टीचा आग्रह धरला. तो म्हणजे सामाजिक सहभागाचा. समाजाला थेट तुरुंगात प्रवेश करण्याचा हक्क नसतो. पण इथे मला असलेला विशेष अधिकार कामी आला. तिहार जेलची आय.जी. या नात्यानं मी काही सेवाभावी, बिगर सरकारी संस्थांना तुरुंगात येऊन कैद्यांच्या कल्याणासाठी काम करण्याची परवानगी दिली.''

प्रसारमाध्यमे आणि सामाजिक संस्थांना तिहारमध्ये मुक्त प्रवेश देऊन डॉ. किरण बेदी यांनी एक नवाच पायंडा पाडला. आजवरची प्रथा अशी होती की केवळ तिहारच्याच नव्हे तर देशातील प्रत्येक तुरुंगाच्या त्या भल्यामोठ्या लोखंडी बंद दरवाज्याआड काय घडतं याबद्दल कमालीची गुप्तता बाळगण्यात येत असे. अगदी आजसुद्धा प्रसारमाध्यमे आणि सामाजिक संस्थांना तुरुंगात प्रवेश करण्यापासून शक्य तितकं परावृत्त करण्याची धडपड अनेक सरकारी संस्था करत असतात. असे तुरुंग ज्या व्यक्तींना ठेवण्यासाठी बांधले आहेत, त्या व्यक्तीच्या आयुष्यात सकारात्मक बदल घडवून आणणारं वातावरण या सामाजिक संस्थांमुळे तेथे निर्माण होऊ शकणारं असतं. ते तसं मुळीच होऊ नये, अशा इच्छेनंच या संस्थांना लांब ठेवण्यात येतं. तुरुंगाची दारे आल्या गेल्या सर्वांना खुली करावी, तेथील कैद्यांना प्रयोगशाळेतील नमुन्याप्रमाणे लोकांसमोर ठेवावं... अशा मताचा तर मीही नाही. अगदी नक्कीच नाही. पण ज्या व्यक्तींच्या अंगी काही मदतकार्य देण्याची क्षमता आहे, पात्रता आहे आणि तुरुंगाच्या व्यवस्थापनाच्या खांद्याला खांदा लावून काम करण्याची कुवत आहे, अशांचं तरी खुल्या दिलानं तुरुंगात स्वागत झालं पाहिजे. उगीच तुरुंगातील कैद्यांना हाल भोगायला लावण्यात, अपुरा निधी असल्याची सबब पुढे करण्यात तरी काय अर्थ आहे? आणि तेही त्या कैद्यांची आयुष्ये आर्थिक, भावनिक व बौद्धिकदृष्ट्या समृद्ध करणं या संस्थांना शक्य असताना?

“तर सांगायचा मुद्दा असा... मी ज्या विशेष अधिकाराचा उल्लेख केला, तो विशेष अधिकार तुरुंगाच्या नियमावलीनुसार इन्स्पेक्टर जनरल प्रिझन्सला देण्यात आलेला आहे व प्रिझन सुपरिंटेंडंटलाही देण्यात आला आहे. त्यानुसार ज्या काही व्यक्तींना तुरुंगातील कैद्यांच्या जीवनात सकारात्मक बदल घडवून आणण्याची इच्छा असेल, अशा व्यक्तींना तुरुंगात प्रवेश देता येतो. प्रत्येक पदासाठी एक विशेषाधिकार हा असतोच. पण मुख्य समस्या अशी आहे, की तुरुंगाकडे येऊ पाहणारा मदतीचा ओघ स्वीकारण्याऐवजी तो ओघ थांबवण्यासाठीच हा विशेष अधिकार बरेचदा वापरण्यात येतो. याचं कारण काय? नाही म्हणणं हे नेहमी सोपं असतं. एक शब्द फक्त. आणि सगळा प्रश्न मिटतो. पण आपण जेव्हा परवानगी देतो, त्याचा अर्थ काय... आधी परवानगी देणं... मग बारीक नजर ठेवणं... मग पाठपुरावा करणं... ह्यानंतर आपल्याला काही सुधारणा कराव्या लागतात, काही गोष्टींची नव्यानं जोड द्यावी लागते, तुम्हाला लोकांशी सुसंवाद साधावा लागतो आणि अखेर सुविधा पुरवाव्या लागतात. त्यामुळे बरेच वेळा ज्यांच्या हातात अधिकार असतात, ते लोक म्हणतात : “यह क्या झमेला है? क्या जरुरत है?” (ही नसती कटकट कशाला... काय गरज आहे?)... आणि सरळ नको म्हणतात. पण त्यांच्यातील बऱ्याच लोकांना हे कळत नाही की, ‘मग तुम्ही कशासाठी आहात इथे?’ तुमचं काम असं, की सुटून गेलेला कैदी परत तुरुंगात येणार नाही, हे पाहणं. तुरुंगात शिक्षा भोगून बाहेर पडलेल्या कैद्यांमध्ये इतकी सुधारणा झाली पाहिजे, की त्या कैद्याला परत गुन्हा करून तुरुंगात येण्याची इच्छाच होता कामा नये.

मी मनाशी एक गोष्ट ठरवली, या कैद्यांची जबाबदारी आपल्यावर आहे, त्यांच्या कल्याणाची जबाबदारी सुद्धा आपल्यावर आहे. मग मी इथे एक नगरीच वसवायचं ठरवलं. ह्या कैद्यांवर मी माझं सर्व लक्ष केंद्रीत केलं. त्यांच्या मुलांवर लक्ष केंद्रीत केलं. जर कोणी याबद्दल हरकत घेतलीच, तर मी विचारत असे– ‘अडचण काय आहे?’ प्रत्येक नगराला महापौर हा असतोच. जर महापौर चांगला असेल, तर तो व्यक्तींच्या हक्काकडे मानवतावादी दृष्टिकोनातून बघेल. या मुलांकडे बघा. ती मुलं बाहेर पडू शकत आहेत का? ठीक आहे, ती मुलं आपल्या आयांपाशी राहत आहेत, कारण बाहेर त्यांचं संरक्षण करायला कोणी नाही. पण म्हणून त्यांना तुरुंगात टाकण्याची काय गरज आहे? त्यांना आत बाहेर ये-जा करण्याची पूर्ण मुभा असली पाहिजे. त्यांना रात्रीच्या वेळी ‘घरी’ म्हणजेच आपल्या आईपाशी तुरुंगात येऊन राहता आलं पाहिजे. या मुलांच्या दृष्टीनं तुरुंग हे त्यांचं घर बनलं पाहिजे. त्यांना बाहेर काढा. त्यांना अभ्यास करू द्या. त्यांना जवळच्या पाळणाघरात पाठवा... आणि हे असंच तर आम्ही इथे सुरू केलं.

माझ्याजवळ पैसे नव्हते. पण म्हणून आमच्यापाशी साधनसामुग्री किंवा पैसा उभा करण्याचा स्त्रोत नव्हता, असं मात्र नाही. माझ्याजवळ जी काही सद्भावना होती, ती वापरून मी हे पैसे उभे केले. लागतील तेवढे. एक पोलीस ऑफिसर या नात्यानं मी आजवर दिल्लीतील इतक्या शाळांना भेटी दिल्या होत्या, महाविद्यालयांना भेटी दिल्या होत्या. मी माझ्या सर्वच्या सर्व स्नेहीमंडळींना पाचारण केलं. ते शाळा महाविद्यालयांचे मुख्याध्यापक, प्राचार्य होते. मी त्यांना सांगितलं, 'आत्ता मला तुमची सर्वांची मदत हवी आहे. तुमच्याकडची जुनी पुस्तकं मला द्या. तुमच्याजवळचे जुने कपडे मला द्या. वह्या-पुस्तके द्या... इत्यादि इत्यादि.' सरकारला या सर्व गोष्टी पुरवण्यासाठी लक्षावधी रुपये उभे करावे लागले असते. आणि हे सगळं सरकारच्या अंदाजपत्रकात कधीच होऊ शकलं नसतं. 'मला शिक्षक द्या... मला भाषाशिक्षक द्या... मला बसेस द्या... मला जेलमधल्या मुलांच्या बाहेर येण्याजाण्याची सोय करायची आहे...' आरोग्याच्या सुविधा सुद्धा आम्हाला समाजसेवी संस्थांनीच पुरवल्या. थोडक्यात सांगायचं, तर बिगरसरकारी सेवाभावी संस्थांना काम करण्याची संधी आपण दिली पाहिजे. त्यांची मदत करण्याची इच्छा असते. आम्हाला मदत करू द्या, असं या संस्था सारखं सांगत असतात. ती त्यांना करण्याची संधी द्या. खरं तर सरकारच्या सुद्धा कितीतरी समाजकल्याणाच्या चांगल्या योजना आहेत. या योजना राबवण्याचं काम सेवाभावी संस्थांना द्या.

"माझी स्वत:ची समाजसेवी संस्थासुद्धा अशा सरकारी योजनांवर चालते. तुरुंगाच्या आत आमचे सल्लागार कार्यरत आहेत. आम्ही जे पाळणाघर आत चालवतो, ते सरकारी मदतीच्या आधारेच. अशा प्रकारची योजना तुरुंगाच्या आत राबवणारी आमची ही एकमेव संस्था आहे. मग इतरांनीही तसं का करू नये? सेंट्रल वेलफेअर बोर्डाकडे जा आणि त्यांच्याकडून मदत मिळवा. अर्थात सरकारकडून आम्हाला जी मदत मिळते त्यातून आमच्या प्रकल्पाच्या खर्चाचा फक्त एक चतुर्थांश हिस्सा भागतो. आमचा संपूर्ण खर्च भागवण्यासाठी आम्हाला निधी उभा करावा लागतो. माझा मुद्दा एवढाच आहे, प्रत्येक तुरुंगाचा इन्स्पेक्टर जनरल आणि सुपरिटेंडंट या दोघांनाही समाजाकडून मदत स्वीकारण्याचा पूर्ण हक्क आहे. अशा बिगर सरकारी सेवाभावी संस्था तुरुंगाच्या दाराशी प्रतिक्षा करत उभ्या असतात. मदत देण्यासाठी त्या तयारच असतात. भारतात अशा पुष्कळ सेवाभावी संस्था आहेत. भारतात कितीतरी गृहिणी मदतीसाठी तयार आहेत. त्यांच्याकडे पुष्कळ वेळ असतो. त्यांना जर मदत मागितली तर त्या प्रेमानं पुढे येतील, गरीब गरजू मुलांच्या मदतीला त्या नक्कीच धावून येतील. पाश्चात्त्य देशातील स्त्रिया नोकरीच्या, व्यवसायाच्या मागे धावत असतात. त्यांच्याकडे

दुसऱ्यांसाठी वेळ नसतो. पण भारतीय स्त्रियांकडे भरपूर वेळ असतो, इतकंच नव्हे तर त्यांची मदत करण्याची इच्छा सुद्धा असते.

"व्यक्तिशः माझं असं मत आहे, की प्रत्येक तुरुंगाच्या आत पाळणाघर चालवण्याची त्या तुरुंगाची क्षमता निश्चितच असते... पाळणाघर कसं चालवावं याचं तेथील स्त्रियांना प्रशिक्षण देण्यात आलं पाहिजे आणि प्रत्येक तुरुंगात एक पाळणाघर आणि एक बालवाडी चालवण्यात आलीच पाहिजे... मग तिथे अगदी चार किंवा पाचच मुलं राहत असली, तरीसुद्धा!"

"मग हे करणं बंधनकारक का नाही?"

"असलंच पाहिजे. पण एक लक्षात घ्या, जर तुरुंग व्यवस्थापनाचे सेवाभावी संस्थांशी मैत्रीपूर्ण संबंध असले, तरच हे शक्य होईल. तिहारमध्ये फार मोठ्या संख्येनं मुलं राहत आहेत. एवढी जास्त मुलं भारतातील इतर कोणत्याही तुरुंगात नाहीत. म्हणजेच आम्हाला मुलांसाठी पाळणाघर व बालवाडी सुरू करणं शक्य नाही; असा दावा इतर कोणत्याही तुरुंगातील इन्स्पेक्टर जनरल करू शकत नाहीत. तिहारमध्ये तर ही समस्या फारच मोठ्या प्रमाणावर होती, तरीसुद्धा आम्ही त्य समस्येवर तोडगा काढू शकलो. याचा अर्थ इतर तुरुंगामध्ये ही समस्या त्यामानानं छोटी आहे. त्यामुळे त्यावरील तोडगा सुद्धा सहज सापडण्यासारखा असेल. मग जर तिहारमध्ये आम्हाला ज्या संकटांना तोंड द्यावं लागलं, तशी संकटे भारतातील इतर कोणत्याही जेलमध्ये तेवढ्या मोठ्या प्रमाणात नसतील, तर मग त्यांना अडचण आहे कुठे? म्हणजेच प्रत्येक जेलमध्ये एक पाळणाघर असलं पाहिजे. ते तुरुंगाबाहेरील एखाद्या शाळेशी संलग्न असलं पाहिजे. म्हणजे पुढे या मुलांना चांगल्या, अधिकृत शाळेत घालता येईल. प्रत्येक आय.जी. आणि प्रत्येक इन्स्पेक्टर जनरल हे करू शकतात."

"म्हणजे बऱ्याच तुरुंगामध्ये अजूनही पाळणाघरे आणि बालवाड्या नाहीत?"

"होय. बऱ्याच तुरुंगामध्ये पाळणाघर नसतं. एखाद्या जरी तुरुंगात पाळणाघर सुरू केल्याचं मला कळलं, तर मला फार आनंद होईल. मला वाटतं, अधिकृत स्वरुपात अशा तऱ्हेची सोय कुठेही केलेली नाही. त्यामुळेच मला असं वाटतं, की गुन्ह्यात जे बळी जातात... आणि मला असं वाटतं... की गुन्ह्यात मुलांचा सुद्धा बळी जातोच..."

"खरं तर मुख्यतः कोणत्याही गुन्ह्यात मुलांचाच बळी जातो..."

"अगदी खरं आहे तुमचं. मुलंच खरी बळी जातात, कारण गुन्हा घडण्यामागे त्यांचा काहीच दोष नसतो. म्हणूनच मुलांसाठी शैक्षणिक केंद्रं, खेळघर अशा सुविधा प्रत्येक तुरुंगात असल्याच पाहिजेत. तात्काळ सेवाभावी संस्थांना सहभागी करून घ्या, आणि पाहा किती झटपट हे साध्य होतं, ते."

"तुमच्या म्हणण्याचा अर्थ असाच ना, की तिहार हा एक आदर्श तुरुंग असून देशातील इतर तुरुंगांनी तिहारचं अनुकरण केलं पाहिजे?"

"सुधारणांच्या बाबतीत इतर तुरुंगांच्या मानानं तिहारनं जरी खूप प्रगती केलेली असली, तरी तिहारसुद्धा सर्वार्थानं परिपूर्ण आहे, असं म्हणता येणार नाही. तिहारमध्येसुद्धा अजून खूप काही करता येण्यासारखं आहे. जेव्हा तिहारमधील मुलांसाठी तुरुंगाच्या अगदी बाहेर लागून तिहारची स्वतःची शाळा सुरू होईल ना, तेव्हा मला खरा आनंद होईल. इथे सरकारनं पाऊल उचलायला हवं. सेवाभावी संस्थांनी जे काम केलं आहे, ते सर्व राज्य सरकारांनी उचलून धरलं पाहिजे. त्या योजना सर्वत्र राबवल्या पाहिजेत. खरं तर या सर्व सुधारणा सरकारनं स्वतः पुढाकार घेऊन केल्या पाहिजेत. प्रत्येक तुरुंगाच्या बाहेर सरकारनं शाळा चालवली पाहिजे, म्हणजे तुरुंगातील मुलांना बाहेरच्या इतर सर्वसामान्य मुलांमध्ये मिसळता येईल. दिवस संपला की ही मुलं तुरुंगात परत येऊन रात्र आपल्या आयांबरोबर घालवू शकतील. यामुळेच तिहारचं कामकाज अगदी सर्वोत्तम, परिपूर्ण आहे... असं आत्तातरी मी म्हणणार नाही. आम्ही आमच्या सेवाभावी संस्थेमधून जे काही करत आहोत, ते अगदी उत्तम असलं, तरी ते 'परफेक्ट' आहे असं म्हणता येणार नाही. तिहारमधील सर्वच्या सर्व मुलांना एखाद्या जवळच्या शाळेशी संलग्नता मिळावी, असं मला मनापासून वाटतं. जर तिहारमध्ये नवीन नवीन इमारती बांधण्यासाठी करोडो रुपये खर्चाला असतील, तर तेथील मुलांसाठी शाळेची इमारत बांधण्याचा खर्च करणं नक्कीच शक्य आहे. मुलांना तुरुंगाच्या बाहेर पडू द्या. दिवसभराची बोर्डिंग स्कूल असते, ना तसंच! त्या मुलाला फक्त रात्रीच आपल्या आईबरोबर तुरुंगात झोपावं लागलं पाहिजे. खरी गरज आहे, ती या अशा व्यवस्थेची. पण सेवाभावी संस्थांना हे परवडत नाही. एक सेवाभावी संस्था शाळा बांधू शकत नाही. आम्ही सेवाभावी संस्थेच्या मार्फत एक गोष्ट करू शकतो– एखाद्या मुलाच्या वयाला पाच वर्षे पूर्ण होऊन त्याला सहावं वर्ष लागलं, की त्याला बाहेरील एखाद्या उत्तम शाळेशी संलग्नता मिळवून देऊ शकतो.

"माझी जी संस्था आहे– इंडिया व्हिजन फौंडेशन– या संस्थेनं तुरुंगात आपल्या आईसोबत राहणाऱ्या मुलांना बाहेरच्या पाच शाळांशी संलग्नता मिळवून दिली आहे. इतर अनेक शाळांप्रमाणेच या शाळांचे आमच्याशी फार चांगले संबंध आहेत. त्यांनी आमच्या मुलांना सामावून घेतलं आहे. या शाळांची नावं आहेत : असिसी कॉन्व्हेंट, ग्रेस मिशन, बटलर मेमोरियल स्कूल फॉर गर्ल्स, सेंट जॉन्स बॉय स्कूल, खेडा खुर्द. या मुलांच्या शिक्षणाचा अर्धा खर्च उचलण्यासाठी काही दानशूर व्यक्तींनी अर्थसाहाय्य केलं. उरलेल्या खर्चासाठी आम्ही निधी

गोळा केला. हा उपक्रम आमच्या 'क्राईम होम चिल्ड्रन प्रोजेक्ट'च्या अंतर्गत येतो. त्या मुलाला तुरुंगात असताना तर शिक्षण देण्यात येतंच, पण पुढे त्याला निवासी शाळेत पाठवण्यात येतं. त्याचं जेवण-खाण, राहण्याची व्यवस्था, शिक्षण, आरोग्य या सर्वांची व्यवस्थित काळजी घेण्यात येते. इतकंच नव्हे, तर शाळेला सुट्टी लागली, की आम्ही त्या मुलांना परत तुरुंगात बोलावून घेतो. त्यामुळे आईमुलांमधील प्रेमाचं नातं वृद्धिंगत होतं. त्याशिवाय शाळा चालू असताना महिन्या दोन महिन्यांतून किमान एकदा तरी आई व मुलाची भेट घडवून आणण्यात येते. त्यामुळे परत आई मुलांमधील नातं अधिक दृढ होऊ शकतं.

पण इतर राज्यांमधील तुरुंगामध्ये राहणाऱ्या आयांची त्यांच्या मुलांशी वर्षावर्षांत गाठ होऊ शकत नाही. मुलाला पाच वर्षांनंतर तुरुंगातून बाहेर काढून एखाद्या सरकारी संस्थेकडे पाठवण्यात येतं...''

''हा दोष त्या तुरुंगाचा आहे. तसाच तो सुधारगृहाचासुद्धा आहे. त्यांनी त्या मुलांना आपल्या आईकडे पाठवण्याची व्यवस्था केली पाहिजे.''

''पण अशी व्यवस्था करणं त्यांना खरंतर बंधनकारक असायला हवं ना? वर्षातून काही ठरावीक वेळी आई आणि मुलांची भेट घडून यावी यासाठी तुरुंग आणि सुधारगृह यांच्यावर काहीतरी कायद्याचं बंधन असायलाच हवं.''

''हो. मला वाटतं कायद्यात अशी काही तरतूद नक्की असेल. पण तिच्याकडे कानाडोळा केला जात आहे. आपण नियमावली तपासून पाहिली पाहिजे...''

''मी काही सामाजिक कार्यकर्त्यांशी बोललो आहे. पण त्यांनाही याची काही नीटशी माहिती नाही. उदाहरणार्थ, येरवडा तुरुंगात एक आई आहे. ती गेल्या दोन वर्षांत आपल्या मुलाला व मुलीला भेटलेली नाही. त्याचं कारण असं की त्या दोन्ही मुलांना रायगड जिल्ह्यातील एका सुधारगृहात ठेवण्यात आलं आहे. ते पुण्यापासून दोन तीन तासांच्या अंतरावर आहे.''

''मग ते या अंतराचं कारण पुढे करत असतील.''

''होय. पण मग ज्याठिकाणी आईला तुरुंगात ठेवलं असेल त्याच गावातील सुधारगृहात मुलाला ठेवणं बंधनकारक असलं पाहिजे. किंवा तुरुंगाच्या व्यवस्थापनानं तशी खबरदारी घेतली पाहिजे. तसा कायदा हवा. माझं म्हणणं असं, की मुलाला आपल्या आईजवळ राहू न देण्याचं कारणच काय?''

''अगदी बरोबर. हेच तर मी म्हणत होते. हे सर्व तुरुंगाच्या व्यवस्थापनाच्या आणि समाजकल्याण खात्याच्या हातात आहे. फक्त त्यांच्यात काही सुसूत्रता नाही, परस्पर सहकार्य नाही. यातला दुष्टपणा तुमच्या ध्यानात आला ना? हे समाजकल्याण खातं यासाठी काय करतंय? आई व मुलांची नियमित भेट व्हावी यासाठी ते ठोस पावलं का उचलत नाहीत? त्या मुलाची आपल्या आईशी

अखेरची भेट नक्की कधी झाली होती याची नोंद ठेवणं खरं तर त्यांचं काम आहे. सुधारगृहाच्या संचालकांनीसुद्धा या गोष्टीची नोंद ठेवायला पाहिजे. हे पाहा रुझबेह, नियमावली आणि तरतुदी भरपूर आहेत. पण त्यात मानवी हस्तक्षेप, अनुकंपा, सहानुभूती, दयाबुद्धी जर आली नाही, तर अशा केसेस समोर येतच राहणार– आई तुरुंगात खितपत पडली आहे, मुलांना भेटण्यासाठी डोळ्यांत प्राण आणून वाट पाहत आहे. पण तिच्या दुःखाची किंवा तिच्या मुलांच्या वेदनेची कुणालाच पर्वा नाही. जरी नियम असले, तरी त्याची अंमलबजावणी नीट होत आहे का नाही हे कोणी समाजकल्याण खात्याच्या अधिकाऱ्यांना कधी विचारतं का?''

''आणि ज्या खटल्याचं घोंगडं भिजत पडलेलं असतं, जे खटले न्यायालयात वर्षानुवर्षे रखडत पडलेले असतात, अशा खटल्यांबद्दल तुम्हाला काय म्हणायचंय?''

''लोक अदालत, अधिक न्यायालये, विशेष न्यायालये, जास्त संख्येने न्यायालये असल्याशिवाय जुने रेंगाळणारे खटले निकालात निघणार नाहीत. हे पाहा, आपल्याकडे जेवढी न्यायालये आत्ता आहेत, त्यातून आपण काहीच करू शकणार नाही. जे काही काम साचलंय, ते त्यांच्यामुळेच साचलंय. न्यायालये वाढवा आणि साचलेले खटले झटपट निकालात निघतील. किंवा जे न्यायाधीश आपल्यापुढचे खटले लवकर निकालात काढतील, त्यांना त्याचे बक्षीस द्या. न्यायाधीशांना बढती देण्यासाठी हा एक निकष जरूर लावा. पण आपल्याकडे वरची श्रेणी मिळवण्यासाठी तुम्ही किती वर्षे नोकरीत आहात, हे बघितलं जातं. याहूनही अधिक महत्त्वाची गोष्ट– न्यायालयाचं काम काही काळासाठी स्थगित करण्याच्या पद्धतीला आपण आळा घालू शकतो. युक्तिवादात अनाठायी खर्च होणारा वेळ आपण वाचवू शकतो. पण त्यासाठी फौजदारी गुन्ह्यांबाबतच्या कायद्यामध्ये सुधारणा घडवून आणायला हव्यात. दिवाणी कायद्यांमध्ये सुधारणा करण्यात आलेल्याच आहेत. मग आपण फौजदारी गुन्ह्यांच्या संदर्भातील कायद्यांमध्ये सुधारणा का करत नाही? मुख्य अडचण अशी आहे, की कोणत्याही कायद्यात बदल करायला घेतला, की त्यात कोणा ना कोणाचं तरी वैयक्तिक नुकसान होतंच. मग लगेच संप होतात. दिवाणी दाव्यांविषयीच्या कायद्यांमध्ये सुधारणा करण्याचं काम हाती घेतल्यावर केवढा तरी मोठा संप झाला होता. शेवटी सुप्रीम कोर्टाला त्यात हस्तक्षेप करावा लागला. तुम्हीच पाहा– अगदी बारीक सारीक गोष्टीसुद्धा अलीकडे पार सुप्रीम कोर्टापर्यंत जातात. म्हणूनच जोपर्यंत कायद्यात दुरुस्ती होत नाही, तोपर्यंत न्यायालयाला स्थगिती मिळणार, मोठमोठे युक्तिवाद होणार आणि पुढच्या पुढच्या तारखा पडत राहणार. हे तर गुन्हेगारी जगतात वावरणाऱ्या लोकांच्या फार सोयीचं आहे.''

"आणि त्यामुळे कैदी तुरुंगात खितपत पडून राहणार."

"होय. तुम्ही त्यांची अवस्था पाहिली असेलच. अगदी रस्त्यावरच्या रहदारीचा तुंबा झालेला असावा व त्यात एखादा माणूस सापडावा, तशीच अवस्था. आणि भरीत भर म्हणून इतर काही लोकांचे हितसंबंध गुंतलेले असल्यामुळे या वाहतुकीमधे ते लोक स्वतःचे अडथळे, स्पीड ब्रेकर्स घालून ठेवतात. सामान्य माणसाला फक्त न्याय हवा आहे. पण त्यासाठी एखादा जवळचा सोयीचा रस्ता शोधणं बाजूलाच राहिलं, आहे त्या मार्गावरच खड्डे खणून, स्पीड ब्रेकर्स लावून हा तुंबा अधिकच वाढवण्यात येतो. यावर उपाय एकच आहे– आणखी नवे रस्ते निर्माण करणे आणि रस्त्यावरील स्पीड ब्रेकर्स काढून टाकणे."

"कितीतरी आया पाच-सहा, सहा-सहा वर्षे आपल्या मुलांसह जेलमध्ये खितपत पडलेल्या आहेत. त्यांच्यावर खटले चालू आहेत."

"ह्यूमन राईट्स कमिशनकडे या संदर्भात तक्रार नोंदवली पाहिजे. या अशा खटल्यांच्या बाबतीत ह्यूमन राईट्स कमिशन का लक्ष घालत नाही? त्यांनी तर नुसती मार्गदर्शक सूचना केली, तरी ते पुरेसं आहे. ह्यूमन राईट्स कमिशनच्या अखत्यारीत ही गोष्ट आहे. याहूनही कितीतरी गोष्टी त्यांना करता येतील. लोकल डिस्ट्रिक्ट ॲडमिनिस्ट्रेशन सुद्धा याची दखल घेतं."

"मग आई व मुलं इतक्या मोठ्या संख्येनं तुरुंगात कशी काय खितपत पडून आहेत? जे वकील या गरीब लोकांचे प्रतिनिधित्व करतात, ते याबाबतीत काही पुढाकार का घेत नाहीत?"

"कारण सरळ आहे. त्यांना त्यातून काहीच मिळत नाही. त्यामुळेच तर ते कृतिशून्य आहेत."

"म्हणजे... ते हे सगळं चालू देतात?"

"श्रीमंत अशील भक्कम फी देतं. गरीब अशील फारच कमी पैसे देतं. गरीब माणसाचं वकीलपत्र घेणाऱ्याला त्याबद्दल सरकारकडून अगदीच तुटपुंजा मोबदला मिळतो. मग ते त्या गरीब माणसाच्या बाबतीत कशाला घेतील पुढाकार? न्यायदानाच्या कामाची गती वाढवून, खटले निकालात काढणं कोणाच्या दृष्टीनं सोयीचं आहे? न्यायालयातील खटले विनाविलंब निकालात निघाल्यानं कोणाचं भलं होणार आहे. खरा प्रश्न तर यामुळेच निर्माण झाला आहे. जो बळी आहे, त्याच्या समर्थनासाठी वकीलच नाही. बळीसाठी फक्त सरकार आहे. बळीचं प्रतिनिधित्व सरकार करतं. सरकार दरबारी फार गर्दी आहे. सरकारी वकिलाकडे किती खटले असतात, बघा जरा. त्याचमुळे जो बळी आहे, त्याच्यासाठी काम करणारं कुणीच नाही. ज्याच्यावर गुन्हा दाखल झालेला आहे, त्याच्यासाठी वकील आहे. आरोपीला स्वतःचा बचाव करण्याचा अधिकार आहे, पण जो

बळी आहे, त्याला मात्र खटला लवकरात लवकर निकालात काढण्याची मागणी करण्याचा अधिकार नाही. सर्वच गोष्टी बळीच्या विरोधात आहेत.''

''तुमच्या म्हणण्याचा अर्थ असाच ना, की ज्याच्या बाबतीत गुन्हा घडलेला आहे, त्या व्यक्तीला ह्यूमन राईट्स कमिशनकडे जाऊन, त्यांनी आपल्या खटल्यात लक्ष घालावं, अशी मागणी करता येते?''

''दोघांनाही करता येते. आरोपीलाही येते आणि गुन्हा ज्याच्या बाबतीत घडलाय, त्यालाही येते. अनेकदा आरोपी त्या विशिष्ट गुन्ह्याच्या बाबतीत खरोखरच निर्दोष असतो. अशावेळी आरोपीनं ह्यूमन राईट् कमिशनला पत्र पाठवून आपल्या बाबतीतील न्यायनिवाडा लवकरात लवकर करण्यात यावा, अशी मागणी करावी. अडचण अशी आहे, की यावर सर्व पातळ्यांवर कुणी ना कुणी तरी कृती करायला हवी. केवळ एकाच पातळीवर कृती होऊन चालणार नाही. जबाबदाऱ्यांचे वेगवेगळे पदर असतात. सर्वांनी आपापलं काम चोख केलं पाहिजे. तरच सर्वांना व्यवस्थित न्याय मिळेल.''

''पण ह्यूमन राईट्स कमिशनकडे जे जे विनंती अर्ज येतील, त्या सर्वांचा खरोखरच विचार केला जाईल का?''

''होय...''

''आणि ते कमिशन प्रत्येक तुरुंगामध्ये जातीनं जाऊन माणसांना भेटेल?''

''होय. त्यांच्यापाशी तक्रार आली की त्या तक्रारीची शहानिशा करण्यासाठी त्यांना एखादी व्यक्ती पुरते. तुम्ही सध्या निवृत्त झालेले चेअरपर्सन मि. वर्मा यांच्याशी बोला. हे पाहा, कदाचित ह्यूमन राईट्स कमिशन सगळा ठपका सरकारवरही ठेवेल. ते म्हणतील– आम्ही तुरुंगविषयक नवीन कायदा सुचवला आहे. त्यात आम्ही जरूर ते सर्वच मुद्दे विचारात घेतले आहेत. मी ह्यूमन राईट्स कमिशनच्या लोकांशी या विषयावर अनेकदा बोलले आहे. दरवेळी ते लोक हेच सांगतात, की त्यांनी सुचवलेल्या नवीन प्रिझन ॲक्टवर राज्यसरकारे निष्क्रियपणे बसून आहेत.''

''आपल्या देशात गुन्हेगारांना जी शिक्षा ठोठावण्यात येते, ती राबवण्याच्या पद्धतीत काही सुधारणा झाल्या पाहिजेत, असं तुम्हाला वाटतं का?''

''आपल्या जेलमध्ये तरी शिक्षेत यत्किंचितही सुधारणा दिसून येत नाही. कुठेतरी सुधारणांच्या नावाखाली एक दोन उपक्रम दाखवण्यापुरते असतात. पण यामध्ये आमूलाग्र बदल घडून आल्याशिवाय काही उपयोग नाही.''

''म्हणजे तुम्ही तिहारमध्ये जशी आमूलाग्र बदल घडवून आणण्याच्या प्रक्रियेला सुरुवात केली आणि तुमच्या नंतरच्या आय.जीं. नी ती पुढे चालू ठेवली, तसंच ना?''

"होय. तिहारमध्ये अगदी तसंच घडलं. तिथे जमीन अस्मानाचा बदल घडून आला. नुसत्या वरवरच्या दिखाऊ उपक्रमांचा काहीच उपयोग होत नाही."

"आपली कायद्याची पद्धती किती जुनी आहे?"

"१८९४ सालचे कायदे आपण तसेच चालू ठेवले आहेत."

"म्हणजे? एकोणिसाव्या शतकात तयार करण्यात आलेल्या कायदेकानूंचं पालन आपण अजूनही करत आहोत? या परिस्थितीत बदल घडवून आणण्यासाठी आजवर काहीच प्रयत्न झालेले नाहीत?"

"नाही. आपण अजूनही त्याच परिस्थितीत आहोत. जरा इथे तिथे थोड्या फार सुधारणा झाल्या असतील. नाही असं नाही. पण त्या नुसत्या वरवरच्या. एक देश म्हणून आपल्या संपूर्ण कायदेकानूंच्या पद्धतीत आपण काहीही बदल घडवून आणलेला नाही. म्हणाव्या तशा काहीच सुधारणा झालेल्या दिसत नाहीत. कम्युनल प्रोसोजर सिस्टिमसुद्धा किती जुनीपुराणी झाली आहे. पण तुम्ही काही खात का नाही?"

माझ्या पुढ्यात खारवलेले चणे ठेवले होते. कायदेविषयक सुधारणांच्या विषयावरून चण्यांकडे लक्ष वळवायला मला थोडा वेळ लागला. एवढ्यात मॅडमनी फोनवर कोणाला तरी काही सूचना दिल्या. गुजरातमधील जातीय दंगलींवर काबू मिळवण्यासाठी मॅडमना किती वेळ लागला असेल बरं? माझ्या मनात विचार आला. नक्कीच फार वेळ लागला नसेल.

"कैदी आपल्या नातेवाईकांची ज्याठिकाणी भेट घेऊ शकतात, त्या खोल्यांची अवस्था मोठी भीषण आहे. अंधाऱ्या, कोंदट आणि भयाण. कैद्यांनी नातेवाईकांची गाठ या अशा ठिकाणी घ्यायची? याबाबत काही करता येणार नाही का? ते वातावरण जास्त घरगुती वाटेल असं काही?"

"रुझबेह, ही काळजी कोणाला तरी वाटली पाहिजे ना! कोणाला तरी त्याबद्दल काहीतरी अनुकंपा वाटली पाहिजे. माझं तरी असं स्पष्ट मत आहे, की खरी काळजी कोणाला वाटायला हवी, तर ती सरकारला. सरकार दरबारी तुरुंगाचे मुख्य जे असतील, तुरुंगात जे प्रत्यक्ष काम करत असतील, अशा सर्वांना. परंतु कैद्यांना घरगुती वाटेल अशा प्रकारचे स्वागतकक्ष बनवणं हा कोणत्याही राजकीय नेत्याच्या किंवा सरकारच्या चिंतेचा विषय कधी असू शकणार आहे का? अजिबात नाही. सत्तेची किंमत हा एक राजकीय मुद्दा आहे. पाणी हा सुद्धा राजकीय मुद्दा आहे."

"देव हा सुद्धा राजकीय मुद्दा आहे..."

"अगदी बरोबर. पण हे कैदी हा काही राजकीय मुद्दा नाही. मग आपण कुठे पोचलो? परत एकदा मागच्या अंगणात. एखादा मुद्दा जोपर्यंत राजकीय मुद्दा

बनत नाही, राजकारणातला वादग्रस्त मुद्दा... तोपर्यंत तो सोडवण्याचा प्रयत्नच होत नाही. त्यानंतर पुढचा प्रश्न– मानवतावादी दृष्टिकोन ठेवून चांगल्या सुविधा कैद्यांना पुरवणं हा मुद्दा राजकीय नाही तर नाही, पण हा निदान अधिकृत मुद्दा तरी होऊ शकतो का? परत याचं उत्तरसुद्धा नकारात्मकच आहे. जो मुद्दा राजकीय मुद्दा नाही, तो मुद्दा अधिकृत मुद्दा होऊच शकत नाही. कारण कुणाला त्याची पर्वाच नसते.''

म्हणजे परत एकदा पहिले पाढे पंचावन्न. गरीब, गरजू, निर्वासित किंवा बंदिवान लोकांची आयुष्ये जरा सुसह्य करण्याच्या किंवा अशा पीडितांचं पुनर्वसन करण्याच्या कामी सेवाभावी संस्थांचा सहभाग. थोडक्यात काय, तर हे काम नुसत्या सरकारवर आणि सरकारदरबारी काम करणाऱ्या अधिकाऱ्यांवर सोडलं, तर त्यात दप्तरदिरंगाई होणार, बेपर्वाई दाखवण्यात येणार, हे गृहीतच धरायला हवं. पण सर्वांत दुःखाची गोष्ट अशी, की सरकार दरबारी काम करणारे जे कनिष्ठ श्रेणीचे, दुय्यम दर्जाचे कर्मचारी असतात त्यांच्यापैकी बरेचसे या कैद्यांसारख्याच सामाजिक परिस्थितीतून आलेले असतात. पण मग ज्या कैद्यांना सुधारण्यासाठी त्यांच्या हाती आपण सोपवतो, त्या कैद्यांविषयी त्यांच्या मनात काहीच सहानुभूती, दयाबुद्धी कशी नसते? उलट ते आपल्याच मिळालेल्या अधिकाराचा गैरवापर करून त्या दुःखी जिवांच्या दुःखात, यातनांमध्ये व कष्टात भरच पाडताना दिसतात. वाह रे दुनिया!

''म्हणजे परत आपण कैद्यांविषयी कळकळ असणाऱ्या व्यक्ती व सेवाभावी संस्थांकडेच आलो.''

''या दुःखितांचं, पीडितांचं जगणं सुसह्य करण्याच्या कामी सर्वसामान्य नागरिक फार मोलाची भर घालू शकतात. ही सर्वसामान्य माणसं एकत्र येऊन तर सेवाभावी संस्था तयार होतात. मी तर म्हणेन, प्रत्येक सर्वसामान्य नागरिक ही एक सेवाभावी संस्था आहे. कितीतरी निवृत्त झालेली माणसं तुरुंगातील कैद्यांना शिकवण्यासाठी येतात. ही सगळी सामान्य माणसंच असतात, पण सेवाभावी संस्थेची भूमिका निभावत असतात.''

''पण मला आता एक सांगा... आपल्यापैकी प्रत्येकाला, कैद्यांविषयी कळकळ असणाऱ्या प्रत्येक व्यक्तीला तुरुंगात प्रवेश मिळवण्यासाठी आय.जीं.च्या परवानगीची गरज असते. म्हणजेच प्रवेश मिळणं– न मिळणं, आय.जीं.च्या मर्जीवर अवलंबून. माझा मुद्दा असा, की जर या कैद्यांच्या आयुष्यात काही सकारात्मक बदल घडू देण्याची जर खुद्द आय.जीं.चीच इच्छा नसेल किंवा त्यांना जगाच्या नजरेपासून काही लपवायचं असेल, तर या सुधारणेच्या गाड्याला आपोआप खीळ बसते. हे असं होणार नाही, याची खबरदारी कशी काय घ्यायची?''

“माझं मत असं आहे, की बाहेरच्या एखाद्या व्यक्तीला तुरुंगात प्रवेश द्यायचा की नाही, याचा अंतिम निर्णय जरी आय.जीं.च्याच हातात असला, तरी आय.जींनी ही परवानगी दिली पाहिजे. सद्‌भावनेनं आलेल्या व्यक्तींना आणि सेवाभावी संस्थांना परवानगी का म्हणून नाकारायची? तुरुंगातील सुरक्षा व्यवस्थेची जबाबदारी जशी आय.जीं.वर असते, तशीच तुरुंगातील कैद्यांच्या कल्याणाची, स्वास्थ्याची जबाबदारीपण त्यांचीच असते...”

“होय. पण बरेचदा ही परवानगी नाकारण्यात येते.”

“मलाही त्या गोष्टीची कल्पना आहे. ज्यांना खरं तर परवानगी देण्यात यायला हवी, त्यांनाच ती बरेचदा मिळत नाही. हाच तर मोठा फरक आहे.”

“पण मग ज्यांना कैद्यांविषयी कळकळ आहे अशा व्यक्ती आणि सेवाभावी संस्थांना तुरुंगात प्रवेश मिळावा यासाठी काही खास बंदोबस्त, काही औपचारिक नियम का नाही बनविण्यात येत? एकदा त्यांचं पालन केलं की झालं. म्हणजे प्रत्येक वेळी आय.जीं.च्या मर्जीवर अवलंबून राहायला नको.”

“यातील दु:खाची गोष्ट म्हणजे आय.जीं.ची मनोधारणा... ब्रेन वॉशिंग...”

“म्हणजे याचा अर्थ असा– तुरुंगातील कैदी जरी पशूतुल्य जीवन जगत असले, अत्यंत दारुण परिस्थितीत दिवस कंठत असले, तेथे राहणाऱ्या बालकांचं बाल्य जरी कोळपून चाललं असलं, तरीही इथे सर्व काही आय.जीं.च्या मर्जीप्रमाणेच चालत राहणार तर!”

“हो. ते तसंच असतं. जगात सगळीकडे. अखेर व्यवस्थापकाचीच सत्ता चालते. त्याला ‘हो’ किंवा ‘नाही’ हे ठरवण्याचा अधिकार द्यावाच लागतो. नाही म्हणण्याचा अधिकार त्याला असतो...”

“पण त्यासाठी काही निकष तरी हवा की नको?”

“हो. पण जनतेकडून अनेकदा या गोष्टीचा गैरवापर होताना दिसतो. उद्या कदाचित पाचशे लोक भगव्या नाहीतर लाल रंगाचे झेंडे फडकावत इथे येतील आणि म्हणतील, ‘जय श्रीराम, हमें अंदर जाना है’ नाहीतर, कोणीतरी हिरवे बावटे घेऊन आत शिरू बघतील...”

“अर्थातच. पण तरीही तळमळीने काम करू इच्छिणारी माणसं, सेवाभावी संस्था आणि ही असली माणसं, या सर्वांना एकाच मापानं मोजायचं म्हणजे...”

“बरोबर अहे ना. तरी पण अखेरचा शब्द हा आय.जीं.चाच असला पाहिजे. ‘नाही’ म्हणायला जे धाडस लागतं, ते त्यांच्या अंगात असलं पाहिजे, पण त्याचबरोबर कैद्यांच्या हिताचं, कल्याणाचं काम असेल, तर ते विचारात घेऊन त्यांनी हो सुद्धा म्हटलं पाहिजे. मला एक गोष्ट मान्य आहे, तुरुंगातील कैद्यांच्या आयुष्यात सुधारणा घडवून आणण्याच्या दृष्टीनं आय.जीं.नी आपल्या

या अधिकाराचा वापर केला पाहिजे.''

"ऑर्थर रोडच्या तुरुंगाची जी क्षमता होती त्यापेक्षा सहा पटीनं अधिक कैदी तिथे राहत होते. ज्या कोठडीत केवळ पंचवीस स्त्रियांची राहण्याची सोय होती, तिथे शंभराच्यावर स्त्रियांना डांबून ठेवण्यात आलं होतं. येरवडा तुरुंगात पंखे नाहीत आणि बरेच वेळा तुरुंगाच्या क्षमतेच्या तीनपट कैद्यांना तेथे ठेवण्यात येतं. शिवाय या असल्या गर्दीत, या असल्या अमानवी परिस्थितीत पाच वर्षांखालील मुलंसुद्धा आपल्या आयांसोबत राहतात. या कैदी स्त्रियांचं आयुष्य सुधारण्यासाठी काही करता येणार नाही का?''

"पण येरवड्यात पंखे लावण्यास बंदी का आहे? इथे तिहारमध्ये आहेत की पंखे...''

"तिहारमध्ये तर उन्हाळ्यासाठी एअर कूलर्स आणि थंडीसाठी हीटर्स सुद्धा आहेत. पण तिहार हा नियम नसून तो अपवाद आहे. तिहार हा एक आदर्श आहे. पण किती तुरुंग तिहारचा हा आदर्श डोळ्यांपुढे ठेवून त्याप्रमाणे सुधारणा घडवून आणतील? प्रत्येक राज्याची जेलच्या बाबतीत स्वत:ची नियमावली असते. हे नियम पाळले जातात नाहीतर धुडकावले जातात. जे कोणी त्या जेलचा कारभार बघत असेल, त्याच्या मर्जीनुसार! सर्व तुरुंगासाठी एक सार्वत्रिक अशी नियमावली का नसावी? सर्वांसाठी सारखेच कायदेकानून, सर्वत्र कैद्यांसाठी राहण्याची सोय सुविधा सारखीच...''

"प्रत्येक राज्याची स्वत:ची नियमावली आहे. पण त्याची हाताळणी करणं सोपं आहे. जिथे जिथे जो काही गैरकारभार चालला असेल, तो ठीकठाक करण्याचा एक मार्ग आहे. मानवी हक्कांचा मुद्दा लागू करून... सर्वांसाठी समान मानवी हक्क अशी घोषणा करून... याची जबाबदारी प्रत्येकानं पुढे होऊन उचलायला हवी. जर कोणी ही जबाबदारी घेत नसेल, तर ती गोष्ट ह्यूमन राईट्स कमिशनद्वारा उजेडात आली पाहिजे.''

"तुरुंगात राहत असणाऱ्या लहान मुलांचं आयुष्य त्या तुरुंगामुळे कायमचं अंधारमय होऊ नये यासाठी कोणती ठोस पावलं तुमच्यामते उचलायला हवीत?''

"सर्वांत प्रथम प्रत्येक मुलाला सर्वसामान्य मुलांसारखं बालपण मिळायलाच पाहिजे. मग त्यात बालवाडी, आरोग्याच्या सुविधा, स्वच्छता, कपडे, शाळा, प्रेमळ शिक्षक, चांगली संगत, वातावरण... हे सगळं जर एकत्रितरित्या त्या मुलाला मिळालं तर त्याचा त्याच्या मानसिकतेवर अतिशय सकारात्मक परिणाम घडून येईल. जिथे स्त्रियांचा संबंध आहे, तिथे प्रशिक्षण... व्यवसाय प्रशिक्षण, शिक्षण, सबलीकरण, कायदेविषयक सल्ला, कायदेविषयक ज्ञान, कपडे, अन्न, थोडा फार पैसा... हे सगळं अत्यावश्यक आहे.''

"तुम्ही कायदेविषयक सल्ल्याचा विषय काढलात. माझ्या माहितीप्रमाणे प्रत्येक कैद्याला किंवा जिच्यावर खटला चालू आहे अशा प्रत्येक व्यक्तीला वकील हा मिळालाच पाहिजे... मग ती व्यक्ती कितीही गरीब असली तरीसुद्धा... होय ना?"

"होय. लीगल सर्व्हिस ॲक्टच्या अन्वये ते बंधनकारक आहे."

"पण गरीब लोकांचा बचाव करण्यासाठी ज्या वकिलांची नियुक्ती करण्यात येते, त्यांच्याविरुद्ध खूपच तक्रारी आहेत..."

"हे खरं असेलही. पण न्यायाधीशांनी तुरुंगाची पाहणी करून कैद्यांची विचारपूस करणं अपेक्षित आहे. त्यांनी नुसती कैद्यांच्या अन्नपाण्याची चौकशी करून भागणार नाही. 'आपका लॉयर कौन है और कैसा है?' असंसुद्धा त्यांनी कैद्यांना विचारणं आवश्यक आहे. 'तुमचा वकील तुम्हाला कितीवेळा येऊन भेटला? तुमचा वकील आपलं काम नीट करत आहे की नाही?' हे सगळे प्रश्न न्यायाधीशांनी कैद्यांना विचारले पाहिजेत."

"पण न्यायाधीश खरोखर असं करत असतील? तुम्हाला काय वाटतं? कैद्यांना हे असे प्रश्न विचारणं तर बाजूलाच राहिलं, हे न्यायाधीश खरोखरच तुरुंगाच्या पाहणीसाठी नियमितपणे जातात का?"

"काही न्यायाधीशांना कैद्यांविषयी खरोखर कळकळ वाटते आणि ते तुरुंगात जाऊन पाहणी करतात. पण काही न्यायाधीशांना मात्र कैद्यांची काहीही पर्वा नसते. अखेर हे सगळं त्या व्यक्तीवर अवलंबून असतं. ती व्यक्ती आपलं काम किती चोख बजावते आहे, त्यावर अवलंबून असतं."

"एखाद्या कैद्याला कायद्याने जे काही हक्क दिलेले आहेत, त्या हक्कांची पूर्ती खरोखर होते आहे की नाही, ज्या गोष्टी त्याला मिळायला हव्यात त्या त्याला मिळत आहेत की नाही हे त्याला कळणार तरी कसं?"

"त्यासाठी त्याला कायद्याचं ज्ञान असलं पाहिजे. तुरुंगाच्या व्यवस्थापनाने आपलं लक्ष सर्वांत प्रथम या गोष्टीवर केंद्रीत केलं पाहिजे. प्रत्येक कैद्याला आधी आपल्या मूलभूत हक्कांची माहिती द्या. काय योग्य काय अयोग्य याची जाणीव त्याला झाली पाहिजे. ही जाणीव कशी करून द्यायची? बरेचदा तुरुंगाच्या कर्मचाऱ्यांनासुद्धा या गोष्टीची माहिती नसते. त्यांच्याकडे आवश्यक तेवढं माणूसबळही नसतं. आम्ही तिहारमध्ये काय केलं? कायदेविषयक सल्ला देणाऱ्या दोन-तीन संस्थांना आम्ही पाचारण केलं. मला वाटतं... 'सखी'... की 'साक्षी'... काय बरं त्या संस्थेचं नाव? हं...'साक्षी' नावाची एक संस्था होती. दुसरा एक ग्रुप 'इंडिया टुडे' कडून आला होता. त्याची माणसं इथे आली. आमच्या कैदी स्त्रियांसोबत त्यांनी काही वेळ घालवला. या स्त्रियांचे कायदेशीर हक्क कोणते... कायद्याची

प्रक्रिया कशी चालते... हे सगळं शिक्षण त्यांना देण्यात आलं. आता या स्त्रियांना कायद्याच्या या सर्व बाबींची व्यवस्थित माहिती झाली आहे.

"त्यांना एकदा सर्व माहिती झाल्यावर त्या स्त्रियांनी आपापल्या वकिलांना फोन करून 'हमें यह चाहिये'... वगैरे मागण्या करण्यास सुरुवात केली. त्या नंतर सर्व काही झपाट्याने पुढे सरकू लागलं. स्त्रियांना शिक्षित करणं याचा अर्थ स्त्रियांचं सबलीकरण करणं. दुर्दैवाने तुरुंगातील अधिकाऱ्यांना मात्र अज्ञानातच सुख आहे असं वाटत असतं. तुरुंगातील कैद्यांना त्यांच्या हक्कांविषयी अंधारात ठेवणं फार सोयीचं असतं. आम्हाला जास्तीची जबाबदारी घ्यायची नसते. कैद्यांचा विकास होण्याचं आणि त्यांच्या मनोभूमिकेत बदल होण्याचं आव्हान आम्हाला स्वीकारायचं नसतं. तुम्ही एकदा सेवाभावी संस्थांना आणि सल्लागारांना आत आणलं की मग तुरुंगाधिकाऱ्यांना जास्त काम पडतं. पण त्यांना जर मुळात ही जास्तीची जबाबदारी आणि हे जास्तीचं काम नकोच असेल, तर ते सेवाभावी संस्थांना कशासाठी बोलावतील? एका विशिष्ट राज्यात नाही का... गरिबी, अज्ञान, निरक्षरता या सगळ्या गोष्टी फायद्याच्याच असतात. कारण मग जनता लल्लू यादवांना मत देते. पण त्याच जनतेला तुम्ही शिक्षण दिलंत, तर ती जनता उद्या तुम्हाला प्रश्न विचारेल, 'यह पैसा कहाँ गया... फॉडर में चला गया'... त्यामुळे मग भारतातील राजकारणी स्वत:च्या मनाला हा प्रश्न विचारतात: 'मी या जनतेला का शिक्षण दिलं? त्यांनी उलटून मलाच प्रश्न विचारावे म्हणून?' म्हणून मग ते राजकारणी म्हणतात : 'मुझे पढानाही नहीं! पढाई की जरूरत ही कहा है? तुम ऐसे ही रहो!' अज्ञानातच सुख असतं."

"भारताखेरीज इतर कोणत्या देशात आई आणि मुलाला तुरुंगात एकत्र राहू देतात?"

"बहुतेक सार्क राष्ट्रांमध्ये तसं असतं. पण भारतात जी काही परिस्थिती आढळते, तशी मात्र कुठेही नसते. अगदी आईच्या अंगावर दूध पिणाऱ्या मुलांना तेवढं तुरुंगात आईसोबत ठेवतात, व तेही अगदी थोड्या काळासाठी. मी अनेक देशांमधील तुरुंगांना भेटी दिल्या आहेत. पण आईसोबत तुरुंगात मुलं राहत असल्याचं मात्र कुठेही पाहिलेलं नाही. एखाद्या आईचं मूल अगदी तान्हं असेल तर त्याच्यासाठी तिची पॅरोलवर सुटका होऊ शकते. परंतु आपलं मूल पाच वर्षांचं होईपर्यंत त्याला तुरुंगात ठेवण्याची मुभा मात्र तिला नसते."

"पण भारतात तान्ह्या मुलांसाठी आपण अशी काहीही तजवीज केलेली नाही. तुमच्यामते कोणती व्यवस्था जास्त योग्य आहे?"

"मला वाटतं, आपली भारतीय पद्धतच योग्य आहे. कारण इथे त्या मुलाचा सांभाळ करण्याची व्यवस्था केली जाते. कारण यातील काही स्त्रियांना

खरोखर तुरुंगात टाकण्याची गरज असते. काही स्त्रियांचे गुन्हे खरोखर अमानुष, मानवतेला काळिमा फासणारे असतात. हे आपण विसरून चालणार नाही. समाजव्यवस्थेमध्ये अशा गुन्ह्यांना शिक्षा होण्याचीही तरतूद असलीच पाहिजे. अर्थात या अशा काही नोजक्या केसेसमुळे इतर अनेकांना झळ सोसावी लागते. काहीही असलं तरी मुलाचा योग्य प्रतिपाळ व्हावा, त्याला हालअपेष्टा भोगाव्या लागू नयेत, असं माझं मत आहे.''

''अनेकदा केवळ प्राप्त परिस्थितीमुळे स्त्री तुरुंगात येऊन पोचते.''

''होय. दुर्दैवानं ते खरं आहे. पण त्याचबरोबर अनेक वेळा स्त्रियांनी महाभयंकर गुन्हा केलेला असतो. काही स्त्रिया अतिरेकी कृत्ये करतात, मादक द्रव्यांची उलाढाल करतात, खून सुद्धा करतात...''

''बरेच वेळा त्या स्त्रीचा इतका अनन्वित छळ झालेला असतो, की त्याला कंटाळून ती खून करते.''

''बऱ्याच स्त्रियांच्या बाबतीत हे खरं असेलही. पण केवळ परिस्थितीवश गुन्हा घडल्याची उदाहरणं इतकी बहुसंख्येनंसुद्धा आढळत नाहीत. अनैतिक विवाहबाह्य संबंध हे कारणही अनेकदा या खुनांमागे असतं. तसं पाहिलं तर कारणं अनेक आहेत. पण स्वातंत्र्य आणि शिक्षा या दोन्हींचा समतोल साधणं फार महत्त्वाचं आहे. आपल्याला मिळालेल्या स्वातंत्र्याचं मोल काय आणि त्याचा वापर कसा करावा याची काही लोकांना कल्पनाच नसते. स्वातंत्र्याच्या सोबत जी जबाबदारी येते त्याचं भान त्यांना नसतं. अशा माणसांना तुरुंगात ठेवणं गरजेचं असतं. पण मला वाटतं– आईला आपल्या मुलाला स्वत:बरोबर तुरुंगात ठेवून घेण्याची मुभा असली पाहिजे. त्यामुळे त्या मुलाला थोडीफार मानसिक सुरक्षितता मिळते. आपलं मूल निदान पाच वर्षांचं होईपर्यंत आपल्याजवळ सुरक्षित आहे, हे समाधान आईलासुद्धा मिळतं. पण त्यासाठी आवश्यक त्या सोयीसुविधा तुरुंगात उपलब्ध असल्या पाहिजेत. तशा जर नसतील, तर ते फारच वाईट.''

''पण सर्वत्र तसंच तर पाहायला मिळतं. सोयी-सुविधा काही नाहीत...''

''होय. तसंच सर्वत्र आढळतं, ही मोठी दु:खाची गोष्ट आहे. ते फार चुकीचं आहे. एकतर सरकारनं स्वत:हून या सोयी-सुविधा पुरवल्या पाहिजेत किंवा मग ते मूल तुरुंगात ठेवू देण्याची परवानगी देता कामा नये. पण अशा परिस्थितीत प्रश्न असा आहे, की ते मूल जाणार कुठे? मुलाला आईची गरज असते. बरेचदा त्या मुलाला सर्वांत जास्त धोका असतो तो त्याच्या बेजबाबदार वडिलांकडूनच. अनेकदा वडील दारूच्या आहारी गेले असतील तर ते आपल्या मुलांचं लैंगिक शोषण करण्यासही मागेपुढे पाहत नाहीत. अशावेळी ते मूल आईपाशीच सुरक्षित असतं. कुटुंबियांपेक्षा, समाजापेक्षा तुरुंगातच ते जास्त सुरक्षित असतं. मी स्वत:

असं आपल्या मुलामुलींचं लैंगिक शोषण करणारे वडील पाहिले आहेत. दारूच्या आहारी गेल्यानं ते असं करतात.''

''पण हे लहान मूल अनेक निर्ढावलेल्या, उलट्या काळजाच्या गुन्हेगार स्त्रियांच्या सोबत कोठडीत राहतं. त्यावर काही उपाय होणं गरजेचं आहे, असं तुम्हाला नाही वाटत? तिहारमध्ये कसं आई व मुलाला वेगळ्या कोठडीत ठेवतात!''

''पण जागेची अडचण असतेच ना. निदान ज्या तुरुंगात जागेची एवढी समस्या नसेल, तिथे तरी मुलांना निर्ढावलेल्या गुन्हेगारांपासून दूर ठेवलं पाहिजे. खरं तर आणखी अनेक नवीन तुरुंग बांधण्यात यायला हवेत. ते बांधत असताना आईपाशी राहणाऱ्या मुलांसाठी खास वेगळ्या कोठड्यांची सोय झाली पाहिजे.''

''पण हे घडण्यासाठी तुरुंगातील कैद्यांविषयी कळवळा व अनुकंपा असणारी व दूरदृष्टी असणारी व्यक्ती पाहिजे.''

''होय. म्हणजे परत एकदा आपण व्यक्तिगत पातळीवर आलो. त्या व्यक्तीच्या मनातील जबाबदारीची जाणीव किती महत्त्वाची आहे, हाच मुद्दा या तुरुंगाचा आराखडा जेव्हा आखण्यात आला तेव्हा सुद्धा त्यामागे कळकळ ही दूरदृष्टी होतीच. मला आठवतं, मी त्यावेळी तिहारची इन्स्पेक्टर जनरल म्हणून नुकतीच सूत्रं हाती घेतली होती. माझ्याकडे नवीन बांधण्यात येणाऱ्या तुरुंगाचा आराखडा देण्यात आला होता. त्यावेळी त्यात आई व मुलांसाठी स्वतंत्र सोय नव्हती. ते लक्षात आल्यावर आम्ही तो आराखडा नामंजूर केला. अगदी अखेरच्या क्षणी. त्यांना खरं तर फक्त माझी एक सही लागणार होती. पण मी तो परत पाठवला. ''सगळे उपक्रम कुठे घेणार? पाळणाघर कुठे आहे? प्रशिक्षण केंद्र कुठे आहे?'' मी विचारलं. त्यावर ते म्हणाले, ''इसकी जरूरत नहीं है!'' मी सही करण्यास नकार दिला. मी त्यांना म्हणाले, ''तुम्ही या सगळ्या सोयी सुविधा या आराखड्यात जोपर्यंत अंतर्भूत करत नाही, तोपर्यंत मी सही देणार नाही.'' त्यावर ते म्हणाले, ''बाकी सब पास हो गया!'' मी त्यांना म्हणाले, ''तुरुंग जेव्हा बांधण्यात येतात तेव्हा ते कायमस्वरुपी असतात. मी जबाबदारी घेणार नाही.'' ते म्हणाले, ''खूप खोळंबा होतोय. सगळी कामं लांबतायत.'' मी म्हणाले, ''हरकत नाही. एकदा हा तुरुंग बांधल्यावर नंतरची शेकडो वर्षे, हजारो लोक या तुरुंगात राहणार आहेत. त्यांचं काय?'' तुरुंग हे लोकांना केवळ डांबून ठेवण्यासाठी असतात, या संकल्पनेलाच माझा विरोध होता. मला सुधारगृह हवं होतं. मी तब्बल सहा महिन्यांनी त्या आराखड्यावर सही केली. तिहारमध्ये आम्ही जे धोरण अवलंबलं होतं, जी दूरदृष्टी दाखवली होती, त्या सर्व सुविधा

येथे करून घेतल्या. खरी समस्या ही आहे की पी.डब्ल्यू. डी. जेव्हा बांधकाम करते, तेव्हा त्या खात्याला याठिकाणी नक्की कोणत्या सुधारणा हव्या आहेत, याची कल्पनाच नसते. त्यामुळे कशा प्रकारच्या इमारतींना मंजुरी द्यायची ही गोष्ट तुरुंगातील वरिष्ठ अधिकाऱ्यांनीच ठरवायची असते. परत तोच मुद्दा आला– वैयक्तिक पातळीवर कळकळ, जाणीव, तळमळ... तिहारमध्ये प्रत्येक वीट उभी राहिली ती या कळकळीतूनच... प्रत्येक उपक्रम राबवला गेला तो या सद्भावनेतून, दूरदृष्टीतून.''

त्यानंतर आम्ही दोघांनी लिहिलेली पुस्तके व लेख... इत्यादी विषयांवर चर्चा केली. मी जाण्यासाठी उठून उभा राहिलो. नवल असं, की जी थंडी आधी माझ्या हाडांमधून आत शिरत होती, ती या आमच्या संपूर्ण संभाषणाच्या दरम्यान एकदाही मला जाणवली नव्हती. मी डॉ. किरण बेदींशी हस्तांदोलन केलं. ''भारतीय तुरुंगातील आई व मुलांच्या भविष्याविषयी तुमचं मत काय आहे?'' असा एक अखेरचा प्रश्न मी त्यांना विचारला.

''भूतकाळापेक्षा भविष्यकाळ निश्चितच चांगला आहे. फक्त त्यासाठी आपण एका मुद्यावर भर द्यायला हवा तो म्हणजे स्टॅच्युटरी कमिशननं याकामी अधिक कळकळ दाखवली पाहिजे, सक्रिय सहभाग घेतला पाहिजे. सुप्रीम कोर्टानं जो काय न्यायनिवाडा केला असेल, त्याचं काटेकोर पालन केलं पाहिजे.''

''पण हे करणार कोण? ह्यूमन राईट्स कमिशन?''

''होय...''

''कदाचित माझं बोलणं तुम्हाला नकारात्मक वाटेल. पण ह्यूमन राईट्स कमिशनची झेप एवढ्या दूरवर आहे का? त्यांच्यात एवढी क्षमता तरी आहे का?''

''मला वाटतं सर्वांत मोठी गरज आहे ती कृतीशील सहभागाची. नुसतं नोकरशहा असून चालणार नाही. सक्रिय पाठिंबा असला पाहिजे. सरकारी अधिकाऱ्यांची कृतीशीलता दिसली पाहिजे. मी आत्तापर्यंत अनेकदा हे बोलून दाखवलं आहे. शेवटी सहभागी असलेल्या प्रत्येक व्यक्तीचा दृष्टिकोन कसा आहे, यावरच बरंचसं अवलंबून आहे. जर एक व्यक्ती या नात्यानं काहीतरी भरीव स्वरुपाचे, सकारात्मक बदल घडवून आणण्याची तुमची इच्छा असेल, तर तुम्हाला कोणीच थांबवू शकणार नाही. तुरुंगात काम करणाऱ्या सर्वच्या सर्व कर्मचाऱ्यांना असं वाटलं, की तुरुंगात राहत असलेल्या आई व मुलांच्या जीवनात काही सुधारणा घडवून आणावी, तर तेच पुरेसं आहे. त्या व्यक्तींच्या मनातील प्रामाणिक हेतू पुरेसा आहे. प्रत्येक व्यक्तीनं जर ही जबाबदारी शिरावर घेतली तर अशक्य वाटणाऱ्या गोष्टीसुद्धा शक्य होतात.''

□

दुसऱ्या दिवशी सकाळी अग्निमंदिरातील घंटानादानं मला जाग आली. बाहेर अजून अंधारच होता. पण घंटांचा तो ओळखीचा किणकिणाट ऐकून माझी शिणलेली गात्रं ताजीतवानी झाली. त्या घंटानादानं मला बालपणाची आठवण झाली. तेव्हा आम्ही सर्व आते-मामे भावंडं आमच्या आजीकडे राहायचो. दर काही तासांनी अग्निमंदिरातील घंटा वाजायची आणि सारा आसमंत चंदनाच्या सुगंधानं भरून जायचा. मी तो घंटानाद हजारो वेळा ऐकला असेल, माझ्या दुमजली बिछान्यात पडल्या पडल्या! आत्ता याक्षणी हजारो मैल दूर असताना मी त्या ओसरलेल्या बालपणाच्या आठवणीनं झुरत होतो. विविध तुरुंगातील आणि अनाथाश्रमातील बालकं कशी बरं राहत असतील? माझ्या मनात आलं. आपल्या प्रियजनांच्या मायेच्या ऊबदार, सुरक्षित वातावरणात, आपल्या स्वत:च्या घरात झोपेतून जागं होण्याचं भाग्य त्यांच्या नशिबात नसतं.

माझ्या डोक्यात अशा विचारांचं आवर्त उठलं. मी अंगावरची ऊबदार चादर बाजूला भिरकावली. पाय जमिनीवर ठेवले आणि उठलो. थंड बोचरं वारं अंगाला झोंबलं.

एक तासानंतर मी अग्निमंदिराच्या ऊबदार, सुरक्षित कुशीत होतो. मी थोडावेळ मनोभावे प्रार्थना केली व बाहेर पडलो. कालच्यापेक्षा पुष्कळच बरं वाटत होतं मला. गारठा अजूनही प्रचंड होता. पण आता मला त्याची सवय झाली होती. मी इकडेतिकडे पाहिलं. इतक्यात माझी नजर राल्फवर पडली. तो जणू काही मला नमस्कार केल्यासारखा भुंकत उड्या मारत जवळ आला. मी आधी त्याचा शोध घेतला होता. पण तेव्हा तो तोंडात प्लॅस्टिकचा मग पकडून पळून गेला होता. आणि आता मात्र उड्या मारत माझ्याकडे पळत येत होता. तो जवळ आला आणि माझ्या अंगावर झेप घेऊन कोलमडला. माझ्या खांद्यावर काळी बॅग लटकत होती. का कोण जाणे पण त्याला त्याविषयी अपार कुतूहल होतं. आपले दोन्ही पंजे माझ्या खांद्यावर ठेवून तो उभा राहिला आणि त्यानं माझी बॅग आपल्या दातात घट्ट पकडली.

"राल्फ, माझी बॅग सोड बघू" असं मी ओरडल्यावर त्याला काय वाटलं कोण जाणे, तो बॅग जोरजोरात ओढू लागला. मी तोंडानं चार शिव्या हासडत ती परत घेण्याचा प्रयत्न करू लागलो. अशी आमची रस्सीखेच पाच मिनिटं चालली. एवढ्यात एक गाडी कंपाऊंडमध्ये शिरली व त्यातून मॅनेजरचा मुलगा आला. त्यानं आमची ही लढाई पाहिली. खिडकीतून तोंड बाहेर काढून त्यानं आपल्या कुत्र्याला दम भरला. अखेर तो कुत्रा माझी बॅग सोडून पळून गेला. जाताना त्यानं जिभल्या चाटत माझ्याकडे पाहिलं.

त्यानंतर सुमारे तासाभरानं मी परत एकदा तिहारचे लॉ ऑफिसर सुनील गुप्ता यांच्या केबिनमध्ये बसलो होतो. ते थोड्याच वेळात माझी भेट घेणार होते. तसा निरोप त्यांनी पाठवला होता. तोपर्यंत मि. भाटिया माझ्याशी पत्रकारिता, प्रकाशन इत्यादी विषयावर गप्पा मारत होते. तिहारमधील नोकरी करत असताना एकीकडे मि. भाटिया यांना प्रकाशन व्यवसायात खूप रस होता व त्यांना त्या विषयातील बरीच माहितीसुद्धा होती. ते स्वत: हिंदीतून एक दर्जेदार मासिक काढत असत. तिहारमध्ये त्यांनी दहा वर्षांहून अधिक काळ घालवला होता. डॉ. किरण बेदी यांच्या नंतरचे इन्स्पेक्टर जनरल आय. के. गुप्ता आणि डायरेक्टर जनरल अजय अगरवाल या सर्वांनी तिहारमध्ये जे क्रांतिकारक बदल घडवून आणले होते, त्या बदलांचे ते साक्षीदार होते.

एवढ्यात सुनील गुप्ता आत आले. चहाचे घुटके घेता घेता मी त्यांची मुलाखत घेण्यास सुरुवात केली.

"कैद्यांचे कल्याण तसेच प्रसारमाध्यमांना तुरुंगात प्रवेश या दोन्ही मुद्यांच्या बाबतीत वेगवेगळ्या तुरुंगांसाठी सरकारची मार्गदर्शक तत्त्वे वेगवेगळी आहेत... हे कसं? शिवाय तिहारमध्ये लिखित नियमावली उपलब्ध आहे. ती केवळ तिहारसाठी आणि तेथे राहणाऱ्या कैद्यांसाठीच आहे. जेलच्या नियमावलीच्या बाबतीत देशातील सर्व तुरुंगांमध्ये एकसूत्रता का नाही?"

"भारतात पीनल कोड जरी एकच असलं तरी कैद्यांवर जेव्हा खटला चालवण्यात येतो आणि त्यांची तुरुंगात रवानगी होते, त्यांना शिक्षा ठोठावण्यात येते, ती मात्र वेगवेगळ्या स्पेशल ॲक्टसच्या अन्वये. इंडियन पीनल कोड सर्वांसाठी एकच असून भारतातील सर्व राज्यांमधील सर्व तुरुंगांसाठी ते एकच आहे. पण जेल नियमावलीच्या संदर्भात असं आहे, की प्रत्येक जेलचा कारभार कसा चालवायचा ही त्या त्या राज्य सरकारच्या अखत्यारीतील बाब आहे. त्यामुळेच प्रत्येक राज्यात स्वत:ची जेल नियमावली आहे. अर्थात बऱ्याच राज्यांनी पंजाबच्या जेल नियमावलीचं अनुकरण केलेलं आहे आणि त्यावर आधारित पण स्वत:ला सोयीस्कर होईल अशी जेल नियमावली बनवली आहे."

"तिहार जेलची नियमावली बनवताना तिहारमध्ये राहणाऱ्या कैद्यांचा विचार केलेला दिसतो. तसं इतरत्र नाही?"

"अगदी बरोबर."

"ही पंजाब जेल नियमावली किती जुनी आहे?"

"ती सुमारे एकशे पंधरा वर्षे जुनी आहे."

"म्हणजे? एकशे पंधरा वर्षांपूर्वी बनवण्यात आलेल्या नियमांनुसार आज जेलचा कारभार चालतो? अर्थातच हे नियम फारच जुनेपुराणे असणार..."

"होय."

"पण मग या जुन्यापुराण्या नियमांमध्ये काही सुधारणा घडवण्याचा प्रयत्न कोणी करतंय की नाही?"

"होय. आदर्श जेल नियमावली कशी असावी या संबंधीचा अहवाल दिल्लीतील एका कमिटीनं सादर केला आहे. आम्ही दिल्ली जेल मॅन्युअल बनवत आहोत. भारताच्या राष्ट्रपतींनी त्याला मंजुरी दिली आहे. फेब्रुवारी २००२ पासून या दिल्ली जेल मॅन्युअलचा आम्ही अवलंबसुद्धा करत आहोत."

"तिहारमध्ये कैद्यांसाठी एक खास पुस्तिका– हँडबुक– आहे. त्यात सर्वच्या सर्व मुद्द्यांचा नीट विचार केलेला आहे. पण इतर सर्व जेलमध्ये असं कैद्यांचं हँडबुक असतं?"

"सुनील बात्रा केसमध्ये सुप्रीम कोर्टानं जो निकाल दिला होता त्यानुसार प्रत्येक राज्यानं स्वत:साठी असं कैद्यांचं हँडबुक बनवणं सक्तीचं आहे. त्यामुळे कैद्यांना आपले हक्क आणि कर्तव्य यांची नीट जाणीव होते. पण दुर्दैवानं हे कैद्यांचं हँडबुक कसं असतं, याची बऱ्याच राज्यांना कल्पनाच नाही. त्यामुळे फारच थोड्या राज्यांमध्ये सुप्रीम कोर्टाच्या या आदेशाचं पालन करण्यात आलेलं दिसतं."

"तुमच्या म्हणण्याचा अर्थ असा, की प्रत्येक राज्यानं अशा तऱ्हेचं कैद्यांचं हँडबुक प्रसिद्ध करून कैद्यांना तुरुंगात राहत असताना त्यांचे हक्क काय व कर्तव्ये कोणती याची जाणीव करून दिली पाहिजे. असा आदेश खुद्द सुप्रीम कोर्टानं दिलेला असूनसुद्धा अनेक राज्ये त्या आदेशाचं पालन करत नाहीत? म्हणजे तुमच्यामते कायद्यानं असं करण्याची सक्ती असूनसुद्धा अनेक राज्ये त्या गोष्टीकडे दुर्लक्ष करत आहेत?"

"हा आदेश सर्वांना बंधनकारक आहे, कारण तो सुप्रीम कोर्टाचा आदेश आहे. सुप्रीम कोर्टाचा आदेश हा सर्वच राज्यांना बंधनकारक असतो."

"आता आपण ज्या कैद्यांवर खटला चालू आहे, अशा कैद्यांविषयी बोलू. एखाद्या कैद्याच्या हातून गुन्हा घडलेला असतो. पण तो न्यायालयात सिद्ध झालेला नसतो व त्याला अजून शिक्षा झालेली नसते. पण जर त्याच्यावरील

आरोप सिद्ध झाला तर त्याला जेवढी वर्षे कारावास भोगावा लागेल, त्याहूनही अधिक वर्षे त्या कैद्यानं तुरुंगात काढली असतील तर? तिहारमधील अधिकारी अशा परिस्थितीत काय करतात?''

''खरं सांगायचं तर आम्ही दिल्लीत अशा गोष्टी घडू देत नाही. पण इतर राज्यांमध्ये हे घडणं शक्य आहे. एखाद्या गुन्ह्यासाठी आरोपीला कायद्यात जास्तीत जास्त जेवढी शिक्षा होऊ शकते त्याहूनही अधिक काळ तो तुरुंगात काढतो व नंतरच त्याच्यावरील खटल्याचा निकाल लागतो. पण दिल्लीत त्यासाठी आम्ही एक स्वतंत्र ट्रिब्युनल स्थापन केलं आहे. आम्ही इथे प्रत्येक केस काही विशिष्ट काळानंतर परत एकदा विचारात घेतो. आम्ही एक बोर्डही स्थापन केलं आहे. हे प्रत्येक खटल्याची हाताळणी करतं. त्यावर अहवाल बनवला जातो. कोणत्याही कैद्याला त्याला होऊ शकणाऱ्या शिक्षेहून अधिक काळ तुरुंगवास खटल्याच्या निकालाआधीच भोगावा लागणार नाही, याची काळजी आम्ही घेतो. खातूमच्या निकालाच्या वेळी सुप्रीम कोर्टानं जो आदेश दिला त्यातील सर्वच्या सर्व मुद्दे राज्याकडून नीट पाळले जात आहेत ना, हे बघण्याचं काम या बोर्डाचं असतं.''

''परत एकदा सांगतो, दिल्ली हा अपवाद आहे. इतर सर्वच राज्ये काही सुप्रीम कोर्टाच्या या आदेशाचं पालन करत नसावीत, अशी माझी खात्री आहे.''

''होय. दुर्दैवानं ते खरं आहे. पण दिल्लीत आम्ही कायद्याचं काटेकोर पालन करण्याचा प्रयत्न करतो. केवळ तसं करणं आम्हाला बंधनकारक आहे म्हणून नव्हे, तर तिहारमध्ये कैद्यांच्या कल्याणाचा विचार आमच्या मनात सतत असतो.''

''मला एक सांगा– अशा परिस्थितीत राज्यसरकार आणि तुरुंगाचे अधिकारी यांनी या देशातील कायद्याचं व्यवस्थित पालन करावं, यासाठी ज्यांच्यावरचा खटला अजून निकालात निघालेला नाही अशा कैद्यांनी काय करावं?''

''खरं सांगायचं तर ज्याच्यावर खटला चालू आहे अशा कैद्यानं हायकोर्टाकडे दाद मागितली पाहिजे. तसं करण्याचा त्याला मूलभूत हक्क आहे. राज्यघटनेच्या २५ व्या कलमान्वये न्याय मिळण्याचा हक्क प्रत्येक कैद्याचा आहे. त्यामुळेच कैद्याला हायकोर्ट किंवा सुप्रीम कोर्टाकडे दाद मागून हा हक्क मिळवता येतो.''

''पण त्यासाठी त्या कैद्याच्या पाठीशी एखादा निष्णात वकील पाहिजे.''

''तो कैदी एखाद्या वकिलाची मदत घेऊ शकतो किंवा तुरुंगातूनच विनंती अर्ज पाठवू शकतो. न्यायालयात ह्या विनंती अर्जालाच 'रिट पिटिशन' मानण्यात येते व त्यावर विचार केला जातो.''

''हा विनंती अर्ज त्याला तुरुंगाच्या वेलफेअर ऑफिसरच्या मार्फतच पाठवावा लागतो का?''

''तशी गरज नसते. तो अर्ज एखाद्या नातेवाईकामार्फत, मित्रामार्फत अथवा

तुरुंगाधिकाऱ्यांमार्फत पाठवला तरी चालतो. कसा पाठवायचा, हे महत्त्वाचं नाही.''

''हा विनंती अर्ज हाताने लिहिलेला असला तरी चालतो? आपले मूलभूत हक्क आपल्याला मिळावेत, असं त्यात लिहिलेलं असलं तरी तेवढं पुरेसं आहे...''

''होय. तशा अर्थाचं पत्र हायकोर्टाकडे किंवा सुप्रीम कोर्टाकडे पाठवावं लागतं. घटनेनं कैद्याला दिलेल्या मूलभूत हक्कांचं संरक्षण करण्यासाठी त्यांची न्यायदानाची प्रक्रिया चालूच असते.''

''पण तुमची ही सूचना खरोखरच व्यवहारात उतरवणं शक्य आहे? मला असं म्हणायचंय, कैद्याकडून आलेल्या एका साध्या पत्रावर न्यायालये कृती करतात?''

''मला अशी काही उदाहरणे माहीत आहेत– तिहार जेलमधील काही कैद्यांनी चीफ जस्टिस यांच्याकडे पाठवलेल्या साध्या विनंती अर्जाचा न्यायालयानं 'रिट पिटिशन' म्हणून विचार केला होता.''

''तिहार हा एक आदर्श तुरुंग आहे. पण देशभरातील इतर तुरुंगांमध्ये ही व्यवस्था चालेल की नाही याविषयी मला शंका आहे. ते जाऊ दे. मला एक सांगा– एखाद्या व्यक्तीनं खून केला असून त्याबद्दल त्या व्यक्तीला जेलमध्ये टाकलं आहे. ती व्यक्ती गेली सहा वर्षे खटल्याच्या निकालाची वाट बघत जेलमध्ये राहत आहे... अशी उदाहरणे येरवडा जेलमध्ये कितीतरी बघायला मिळतात. खटल्याचा निकाल लागण्याची वाट बघत कैद्यांना कितीतरी वर्षे तुरुंगात काढावी लागतात. तर समजा या मगाशी सांगितलेल्या खटल्याचा निकाल लागून त्या व्यक्तीला जन्मठेपेची शिक्षा झाली, तर या व्यक्तीच्या बाबतीत त्याचा अर्थ काय लावायचा? कारण जन्मठेप ही चौदा वर्षांची असते ना?''

''चौदा वर्षे पण रेमिशन वगळता...''

''ठीक आहे. मग आता समजा या व्यक्तीची आधीच तुरुंगात पाच वर्षे शिक्षा भोगून झाली असेल, तर मग तिच्या जन्मठेपेच्या शिक्षेतून ती पाच वर्षे वजा करण्यात येतात का?''

''होय. त्याच्या शिक्षेचा हिशोब करताना तेवढी वर्षे त्यानं शिक्षा भोगली आहे, असं मानतात. त्यानंतर काही वर्षांनी ती केस परत न्यायालयापुढे विचारासाठी येते. कारण जन्मठेप याचा अर्थ त्या व्यक्तीच्या आयुष्याच्या अखेरच्या क्षणापर्यंत तुरुंगवास, असं कायदा सांगतो. पण प्रत्येक राज्यात एक बोर्ड स्थापन करण्यात आलं आहे. सदर व्यक्तीची चौदा वर्षे शिक्षा भोगून झाली असेल, तर त्या त्या राज्याच्या राज्यपालांपुढे याचिका दाखल करण्यात येते; व त्या कैद्याला त्यानंतर सोडण्यात येते. सर्वसाधारणपणे सत्तर ते ऐंशी टक्के जन्मठेपेच्या कैद्यांची चौदा

वर्षे शिक्षा भोगून झाली की त्यांची मुक्तता करण्यात येते.''

"मी अशा काही केसेस पाहिल्या आहेत, जिथे तुरुंगात शिक्षा भोगत असलेल्या आईची आपल्या मुलाशी वर्षभरात साधी भेट सुद्धा झालेली नाही. त्या मुलाला सरकारी अनाथाश्रमात ठेवण्यात आलं आहे. जर एखादी कैदी स्त्री सरकारी तुरुंगात असेल व तिचं मूल सरकारी अनाथाश्रमात वा सरकारने चालवलेल्या निवासी शाळेत असेल तर आई व मुलाची भेट घडवून आणणं ही सरकारची जबाबदारी नाही का?''

"दिल्ली जेलच्या नियमावलीनुसार एखादं मूल पाच वर्षांचं होईपर्यंत आपल्या आईसोबत तुरुंगात राहू शकतं. त्यानंतर आमच्या मदतीला अनेक सेवाभावी संस्था धावून येतात. डॉ. किरण बेदींची इंडिया व्हिजन फौंडेशन ही संस्था किंवा इतर संस्था. या संस्था कैदी स्त्रियांच्या मुलांना उत्तम शाळेत प्रवेश मिळवून देतात. त्या मुलाच्या जेवणाखाणाचा व निवासाचा खर्च ही संस्थाच उचलते. जर अशा मुलांना त्यांच्या आईच्या संमतीनंच बाहेरच्या चांगल्या निवासी शाळेत घालण्यात आलं असेल, तर त्यांना महिन्यातून एकदा आपल्या आईच्या भेटीसाठी तुरुंगात आणण्यात येतं. या सर्व गोष्टींमध्ये इंडिया व्हिजन फौंडेशनचा पुढाकार असतो. म्हणजेच सेवाभावी संस्था मदतीला असणं हे फार महत्त्वाचं आहे. या मुलांना जवळजवळ तीन तास आपल्या आईच्या सहवासात घालवायला मिळतात. जर एखाद्या मुलाला सरकारी सुधारगृहात ठेवण्यात आलं असेल तर त्या सुधारगृहाचे व्यवस्थापक दर पंधरा दिवसांनी आई मुलाची भेट घडून येईल अशी काळजी घेतात.''

"ही भेट कुठे होते? प्रतिक्षागृहात की जेलच्या कोठडीत?''

"त्या मुलाल तीन तास आईच्या कोठडीत सोडण्यात येतं. त्यामुळे आई व मुलाला एकांत मिळतो. आई मुलाला जवळ घेऊ शकते. जर ते मूल सरकारी संस्थेत असेल तर ते दर पंधरा दिवसांनी आपल्या आईला भेटू शकतं. पण त्याला जर खाजगी निवासी शाळेत ठेवलं असेल तर त्याला महिन्यातून एकदा आपल्या आईला भेटायला मिळतं.''

मी त्यानंतर एक केस त्यांना समजावून सांगितली. एका आईची आपल्या अकरा व तेरा वर्षांच्या दोन मुलींची तब्बल तीन वर्षे भेटच झाली नव्हती. दोन्ही मुलींना रायगड जिल्ह्यातील एका अनाथाश्रमात ठेवण्यात आलं होतं. पुण्याहून तीन ते चार तासांच्या अंतरावर. आईनं तुरुंगातून पत्रे पाठवली, तुरुंगाधिकाऱ्यांनी पत्रे पाठवली, साथी या संस्थेनं पत्रे पाठवली. पण त्यापैकी एकाचंही उत्तर आलं नाही.

मी जेव्हा या पुस्तकाचा हा परिच्छेद लिहीत होतो तेव्हा मी मुद्दाम शहनाज शेख हिला फोन करून त्या मुलांविषयी बातमी विचारली. तिने मला परत तेच

सांगितलं– त्या मुलांची व त्या आईची फार करूण अवस्था झाली होती. त्या मुलांना रायगड जिल्ह्यातील अलिबाग रोडवरील 'बालसदन' येथे ठेवण्यात आले होते. 'तिथला वेलफेअर ऑफिसर नक्की काय करतोय?' असं मी शहनाजला विचारल्यावर ती क्षणभर काहीच बोलली नाही. त्यानंतर म्हणाली, ''आईची व मुलांची भेट व्हावी असं तुम्हाला जर खरोखर वाटत असेल, तर तुम्ही वैयक्तिक लक्ष घालून याबाबतीत काही खटपट केलीत तर बरं.'' याचा अर्थ गेली तीन वर्षे ती आई आपल्या मुलांच्या भेटीसाठी झुरत होती. आणि ही मुलं तिच्यापासून केवळ तीन तासांवर असलेल्या एका सरकारी अनाथाश्रमात होती. पण या अनाथाश्रमानं त्या आईच्या पत्रांची दखल घेतली नव्हती. तुरुंगाधिकाऱ्यांच्या आदेशाची दखल घेतली नव्हती आणि एका सेवाभावी संस्थेनं केलेल्या आवाहनालाही दाद दिली नव्हती. (ही गोष्ट पुणे येथील येरवडा जेलमध्ये घडू शकते, तर देशातील इतर भागात काय होत असेल, याची कल्पनाच केलेली बरी.)

''आपल्या मुलाला भेटता येणं, हा प्रत्येक आईचा मूलभूत हक्क आहे. त्या प्रक्रियेत जर काही व्यावहारिक अडचणी असतील, तर त्यांचं जेल सुपरिटेंडंटच्या पातळीवर निराकरण सहज करता येईल, किंवा सरकारी अनाथाश्रम चालवत असणाऱ्या व्यवस्थापकांच्या पातळीवर ते करता येईल.''

''पण जर या केसमध्ये घडलं तसं तुरुंगाधिकाऱ्यांनी केलेल्या विनंतीकडे सरकारी अनाथाश्रमाने साफ दुर्लक्ष केलं, तर? येरवड्याच्या स्त्री विभागाच्या जेलर श्रीमती कदम त्यांनी त्या सरकारी अनाथाश्रमाला जातीनं पत्र लिहिलं होतं. पण त्याचा काहीही उपयोग झाला नाही.''

''अशा परिस्थितीत आईला संबंधित न्यायालयात, वेळप्रसंगी उच्च न्यायालयातही दाद मागण्याचा पूर्ण हक्क आहे.''

''ज्या सुधारगृहात मुलाला ठेवण्यात आलं आहे त्या सुधारगृहानंच त्या मुलाला काही ठरावीक दिवसांनी तुरुंगात आईच्या भेटीसाठी आणलं पाहिजे, असं काही त्यांच्यावर बंधन वगैरे नाही?''

''मला नाही वाटत तसं काही असेल. निदान असलंच, तर ते मला तरी माहीत नाही. जेलच्या नियमावलीत आई व मुलांची भेट किती दिवसांनी घडवून आणण्यात यावी, याविषयीचा काही उल्लेख नाही. पण तिहारमध्ये दर पंधरा दिवसांनी किंवा एक महिन्यानं आई-मुलाची भेट घडवून आणण्यात येते. पण ते आम्ही पुढाकार घेऊन करतो.''

''देशातील सर्वच्या सर्व तुरुंगांना लागू पडेल अशी समान जेल नियमावली नसावी ही बाब खरोखर दुःखाची आहे... नाही का?''

''होय. पण त्याचबरोबर एक 'ऑल इंडिया मॉडेल प्रिझन मॅन्युअल'– अखिल

भारतीय आदर्श तुरुंग नियमावली– बनवण्यात आली आहे. आम्ही एकंदर सहा सदस्य त्यात आहोत. ही नियमावली संपूर्ण देशभरातील सर्व तुरुंगांसाठी आहे. संपूर्ण देशभरातील सर्वच्या सर्व तुरुंगांमध्ये राहणाऱ्या कैद्यांच्या सुधाराचा, त्यांच्या कल्याणाचा विचार करूनच आम्ही ती बनवली आहे. लवकरच ती संसदेच्या निवड समितीकडे पाठवण्यात येईल आणि आम्हाला अशी आशा वाटते, की या वर्षाअखेरीपर्यंत ती कायदा म्हणून संमत होईल. सध्या बऱ्याच जेलमध्ये शंभर वर्षांपूर्वी बनवलेली नियमावली वापरण्यात येते, त्याची जागा ही नवी नियमावली घेईल. जर राज्यसरकारची खरोखरच कैद्यांमध्ये सुधार घडवून आणण्याची इच्छा असेल, तर ते नक्कीच या नव्या नियमावलीचा वापर करतील. या नियमावलीचं पालन करणं हे त्या त्या लोकांच्या मर्जीवर असेल...''

''म्हणजे, ते त्यांना बंधनकारक नसेल...?''

''नाही. बंधनकारक नसेल. पण ते बंधनकारक, करता आलं तर फार बरं होईल. आमचे तसे प्रयत्नसुद्धा चालू आहेत. सर्व राज्यांना ही आमची नियमावली पाळणं बंधनकारक करण्यासाठी घटनेत काही तशी तरतूद आहे का, हे आम्ही सध्या तपासून पाहत आहोत. या नवीन सुधारित नियमावलीमध्ये जेलमधील आयुष्याच्या सर्वच्या सर्व पैलूंना विचारात घेण्यात येईल. हे, पाहा. राज्यघटनेत तशी तरतूद आहे, की कोणताही आंतरराष्ट्रीय कायदा केंद्र सरकारला लागू करण्याचा अधिकार आहे. राज्यघटनेतील याच तरतुदीचा आम्ही आधार घेत आहोत. सध्या परिस्थिती अशी आहे, की प्रत्येक राज्यानं स्वत:ला सोयीस्कर होईल अशा पद्धतीनं जेल नियमावलीचा अन्वयार्थ लावला आहे. उदाहरणार्थ, तुम्ही जर ओरिसाला जाऊन पाहिलं, तर जेल अंतर्गत कोणत्याही सुधारणेचं पाऊल उचलण्यात येत नाही. कारण त्यांच्याकडे स्वत:च्या कर्मचाऱ्यांचे पगार द्यायलासुद्धा पैसा नाही. (यानंतर सुमारे दीड वर्षांनी मी ओरिसाला गेलो असताना, मला भुवनेश्वर येथील तुरुंगात आई व मुलांच्या संदर्भात फार चांगल्या प्रकारचं काम चालू झालेलं दिसलं. त्याविषयी मी पुढे सविस्तर लिहिणारच आहे.) त्यामुळेच ते आत्ता सुधारणांचा तर विचारसुद्धा करू शकत नाहीत. देशाच्या ईशान्य भागातील अनेक तुरुंगांकडे आपल्या कर्मचाऱ्यांचे पगार भागवण्याइतकासुद्धा पैसा नाही. तेथील परिस्थिती फारच दारूण आहे. तुरुंग हे राज्याच्या तिजोरीवर असलेलं ओझं आहे, असं मानण्यात येतं. त्यामुळेच जी राज्ये गरीब आहेत, त्या ठिकाणच्या तुरुंगांमध्ये यत्किंचितही सुधारणा झालेल्या दिसत नाहीत. दिल्लीला आमच्यापाशी बरीच साधनसामुग्री आहे, त्यामुळे आम्ही इतक्या आमूलाग्र सुधारणा घडवू शकतो.''

''पण जर सुधारणा करण्यासाठी पुरेसं आर्थिक पाठबळच नसेल, साधनसामुग्रीच

नसेल, तर मग त्या नियमावलीचं पालन करणं प्रत्येक तुरुंगाला बंधनकारक करूनही काहीच उपयोग होणार नाही, नाही का? राज्य सरकारे हात वर करून मोकळी होतील, नवीन नियमावलीत सुचविलेल्या सुधारणा करण्यासाठी आमच्याकडे निधी नाही, असा दावा ती करतील.''

''ते खरंच. पण एकदा ही नियमावली सर्व तुरुंगांना लागू करण्यात आली आणि सर्व तुरुंगांमध्ये सुधारणा घडवून आणण्याची राज्य सरकारांवर सक्ती करण्यात आली, की ही सरकारे केंद्र सरकारकडे त्यासाठी निधीची मागणी करणार नाहीत का? तसा निधी मागण्याची तरतूद जर नियमावलीत असेल, तर त्यांना तसा हक्क आहे. पण तशी तरतूद जर त्यात नसेल, तर राज्यसरकारांना तशी मागणी करण्याचा हक्क नाही.''

''आणि त्यांना जर तसा हक्क नसेल, तर इतर अनेक सुधारणा जशा फक्त कागदावरच राहतात तशा याही फक्त कागदावरच राहतील.''

''दुर्दैवानं ते खरं आहे.''

परत एकदा चहा आला. मी हाताच्या तळव्यात चहाचा कप पकडला. त्या गरम स्पर्शानं बरं वाटलं. मी एकदम बराच मोठा घुटका घेण्याचा प्रयत्न केला आणि माझी जीभ भाजली.

''तुम्ही ठीक आहात ना?''

''हो. फक्त जीभ भाजली.''

''त्या कपामुळे जरा फसगत होते.'' एवढ्यात फोन कर्कशपणे वाजला. सुनील गुप्ता फोन उचलून दिल्ली शहरातील रहदारीच्या समस्येविषयी पलीकडच्या व्यक्तीशी बोलले. ''दिवसेंदिवस हा प्रश्न गंभीर होत चाललाय. पण काय करणार हो? दिल्लीत प्रत्येकजण एक तर मंत्री तरी असतो, नाहीतर मंत्र्यांचा सगासोयरा.'' थोड्या वेळानं त्यांनी फोन खाली ठेवला आणि माझ्याकडे पाहिलं.

''भारत हा एकच देश असा आहे, की जिथे आई आपल्या मुलाच्या वयाला पाच वर्षे पूर्ण होईपर्यंत त्याला आपल्याबरोबर तुरुंगात ठेवू शकते. पण तुमच्यामते त्या मुलाच्या कोवळ्या संवेदनाक्षम वयात त्याला आपण तुरुंगात निर्ढावलेल्या गुन्हेगारांच्या सहवासात ठेवतो, हे कितपत बरोबर आहे– असंच ना?''

''हो. लहान मुलानं कोवळ्या संवेदनाक्षम वयात आपल्या आईबरोबर राहिलं पाहिजे. खरं तर काही वर्षांपूर्वी सुप्रीम कोर्टात एक याचिका दाखल झाली होती. त्यावेळी हा प्रश्न उपस्थित झाला होता... मुलाला आईबरोबर तुरुंगात राहू द्यावं की नाही? आणि बऱ्याच राज्यांनी असं करण्यास अनुकूलता दर्शवली होती. बऱ्याच राज्यांच्या मते लहान मुलाला वाढीच्या वयात अनाथाश्रम किंवा नातलगांकडे ठेवण्यापेक्षा त्याला आईच्या मायेच्या सावलीत राहू देणं केव्हाही

अधिक हिताचं आहे.''

''पण तुमच्यामते तिहार जेलनं जसे आपले दरवाजे सेवाभावी संस्थांना खुले करून कैदीकल्याण योजनांमध्ये त्यांना सहभागी करून घेतलं, तशी परिस्थिती देशातील इतर तुरुंगात आज आहे का?''

''मला वाटतं... अगदी सगळ्यांच्या नसेल तरी आजकाल बऱ्याच तुरुंगांनी सेवाभावी संस्थांना सुधार कार्यक्रमात सहभागी करून घेण्यास सुरुवात केली आहे. निदान त्यांनी सकारात्मक दृष्टिकोन तरी अंगिकारला आहे. बऱ्याच राज्यांनी आता आपली द्वारे सेवाभावी संस्थांना खुली केली आहेत. तुरुंगाच्या आत ज्या काही सुधारणांना चालना मिळालेली असेल, त्या सुधारणांमध्ये सेवाभावी संस्थांना सहभागी करून घेणं अत्यंत महत्त्वाचं आहे. सेवाभावी संस्थांचे तुरुंगाच्या आतील कार्य या विषयावर मॉडेल प्रिझन मॅन्युअलमध्ये एक अख्खे प्रकरणच आहे.''

''मला वाटतं, तुरुंगाचा जो कुणी मुख्याधिकारी असेल त्याच्या हृदयात कैद्यांविषयी खरोखरीच कळकळ असेल, तरच या सुधारणा शक्य आहेत.''

''अगदी खरं आहे. तसं पाहिलं तर तुरुंगातील बंदीजनांच्या आयुष्यात सुधारणा घडवून आणण्यासाठी घटनेनं आणि कायद्यानं बऱ्याच तरतुदी करून ठेवल्या आहेत. पण बऱ्याच राज्यांमध्ये याबाबतीत काहीच कृती घडत नाही याचं मुख्य कारण, हेड ऑफ द डिपार्टमेंट– मुख्याधिकारी– हा तुरुंगाच्या डिपार्टमेंटच्या बाहेरचा असतो. तिहारचंच उदाहरण घ्या. आमचे हेड ऑफ द डिपार्टमेंट फार उत्कृष्ट आहेत. अर्थातच आम्ही सर्व बाबतीत आघाडीवर आहोत. पण ज्याक्षणी हेड ऑफ द डिपार्टमेंट तुरुंगाच्या सुधारप्रक्रियेत रस घेणं थांबवतात त्याक्षणी अधोगती सुरू होते. बऱ्याच शहरांमध्ये या संपूर्ण कारभाराचा मुख्य जो असतो, तो आय.पी.एस. किंवा आय.एस. केडरचा असतो...''

''आणि मग अशा अधिकाऱ्याची तुरुंगाचा मुख्य म्हणून नियुक्ती झाली की ती शिक्षा अाहे असं मानण्यात येतं...''

''अगदी बरोबर... तुम्ही ठीकच बोललात. तिहारचंच उदाहरण घ्या. येथे संपूर्ण पारदर्शकता आहे. आमच्याकडे लपवण्याजोगं असं काहीच नाही. उलट दाखवण्यासारखंच. अर्थात जर कैद्याला या सर्व गोष्टींची व्यवस्थित माहिती असेल तर तो रिट पिटिशनच्या माध्यमातून तुरुंगातील वाईट परिस्थितीची दखल घेण्यास तसेच तुरुंगातील परिस्थिती सुधारण्यास सरकारला भाग पाडू शकतो. तो त्याचा मूलभूत हक्क आहे.''

''तुरुंगातील सुधारप्रक्रिया सुरळीत चालू राहण्यासाठी नक्की कोण जबाबदार असते, या आपल्या पूर्वीच्या मुद्याकडे आपण परत येऊ. तुमच्यामते आज काळाची गरज काय आहे?''

''आपल्या तुरुंगांमध्ये आपल्याला तीन प्रकारच्या अधिकाऱ्यांची गरज असते. सुधारणांच्या प्रक्रियेचे हे अत्यावश्यक घटक असतात. एक म्हणजे उत्तम मानसोपचार तज्ज्ञ. दुसरा म्हणजे संवेदनाशील समुपदेशक. तिसरा म्हणजे सक्षम समाजकल्याण अधिकारी. प्रत्येक तुरुंगामध्ये या तीन घटकांची नितांत गरज असते. म्हणजेच बंदीजनांच्या आयुष्यात सकारात्मक बदल घडून येऊ शकतात. उदाहरणार्थ, समाजकल्याण अधिकाऱ्यांचं मुख्य काम– कैद्यांमध्ये खरोखरच सुधारणा घडवून आणण्याचा हेतू मनात बाळगून त्यांच्यासाठी विविध कल्याणकारी उपक्रम राबवणे. एवढंच नव्हे तर या अधिकाऱ्याचं आणखी सर्वांत महत्त्वाचं कर्तव्य म्हणजे कैद्यांना त्यांच्या हक्कांची जाणीव करून देणं, तुरुंगातील कायदेकानूंची, नियमांची त्यांना जाणीव करून देणं आणि त्यांची कर्तव्ये त्यांना नीट समजावून सांगणं. या अधिकाऱ्याची आणखी एक फार मोठी जबाबदारी म्हणजे कैद्यांची मानसिकता समजून घेणं. बऱ्याच कैद्यांना तुरुंगात प्रवेश केल्यावर ज्या भावनिक, मानसिक संघर्षाला तोंड द्यावं लागतं, त्यासाठी कोणत्या प्रकारची उपचारपद्धती योग्य आहे, याची त्या अधिकाऱ्याला नीट जाणीव असली पाहिजे. उदाहरणार्थ, काही कैद्यांसमोर जर तुम्ही फार कठोर भूमिका घेतली तर ते अत्यंत चुकीचं ठरतं. तर काही कैद्यांसमोर तुम्ही मवाळ धोरण स्वीकारणं ही मोठीच चूक होऊ शकते. प्रत्येक कैद्याच्या केसमध्ये कोणती उपाययोजना करायची हे ठरवावं लागतं. समाजकल्याण अधिकाऱ्याची भूमिका याठिकाणी एखाद्या मार्गदर्शकाची असावी लागते. ही भूमिका अत्यंत महत्त्वाची असते...''

''बऱ्याच तुरुंगांमध्ये समाजकल्याण अधिकारी अशी काही व्यक्ती अस्तित्वातच नसते, याची मला वाटतं, तुम्हाला कल्पना असेलच. आणि अगदी असा एखादा अधिकारी तिथे असेलही, तरीसुद्धा त्या अधिकाऱ्यानं सुधारणांविषयी अशी सहृदय सहानुभूतीपूर्ण भूमिका घेणंही तसं विरळाच.''

''दुर्दैवानं तसं आहे. मलाही त्याची जाणीव आहे. या गोष्टीत खरं तर तुरुंगाच्या मुख्याधिकाऱ्यानं लक्ष घालायला पाहिजे आणि लवकरात लवकर चुकांची दुरुस्ती केली पाहिजे. बऱ्याच केसेसमध्ये फार कमी काळ तुरुंगवास भोगलेल्या कैद्यांची पॅरोलवर मुक्तता केली जाते. त्या कैद्यांना तुरुंगात प्रदीर्घ काळ खितपत पडावं लागत नाही. शिवाय हे कैदी अगदीच किरकोळ गुन्ह्यांसाठी तुरुंगात आलेले असतात. त्यांना उलट्या काळजाच्या, सराईत बदमाशांपासून सुरक्षित ठेवणं आवश्यक असतं. कैद्यांच्या सर्व हक्कांचं, विशेषतः त्यांच्या मूलभूत हक्कांचं संरक्षण करणं अधिकाऱ्याचं कामच आहे.''

''तुमचं म्हणणं असंच ना, की जर एखाद्या तुरुंगाला चांगला समाजकल्याण अधिकारी लाभला तर त्या तुरुंगातील कैद्यांच्या राहणीची गुणवत्ता सुधारते आणि

त्यांच्यावर होणारे अत्याचार बंद होतात.''

''होय. मानसोपचार तज्ज्ञांचं उदाहरण घ्या. चांगला मानसोपचारतज्ज्ञ तुरुंगातील कैद्याचं आयुष्य खूपच सुसह्य बनवतो. एखादा कैदी जर सतत मानसिक तणावाखाली असेल तर मानसोपचार तज्ज्ञ त्याला समुपदेशन देण्याची व्यवस्था करतो व समुपदेशक आणि मानसोपचारतज्ज्ञ असे दोघे मिळून त्या मानसिक ताणावर उपाययोजना करतात. मला असं वाटतं, की जसजसे दिवस जातील तसं कैद्यांचं हित ही सर्वांत महत्त्वाची गोष्ट होईल. उदाहरणार्थ, यावर्षी प्रजासत्ताक दिनाच्या दिवशी भारताच्या सर्वोच्च न्यायालयाच्या न्यायाधीशांनी तिहार जेलला भेट दिली आणि तिथे अशी घोषणा केली, की ज्या खटल्यांमध्ये एखाद्या गुन्हेगाराला जास्तीत जास्त सात वर्षे तुरुंगवासाची शिक्षा होऊ शकते, अशा खटल्यांची सुनावणी 'जेल अदालत' समोर होईल. अशा तऱ्हेची व्यवस्था जर खरोखरच झाली तर भारतीय तुरुंगांना जो प्रचंड गर्दीचा शाप आहे, त्यावर काहीतरी उपाय होईल.''

''ही 'जेल अदालत'ची पद्धत सर्व तुरुंगांना लागू होईल का?''

''हो. भारतातील सर्वच्या सर्व.''

''त्याचे अध्यक्ष कोण असतील?''

''ज्युडिशियल मॅजिस्ट्रेट असतील. तिहारमध्ये महिन्यातून एकदा, तिसऱ्या शनिवारी ही जेल अदालत भरते. दोन मॅजिस्ट्रेट येऊन बरेच खटले निकालात काढतात. जे गुन्हे अगदीच किरकोळ स्वरुपाचे असतील त्याचा निवाडा झटपट करण्यात येतो. किरकोळ स्वरुपाचा गुन्हा याचा अर्थ त्या गुन्ह्याबद्दल दोषी ठरलेल्या व्यक्तीला जास्तीत जास्त तीन वर्षांची शिक्षा होऊ शकते. ज्या गुन्ह्यांबद्दल एखाद्या व्यक्तीला जास्तीत जास्त सात वर्षांची शिक्षा होऊ शकत असेल, असे सर्व गुन्हे जर 'जेल अदालत'नं हाताळले तरीसुद्धा भारतीय तुरुंगांमधील गर्दीची समस्या इतिहासजमा होईल.''

''मला सांगा, ही 'जेल अदालत'ची पद्धत भारतातील सर्वच्या सर्व तुरुंगांसाठी बंधनकारक आहे का? देशभरातील सर्व तुरुंगांनी अशा प्रकारचे खटले तुरुंगात चालवलेच पाहिजेत का?''

''होय. त्यांना ते बंधनकारक आहे. भारताचे चीफ जस्टिस यांनी सर्व राज्यांना तुरुंगात अशा प्रकारची 'जेल अदालत' भरवण्याचा आदेश दिलेला आहे. त्यामुळे हे सर्वांना बंधनकारक आहे. दिल्लीमध्ये अशा प्रकारचे खटले जेलमध्ये नेहमीच चालू असतात. कदाचित इतर राज्यांमध्ये अशाप्रकारे 'जेल अदालत' नियमितपणे भरवण्यात येत नसेल.''

''इथेसुद्धा परत आपण व्यक्तिगत जबाबदारी आणि पुढाकार याच मुद्यांकडे

वळतो. तुम्हाला यातून असंच सुचवायचं आहे ना की, जेव्हा तुरुंगातील मुख्य अधिकाऱ्याची तुरुंगातील कैद्यांच्या जीवनात सुधारणा घडवून आणण्याची इच्छा असते, तो न्यायाचा आग्रह धरतो, कैद्यांना त्यांचे मूलभूत अधिकार प्राप्त होतील याची काळजी घेतो, तेव्हाच तुरुंगात सुधारणा घडून येऊ शकते.''

''होय. असं पाहा, कधीकधी या विषयीचं जनमत आधीच तयार झालेलं असतं. वस्तुस्थिती नक्की काय आहे हे जाणून घेण्याची फिकीर प्रसार माध्यमांनाही नसते आणि इतर कुणालाही नसते. बिहारचंच उदाहरण घ्या. माझ्यामते त्यांच्याविषयी ज्या प्रमाणात अपप्रचार झाला आहे, तेवढी तेथील परिस्थिती खचितच वाईट नाही. त्यांच्या तुरुंगाची नियमावली खरोखरच खूप चांगली आहे. मी ते नजरेखालून घातलं आहे. ते आधुनिक आहे, तुरुंगातील सुधारणांचा पुरस्कार करणारं आहे. आपण ज्या प्रकारच्या सुधारणांविषयी इथे बोलत होतो, त्यांच्याशी ते पूर्णपणे सुसंगत आहे.''

''त्यांची नियमावली किती जुनी आहे?''

''केवळ दहा नाहीतर पंधरा वर्षे जुनी.''

''जर एखाद्या जेलचा कारभार या जेल नियमावली बरहुकूम चालत नसेल तर त्याविरुद्ध तेथील कैदी न्यायालयात न्याय मागू शकतात का?''

''नक्कीच मागू शकतात. कैदी त्यासाठी कोणत्याही कोर्टात जाऊ शकतात; अगदी सबॉर्डिनेट कोर्टातसुद्धा.''

''याचा अर्थ असाच होतो, की बऱ्याच कैद्यांना कितीतरी हक्क असतात, पण त्यांना त्या हक्कांची जाणीवच नसते.''

''म्हणूनच तुरुंगातील समाजकल्याण अधिकाऱ्यानं कैद्यांना त्यांच्या हक्कांची आणि कर्तव्याची जाणीव वेळेवर करून देणं अत्यंत महत्त्वाचं असतं. कधीकधी दुर्दैवानं या कैद्यांना जेलच्या कर्मचाऱ्यांचं भय वाटतं, त्यामुळे त्यांना आपल्या हक्कांबाबत माहिती असली तरी त्या हक्कांची मागणी करण्याची त्यांची हिंमत होत नाही.

त्यामुळेच जेलमधील समाजकल्याण अधिकारी हा संवेदनाक्षम आणि कैद्यांच्या हिताची तळमळ असलेला असा हवा. सेवाभावी संस्थांची भूमिकाही याठिकाणी अत्यंत महत्त्वाची आहे.''

''सेवाभावी संस्थांचा जर पाठिंबा असेल तर कैद्यांच्या कल्याणामध्ये फार मोठा वाटा त्या उचलू शकतात.''

''परंतु सेवाभावी संस्थांना तुरुंगात प्रवेश देणं, कैद्यांच्या हिताचं काम करण्याची त्यांना परवानगी देणं हे सुद्धा शेवटी तुरुंगाचे आय.जी. आणि डी.जी. यांच्याच हातात असतं. मला वाटतं, सेवाभावी संस्थांना तुरुंगात येऊन काम

करू देणं हे कोणत्याही तुरुंगाला बंधनकारक नाही, नाही का?''

''दुर्दैवानं ते बंधनकारक नाही.''

''ज्याच्या हाती तुरुंगाचे अधिकारी आहेत त्या व्यक्तीच्या मर्जीवर सर्व काही अवलंबून आहे. ही गोष्ट फार धोकादायक आहे. त्या व्यक्तीला जर एखादी विशिष्ट गोष्ट लपवायची असेल, किंवा त्या तुरुंगातील कैद्यांना अत्यंत अमानुष वागणूक देण्यात येत असेल, तर त्याविरुद्ध कोणीही काहीही कारवाई करू शकत नाही ही गोष्ट फार दुःखद आहे, हास्यास्पद आहे.''

''बरोबर आहे तुमचं म्हणणं. याबाबतीत सर्वत्र समानता नाही ही दुःखाची गोष्ट आहे. पण नवीन जेल मॅन्युअलमध्ये या मुद्याचाही ऊहापोह करण्यात आला आहे. सेवाभावी संस्थांच्या तुरुंगातील कार्याचं महत्त्व या विषयावर खास एक प्रकरण त्यात आहे. काही गोष्टी बंधनकारक करण्याची आमची योजना आहे...''

''जर ह्या नवीन जेल मॅन्युअलचा अवलंब करणं कायद्यानं बंधनकारक करण्यात आलं, सर्व राज्यांनी त्याचं पालन करण्यास सुरुवात केली– नुसतं शब्दशः नव्हे तर अगदी मनापासून– तरच हे होऊ शकेल. पण याबाबतीत माझ्या मनात जरा संदेह आहे.''

□

इंडिया व्हिजन फौंडेशननं माझ्यासाठी एक खास मीटिंग आयोजित केली होती. या मीटिंगला काही मुलं खास उपस्थित राहणार होती. त्यांच्यापैकी प्रत्येक मुलाची एकतर आई किंवा वडील तुरुंगात होते. ही मुलं आधी आपल्या आई नाहीतरी वडिलांबरोबर काही वर्षे तुरुंगात राहिली होती पण आता मात्र ती निवासी शाळेत शिकत होती. मी मि. शाळिग्राम यांना भेटणार होतो. हे या मुलांशी नियमित संपर्क ठेवून होते. असिसी कॉन्व्हेन्टच्या सिस्टर्स या मुलांची देखभाल करत. ही मुले असिसी कॉन्व्हेन्ट स्कूलमध्येच शिकत. एवढंच नव्हे, तर त्यांच्यासाठी खास एक इमारतसुद्धा उभारण्यात आली होती. येथे ही मुलं सिस्टर्सबरोबर राहत. डॉ. किरण बेदी यांनी जो 'क्राईम होम चिल्ड्रन प्रोजेक्ट' सुरू केला होता, त्याचाच हा एक भाग होता.

(या पुस्तकासाठी संशोधनाचं काम, तसंच या पुस्तकाच्या लेखनाचं काम बरीच वर्षे चालू होतं. दरम्यानच्या काळात असिसी कॉन्व्हेन्टमध्ये राहून शिक्षण घेणाऱ्या या सर्व मुलांशी माझा खूप जवळचा संबंध आला. याच काळात मी या मुलांवर एक माहितीपट बनवला. ह्या मुलांचं या कॉन्व्हेन्टमधील जीवन तसंच सुट्टीच्या काळात ती जेव्हा तुरुंगात आपल्या आईकडे जाऊन राहत असत, त्या काळातील त्यांचं जीवन या माहितीपटात जवळून दाखवण्यात आलं होतं.) डॉ. किरण बेदी यांच्या इंडिया व्हिजन फौंडेशननं तिहार जेलमध्ये एक पाळणाघर सुरू केलं होतं. या देशातील कोणत्याही उत्तम व्यावसायिक पाळणाघराशी याची तुलना करता आली असती, इतकं याचं व्यवस्थापन उत्कृष्ट होतं. इथे या मुलांची फार उत्तम देखभाल करण्यात येत असे. त्यांना शिकवणं, त्यांचे लाड करणं, त्यांना खाऊ-पिऊ घालणं, कपडे घालणं, त्यांची काळजी करणं... सर्वच फार उत्तम होतं. डॉ. किरण बेदी आणि इंडिया व्हिजनचे सर्व कर्मचारी यांच्या मी दोन वर्षे सतत संपर्कात होते. तेव्हा ही गोष्ट माझ्या लक्षात आली होती. येथील कामिनी गोगिया यांनी या मुलांसाठी उत्कृष्ट कामगिरी बजावलेली होती. त्यांचं या मुलांशी फार चांगलं नातं जुळलं आहे. त्या म्हणतात, "ज्या मुलांची आई

किंवा वडील यांपैकी एक कोणीतरी तुरुंगात आहे, अशा मुलांसाठी हा क्राईम होम चिल्ड्रन प्रोजेक्ट राबवण्यात येतो. तुरुंगात राहत असलेल्या अशा मुलांना आम्ही प्रथम शोधून काढतो. त्याचबरोबर झोपडीत राहणाऱ्या मुलांनाही आम्ही शोधून काढतो. अशा मुलांच्या शिक्षणाची व निवासाची व्यवस्था करण्यात येते. काही ठरावीक निवासी शाळांमध्ये अशा मुलांना भरती करण्यात येतं. या मुलांचं पालकत्व फौंडेशनकडे असतं. या मुलांची वह्या-पुस्तके, गणवेश, कपडे, शाळेचे शुल्क इत्यादी सर्व गोष्टींची व्यवस्था करण्यात येते. आम्ही घरोघरी भेटीसाठीसुद्धा जातो. सध्या क्राईम होम चिल्ड्रन प्रोजेक्टच्या अंतर्गत २७५ मुलांची नोंदणी झालेली असून त्यांच्यापैकी १४१ मुले निवासी शाळेत आहेत.''

तेथे अजून एक समाजसेविका उपस्थित होती. तिचं नाव माया. ती या मुलांसाठी स्वेच्छेनं काम करायची. ती रोज या मुलांना भेटायची. ती गरीब मुलांना रोज दोन ते तीन तास विविध विषय शिकवायची. असिसी कॉन्व्हेन्ट स्कूल ही दिल्लीच्या नोएडा या भागात आहे. शाळेच्या आवारातच शाळेच्या इमारतीपासून सुमारे शंभर यार्डाच्या अंतरावर या मुलांसाठी खास बांधलेली करड्या रंगाची एक मजली इमारत आहे. या इमारतीत वीस मुली राहतात. त्यांच्या वयाला पंधरा वर्षे पूर्ण होईपर्यंत किंवा त्या एस.एस.सी. ची परीक्षा उत्तीर्ण होईपर्यंत येथे राहू शकतील.

मायाला आणि मला या मुलींच्या भेटीसाठी नेण्यात आलं. आम्ही खालच्या मजल्यावरच्या अनेक दारावरून पुढे जाऊन अखेर डावीकडच्या शेवटच्या दारापाशी येऊन थांबलो. आम्ही आत शिरलो. त्या सगळ्या लहान मुली उत्सुकतेनं आमची वाट पाहत थांबल्या होत्या. माझ्याबरोबर माया आली होती, हे बरंच होतं. तिला पाहताच बऱ्याच मुली तिच्याकडे धावल्या. एका लहान मुलीनं माझा हात धरून मला खुर्चीत बसवलं आणि माझ्याकडे बघून गोंडस हसली. ती वयानं माझ्या मुलीएवढीच होती. परत एकदा माझं मन विषण्ण झालं.

''तुझं नाव काय?'' मी हिंदीत विचारलं.

''प्रीती. आणि तुनचं नाव?'' ती अस्खलित इंग्रजीत म्हणाली. तिच्या बोलण्यातील सफाई पाहून मी थक्क झालो; पण मी चेहरा मात्र निर्विकार ठेवला. अशा भावनिकदृष्ट्या भारलेल्या वातावरणात, विशेषतः मुलांच्या सहवासात गेल्यानंतर आपल्या मनातील भावभावना चेहऱ्यावर न दाखवणंच योग्य असतं, हे मी एव्हाना शिकलो आहे. जर आपल्या भावनांवर काबू ठेवला नाही तर कधीकधी आपल्या मनावर ज्या काही गोष्टींचा सखोल परिणाम होणार असेल, त्या गोष्टी आपल्या अंतर्मनात शिरतात आणि थेट आपल्या आत्म्याला जाऊन भिडतात. त्यामुळे आपल्या भावनांवर नियंत्रण ठेवणं फार महत्त्वाचं आहे.

नाहीतर पूर्वी आपल्या मनावर परिणाम करून गेलेल्या गोष्टी आता आपल्याला आठवतात, त्रास देतात आणि अवघ्या अस्तित्वाकडे पाहण्याचा आपला दृष्टिकोन बदलून जातो. अर्थात हे सगळं ऐकण्यास खूप तर्कसुसंगत, योग्य वाटतं. पण प्रत्यक्षात मात्र घडतं असं की आपण एका भावनांच्या वादळात खेचले जातो आणि त्यानंतर कितीतरी वेळ आपल्या मनातून ती वेदना जात नाही. या अशा जिण्याला काय अर्थ आहे? असं मनोमन आपण त्या जगन्नियंत्याला विचारत राहतो. थोडक्यात काय– अशाठिकाणी जाऊन आल्यानंतर कितीतरी वेळ आयुष्य निरर्थक वाटू लागतं.

"तुमच्या हातात काय आहे?" दुसऱ्या एका मुलीनं परत एकदा सफाईदार इंग्रजीत विचारलं. खाजगी उत्तम शाळांमध्ये जाणाऱ्या कितीतरी मुलांपेक्षा त्या मुलीचं इंग्रजी सुंदर होतं.

"हा एक टेपरेकॉर्डर आहे. हवं तर मी यात तुझा आवाज टेप करून घेईन आणि नंतर तुझ्या आईला भेटून तो ऐकवीन. तुझ्या आईला ऐकू दे का तुझा आवाज?"

तिनं जोराजोरात होकारार्थी मान हलवली. तिचे डोळे पाणावले. माझ्या एक गोष्ट लक्षात आली– या मुलांच्या मनात, त्यांच्या हृदयात काय चाललंय हे खरंखुरं जाणून घ्यायचं असेल तर ते फक्त या भावनिक मार्गानंच शक्य आहे. त्यांना इतर काही भाषण देण्यात अर्थच नव्हता.

"तुला तुझ्या आईशी बोलायचंय? हं... मग सुरू कर बघू." मी डिक्टाफोन चालू केला. तिनं तो आपल्या चिमुकल्या हातात धरला. तिच्या डोळ्यांत परत पाणी तरारलं, गळा दाटून आला. तिनं बोलण्यासाठी तोंड उघडलं आणि परत मिटलं. "अगं, बोल ना..." मी हलकेच म्हणालो. मी तिच्याकडे वात्सल्यानं पाहिलं.

"तुला तुझ्या आईशी बोलायचं नाही का?"

"मला बोलायचंय आहे," असं म्हणत दुसऱ्या एका मुलीनं तिच्या हातातून डिक्टाफोन काढून घेतला.

"तुझं नाव काय?"

"रेहाना."

सर्वच मुलींचे कपडे अत्यंत नीटनेटके होते. साधेच पण स्वच्छ. सर्व मुलींनी माझ्याभोवती आणि मायाभोवती घोळका केला होता. या शाळेच्या सिस्टर्सनी स्वच्छतेचं, टापटिपीचं आणि आरोग्याचं महत्त्व त्या मुलींच्या मनावर नीट बिंबवलेलं दिसत होतं. रेहानासुद्धा आपल्या आईसाठी काही संदेश डिक्टाफोनमध्ये बोलू शकली नाही. एक गोष्ट उघडच होती, की त्या सर्वच मुलींना आपल्या आईशी बोलायचं होतं. पण त्याहीपेक्षा अधिक महत्त्वाचं म्हणजे

त्यांना आपल्या आईच्या मायेचा, वात्सल्याचा स्पर्श हवा होता. त्याच्या तुलनेनं डिक्टाफोन हे निर्जीव यंत्र होतं.

माझ्या एक गोष्ट आता लक्षात आली आहे. प्रत्यक्ष आईचा वात्सल्यपूर्ण स्पर्श मिळणं हे या मुलांच्या दृष्टीनं अत्यंत महत्त्वाचं असतं. आपल्यालासुद्धा ही मुलं स्पर्श करण्याचा प्रयत्न करतात. आमच्या भोवती गोळा झालेली ही मुलंसुद्धा आम्हाला जणू घेराव घालून उभी होती. आपल्या मात्यापित्यांच्या स्पर्शाला पारखी झालेली ही मुलं जणू काही आम्हाला स्पर्श करून मात्यापित्यांच्या स्पर्शाचा अनुभव घेत होती.

''मी बोलते... काय बोलू? माझ्या परीक्षेबद्दल सांगू?'' आणखी एक मुलगी हिंदीत म्हणाली. ती आधीच्या तीन मुलींपेक्षाही लहान होती.

''चालेल. फारच छान. तुझ्या परीक्षेबद्दल सांग बघू.''

''पण मी काय सांगू?''

''तुझी परीक्षा कधी आहे?''

''उद्या.''

''तू कितव्या इयत्तेत आहेस?''

''चौथीत.''

''तुला ही शाळा आवडते?''

''हं...''

''इथली मुलं तुझ्याशी चांगली वागतात का?''

''त्या दुसऱ्या मुलीसुद्धा चांगल्या आहेत.''

''त्या तुला त्रास देतात?''

''न... नाही.''

''आणि शिक्षक?''

''ते पण चांगले आहेत.''

''इथलं जेवण कसं असतं?''

''चांगलं.''

''तुम्हाला तिहारमध्ये जेवायला मिळायचं... त्या जेवणापेक्षा इथलं जेवण जास्त चांगलं असतं?''

''दोन्हीकडचं चांगलं असतं.''

''तू तुझ्या आईला दर महिन्याला भेटतेस, का दोन महिन्यातून एकदा भेटतेस?'' हा प्रश्न विचारणं महत्त्वाचं होतं. या मुलींची आणि त्यांच्या आयांची महिन्यातून एकदा भेट होते असं जरी मला सांगण्यात आलं असलं, तरी माझ्या मनात कुठेतरी शंकेची पाल चुकचुकत होती.

"मी तिला भेटते..."

"तू तुझ्या आईला दर महिन्याला भेटतेस का दोन महिन्यांतून एकदा भेटतेस?"

"दोन महिन्यांतून एकदा."

"तुला रोज रात्री तिची फार आठवण येत असेल ना?"

"हं... ती माझ्या स्वप्नात येते."

"मी पण..."

"आणि मी सुद्धा... मला तर माझ्या पपांची पण खूप आठवण येते."

"...माझी पण आई माझ्या स्वप्नात येते."

त्यानंतर काही वेळ त्या सगळ्या मुली आपल्या आईबद्दल बोलत राहिल्या. प्रत्येकाची आई तिच्या स्वप्नात येत असे. झोपेतही त्यांचं मन जागं असायचं. त्यांचं शरीर आणि त्यांचं हृदय मायेच्या स्पर्शाला आसुसलेलं असायचं.

"तुम्हाला माहीत आहे? एकदा माझी आई मला भेटायला आली होती."

"कशी काय? तुझी आई कुठे असते?"

"दिल्लीला."

"म्हणजे... ती तिहारला नसते?"

"नाही. ती आता बाहेर आहे. ती मला कधीतरी फोन करते."

शाळिग्राम माझ्याहून पंधरा फूट लांब दुसऱ्या एका घोळक्यात उभे होते. मी त्यांच्याकडे वळलो.

"हिची आई कुठे असते?"

"तिची सुटका झाली असली तरी या मुलीचा सांभाळ करणं तिला शक्य नसल्यामुळे आम्हीच हिची देखभाल करतो. क्वचित कधीतरी ती हिला भेटायला इकडे येते. आम्ही तिला इथे येऊन मधूनमधून आपल्या मुलीला भेटण्याची परवानगी देतो. पण सारखंसारखं येऊ देत नाही. कारण सारख्या भेटी होत राहिल्या तर वियोगाचं दुःखंही अधिक तीव्र होतं. त्यामुळे आम्ही या आईमुलांची भेट महिन्या दोन महिन्यांतून एकदाच घडवून आणतो."

आणखी एक मुलगी पुढे आली आणि माझ्याकडे आणि डिक्टाफोनकडे टक लावून बघत राहिली.

"ए... तुझं नाव काय?" एव्हाना एक गोष्ट माझ्या लक्षात आली होती. सर्वच मुलींचं इंग्रजीवर प्रभुत्व नव्हतं. मग मी त्या मुलीशी हिंदीत बोलायला सुरुवात केली. उत्तर कोणत्या भाषेत द्यायचं ते त्या मुलीवरच सोडलं.

"माझं नाव नेहा... आणि ते काय आहे?" ती डिक्टाफोनकडे बोट दाखवत सफाईदार इंग्रजीत म्हणाली.

"तो डिक्टाफोन आहे." मी म्हणालो. "ही बरीच वर्षे जेलमध्ये राहत होती का?"

"हो." त्या मुलीनंच सांगितलं.

"किती वर्षे?"

"पाच वर्षे." असं म्हणून ती गप्प झाली. बहुदा तिचा जन्मच तिहार जेलमध्ये झाला असावा.

"तू किती वर्षांची आहेस?"

"मी बारा वर्षांची आहे."

"तुझी आई कुठे आहे?"

"आता ती बाहेर आहे."

"दिल्लीला?"

"अं..." ती जराशी घुटमळली.

तिला आपल्या आईविषयी बोलताना फार अवघडल्यासारखं होत असावं, हे माझ्या लक्षात आलं.

"माझं नाव सब्रीना. मी पण जेलमध्ये होते."

"किती वर्षांसाठी?"

"मला नाही माहीत." ती हिंदीत म्हणाली.

"तुला जेलविषयी काही आठवतं?"

"हो. मला सगळं आठवतं. त्यावेळी जुनी जेल होती."

"किरण बेदी तिथे होत्या?"

"हो. होत्या ना. माझी ओळख होती त्यांच्याशी. त्या मला ओळखतात."

"जुनी जेल चांगली होती?"

"अं..." ती घुटमळली. शाळिग्रामकडे पाहू लागली.

"तुला जे काय सांगायचं असेल, ते सांग या अंकलना. तुला कोणीही रागावणार नाही."

"अं... तशी चांगली होती. पण आम्ही कोठडीतच जेवण गरम करायचो, स्वयंपाकसुद्धा करायचो. कोठडीत चूल ठेवायला बंदी होती. त्यांनी जर आम्हाला पकडलं, तर ते अम्हाला रागवायचे."

"पण तुम्हाला चूल कशासाठी लागायची?"

"माझी आई जेवण गरम करायची आणि माझ्यासाठी छान स्वयंपाकसुद्धा करायची."

"तुला खूप भूक लागायची?"

"हं..."

“त्यावेळी तुरुंगात जेवण चांगलं नसायचं?”

“नाही. तेव्हा जेवण चांगलं नसायचं.”

“मग आता चांगलं असतं?”

“हं...”

“आता तुझी आई कुठे असते?”

“ती दिल्लीला असते.”

“तुला तिहारमध्ये राहायला आवडायचं?”

“मुळीच नाही. तिथे ना... ते सगळ्यांना मारायचे. ते मला नाही आवडायचं.”

“कोणा कोणाला मारायचे?”

“कोणीही कोणाला मारलं तरी मला ते नाही आवडायचं... त्या बायका... त्यांनी ऐकलं नाही ना, तर त्यांना मार खायला लागायचा...”

“म्हणजे? बायकाच बायकांना मारायच्या?”

“हं...”

“तिथे बरीच भांडणं चालायची का?”

“हं... एकदा तर काय झालं माहिती आहे? खूप मोठं भांडण झालं, मारामारी झाली. कोणाच्या तरी आईला काठी लागली... केवढं रक्त आलं... नक्की कोणाच्या आईला काठी लागली, ते आता मला आठवत नाही. पण खूप जोराची भांडणं चालली होती.”

“मला पण माझ्या आईची खूप आठवण येते.”

“तू तिला या आधी कधी भेटलीस?”

“एक महिना होऊन गेला... खूप दिवस झाले. त्यावेळी काहीतरी कार्यक्रम होता... आमची काही तासांपुरतीच भेट झाली होती. मला तिची खूप आठवण येते.”

“तुला भेटल्यावर तिला खूप आनंद होत असेल ना?”

“हो. पण ती सारखी रडत राहते आणि मला जवळ घेते.” तिच्या डोळ्यांत त्यावेळी आईसाठी जे काही व्याकूळ भाव उमटले होते ते पाहून माझा श्वास जड झाला. मी आजूबाजूला पाहिलं. जवळपास सर्वच मुलींच्या डोळ्यांत पाणी तरारलं होतं. पलीकडे माया सात-आठ मुलींच्या घोळक्यात उभी होती. काही मुली तिच्या केसांना स्पर्श करत होत्या, काही तिचा हात कुरवाळत होत्या. तर दोन मुली चक्क तिला बिलगल्या होत्या. त्या अनावर झालेल्या भावनांचा मायावरही खूप परिणाम झालेला दिसत होता. त्यांना आपलसं करण्यासाठी ती त्यांना आपल्या हातातला मोबाईल फोन दाखवत होती आणि विविध आवाजांनी, सुस्काऱ्यांनी ती खोली भरून गेली होती.

“तुझी आई तुला छान छान खाऊ भरवते का गं?”

“हो. खूप खूप खाऊ... बिस्किटं, चॉकलेट... आणि बरंच काही...”

“तुझे डॅडी कुठे असतात?”

“मला डॅडी नाहीत.”

“तू मोठी झाल्यावर कोण होणार?”

“डॉक्टर.”

“मी ना... टीचर होणार...”

“मी डॉक्टर होणार.”

“तू तुरुंगात जाताना तिच्यासाठी काय नेतेस?”

“मी तिच्यासाठी एक पत्र लिहून नेते. मी पत्र लिहिलेलं तिला खूप आवडतं. ती माझी पत्रं ठेवून घेते आणि मग ती रोज रोज वाचते.”

“माझं नाव नगमा. माझी आई जेलमध्ये आहे.” एक छोटीशी मुलगी माझा हात घट्ट पकडून म्हणाली. ती हिंदीत बोलत होती. ती खूप एकाकी दिसत होती.

“आई अजून जेलमध्येच आहे?”

“हं...”

“मग तुला तिची खूप आठवण येत असेल.”

“येते ना. रात्री तर फार येते.”

“तू जेलमध्ये आपल्या आईबरोबर झोपायचीस?”

“हो. ती मला घट्ट कुशीत घ्यायची. आता मी एकटीच झोपते.”

“पण तुझ्या आईनं मला सांगितलंय, की ती रोज रोज तुझ्या स्वप्नात येते आणि तुला कुशीत घेते.”

नगमानं क्षणभर माझ्या डोळ्यांत रोखून पाहिलं. मी पण तिच्या नजरेला नजर दिली. या अशा परिस्थितीत हे एवढंसं खोटं बोलता येत नसेल, तर असल्या प्रामाणिकपणाला काय अर्थ आहे?

“खरंच?”

“हो. रोज रात्री तू गाढ झोपलीस की ती तुला कुशीत घेते.”

क्षणभर शांतता पसरली. मग आणखी एक मुलगी पुढे आली आणि तिनं माझ्या हातातला डिक्टाफोन घेतला. पण मग तिला काय बोलावं ते समजेना. तिला इतकं खूप सारं सांगायचं असणार, की नक्की कशी सुरुवात करावी, ते त्या चिमुकल्या जिवाला कळत नव्हतं. मग ती नुसती हातातल्या त्या यंत्राकडे, आपल्या मैत्रिणींकडे आणि माझ्याकडे बघत राहिली.

“अगं बोल ना... तुला तुझ्या आईला काहीतरी सांगायचं असेलच ना?”

“अं...”

"मला खूप छान छान खाऊ आण... असं सांग."

"हो. मी तिला माझ्यासाठी छान छान बिस्किटं आणि चॉकलेटं आणायला सांगणार आहे."

"तुझा जन्म जेलमध्ये झाला का?"

"हो."

"मग तुला तिथे खूप मैत्रिणी असतील ना?"

"हो. त्यातल्या काही इथे माझ्याबरोबरच राहतात आणि काही जणी दुसरीकडे राहतात."

"तू जेव्हा आपल्या आईला भेटतेस, तेव्हा ती तुला काय सांगते?"

"ती मला सांगते खूप अभ्यास कर आणि मग रडते."

"तू कुणीतरी खूप मोठं व्हावं, असं तिला वाटतं ना?"

"हो. मला डॉक्टर व्हायचंय."

"आणि तुला गं... तुला पण डॉक्टरच व्हायचंय?"

"हो."

"मला ना टीचर व्हायचंय." मी त्या मुलीकडे वळलो.

"तुझं नाव काय?"

"पिंकी."

"तुझी आई कुठे आहे?"

"जेलमध्ये आहे."

"तुझा जन्म जेलमध्ये झाला का?"

"नाही. घरीच झाला. मी जन्मल्यानंतर माझी आई जेलमध्ये गेली."

"मग तू कधीच जेलमध्ये राहिलेली नाहीस का?"

"नाही."

"ए... राहिली होतीस की... एक दिवस." पिंकीची मैत्रीण मध्येच म्हणाली.

"हो. मी फक्त एक दिवसभर राहिले होते."

"तुला इकडे कुणी आणलं?"

"ते शाळिग्राम आहेत ना, त्यांनी."

मी शाळिग्राम यांच्याकडे वळून पाहिलं. ते चार मुलींशी बोलण्यात गर्क होते. त्या सगळ्या मुली त्यांच्याशी एकदम बोलत होत्या. ते माझ्याकडे वळून हसले.

"पिंकी इकडे कधी आली?"

"अं... १९९७ मध्ये."

"तिची आई तुरुंगातून सुटेपर्यंत ही इथेच राहणार का?"

"तिच्या आईची सुटका व्हायला अजून खूप अवकाश आहे. पण पिंकी

दहावीपर्यंत बहुदा इथेच राहील. त्यानंतर तिची दुसरीकडे कुठे व्यवस्था करता येईल का, ते आम्ही पाहू.''

''मी तुम्हाला एक विनोद सांगू?''

''हो.''

''एकदा एक शिक्षक आपल्या विद्यार्थ्याला सांगतात– 'झेंड्याचे रंग कोणते ते शिकून ये आणि राष्ट्रगीत पाठ करून ये.' तो मुलगा खूप घाबरतो. तो घरी जात असताना त्याला रस्त्यात एक माणूस दिसतो. त्यानं भगवी टोपी, पांढरा कुर्ता आणि हिरवा पायजमा घातलेला असतो. त्या पायजम्याची नाडी लोंबत असते. त्या मुलाला दुसऱ्या दिवशीच्या परीक्षेची खूप भीती वाटत असते. म्हणून तो पळत पळत त्या माणसाकडे जातो आणि त्याला थांबवतो. त्याच्याकडे बघून तो झेंड्याचे रंग पाठ करतो, त्यानंतर त्याच्या पायजम्याची नाडी ओढतो आणि राष्ट्रगीत म्हणायला सुरुवात करतो.'' सर्व मुलींना हा विनोद आधीच माहीत होता, तरीही त्या जोरजोरात हसत सुटल्या. तेवढ्यात आमच्यासाठी कॉफी आली.

''कोणाला कॉफी घ्यायची आहे का?'' सगळ्यांनी 'नाही' म्हणत माना हलवल्या. ''तुमची चहा-कॉफी पिऊन झाली का?''

''हो. तुम्ही यायच्या थोडावेळ आधी.''

''तुम्ही मला जरा तुमचा दिनक्रम सांगा पाहू. म्हणजे... रोज तुम्ही कुठल्या वेळी काय काय करता...'' त्यावर बऱ्याच मुलींनी एकदम मोठ्यांदा बोलायला सुरुवात केली.

''...आम्ही साडेसातला उठतो...''

''पण ते फक्त सुट्टीच्या दिवशीच...''

''इतर दिवशी आम्ही पाचला उठतो.''

''पाच?'' मी जोरात ओरडलो.

''हो. शाळा असेल त्यादिवशी पाचला...''

''मग आम्ही दात घासतो, अंघोळ करतो, शाळेचे कपडे घालतो, प्रार्थनेला जातो, त्यानंतर खाली येतो, बूट घालतो आणि नाश्ता करायला जातो.''

''तुम्हाला नाश्त्याला काय काय असतं?''

''लापशी, वडा, पोहे...''

''हे सगळं रोज असतं?''

''नाही... नाही. रोज वेगळा पदार्थ असतो. नंतर आम्ही शाळेत जातो.''

''शाळा किती वाजता सुरू होते?''

''सात वाजता.''

''ए... नाही... साडेसातला.''

"ए... आठला."

"तुमची शाळा दिवसभर असते?"

"हो. पण रविवारी..."

"नाही, नाही. आधी मला सांगा, शाळा संपते कधी?"

"दीड वाजता."

"मग नंतर तुम्ही काय करता?"

"मग आम्ही कपडे बदलतो."

"तुम्ही अंघोळ कधी करता?"

"थांबा ना... ते नंतर... आधी आम्ही कपडे बदलतो आणि जेवायला जातो. त्यानंतर आम्ही कपडे धुतो, थोडावेळ खेळतो, नंतर आम्ही दूध पितो आणि अंघोळीला जातो."

"तुम्ही सगळ्याजणी दुपारी अंघोळ करता?"

"हो. त्यानंतर आम्ही दुसऱ्या दिवशीचा अभ्यास करतो."

"तुम्हाला कोण शिकवतं?"

"सिस्टर."

"त्यांचं नाव काय?"

"सिस्टर गोन्साल्विस. आणि सिस्टर डायना गणित शिकवतात..."

"तुम्हाला कोणत्या सिस्टर सर्वांत जास्त आवडतात?"

"सिस्टर ग्लॅडिस. पण त्या केरळला गेल्या आहेत. त्यांचे वडील वारले. त्या या आठवड्यात परत येणार आहेत."

"ठीक आहे. तर तुमचा रोजचा कार्यक्रम काय ते बघू. अभ्यास करून झाला, की तुम्ही काय करता?"

"अभ्यास झाला की आम्ही प्रार्थना म्हणतो आणि जेवतो."

"तुम्ही सगळ्या रात्रीचं जेवण किती वाजता घेता?"

"अं... साधारण आठ वाजता. त्यानंतर आम्ही टी.व्ही. बघतो."

"पण परीक्षेच्या दिवसात नाही हं. आत्ता आम्हाला टी.व्ही. बघायची परवानगी नाहीये. पण एकदा परीक्षा संपली की मग आम्हाला जेवण झाल्यावर टी.व्ही. बघता येतो."

"त्यानंतर तुम्ही झोपता ना?"

"नाही. आम्ही प्रार्थना म्हणतो, त्यानंतर दात घासतो आणि मग झोपतो."

"तुम्ही किती वाजता झोपता?"

"साधारण नऊ वाजता."

"शनिवारी आणि रविवारी तुम्ही किती वाजता उठता?"

“सुट्टीच्या दिवशी आम्ही साडेसातला उठतो आणि...”

“मग खेळता ना?”

“नाही. आम्ही दिवसभर नाही खेळू शकत. आम्ही अंघोळ करतो, प्रार्थना म्हणतो, नाश्ता करतो. त्यानंतर नऊ ते साडेदहा आम्ही अभ्यास करतो. त्यानंतर साडेदहा वाजता आम्ही काहीतरी खातो... मग अकरा ते साडेबारा आम्ही टी.व्ही. बघतो. दीड वाजता आम्ही जेवतो. त्यानंतर चार वाजेपर्यंत आम्ही खेळतो. सात ते आठ अभ्यास, नंतर प्रार्थना असते. रात्रीचं जेवण, टी.व्ही. बघणं आणि मग झोप...”

“मला ना... माझ्या आईला काहीतरी सांगायचंय.” दुसरी एक मुलगी हातात डिक्टाफोन घेऊन म्हणाली. मी मान हलवली. परत एकदा शांतता पसरली.

“तिला जेलमध्ये राहायचंय.”

“पण का?” मी विचारलं.

“मला तिथे आवडतं.”

“तुला इथे राहण्यापेक्षा जेलमध्ये राहायला आवडतं?”

“हो.”

“त्याचं कारण काय... माहिती आहे का... अंकल... तिला ना अभ्यास करायला आवडत नाही आणि जेलमध्ये कोणीच अभ्यासाची सक्ती करत नाही. पण इथे मात्र अभ्यास करावाच लागतो. म्हणून तिला जेलमध्ये आवडतं.”

“काय गं? त्यामुळे तुला जेल आवडते?”

“मला माझ्या आईची आठवण येते.”

“ती खोटं बोलत्येय... अंकल. ती अभ्यासच करत नाही.”

“मला माझ्या आईची आठवण येते,” असं म्हणून तिनं स्मितहास्य केलं आणि ती आपल्या मैत्रिणींबरोबर निघून गेली. सगळा वेळ मुलींचा गलका चालू होता. सगळ्याजणी एकदम बोलत होत्या. त्यांच्या गोंगाटानं खोली भरून गेली होती. त्या एकमेकींशी बोलत होत्या, आमच्याशी बोलत होत्या. माझ्या खांद्यावर कोणीतरी थोपटलं. रिंकीनं हसून माझ्या हातात एक कार्ड दिलं. ते तिच्या आईकडून तिला आलं होतं. ते नवीन वर्षाचं शुभेच्छाकार्ड होतं. मी उठून उभा राहिलो आणि रिंकीबरोबर खोलीच्या दुसऱ्या टोकाला गेलो. मी मागे वळून पाहिलं. माया व शाळिग्रामच्या भोवती मुली जमा झाल्या होत्या.

“तुला हे पत्र मला वाचून दाखवायचं आहे का?”

“हो.”

“मी जर हे पत्र तुझ्या आवाजात रेकॉर्ड केलं आणि नंतर ते माझ्या पुस्तकात छापलं, तर चालेल?”

“ठीक आहे. मग मला हे वाचून दाखव. माझं हिंदी ना... खूप वाईट आहे.” ती माझ्याकडे बघून हसली. तिचे डोळे चमकले.

“माझ्या प्रिय रिंकीस,

नूतन वर्षाच्या हार्दिक शुभेच्छा. ह्या वर्षात आपल्या आयुष्यात भरभरून सुख यावं आणि आपल्याला दोघींना लवकरात लवकर घरी जायला मिळावं अशी आशा करू या. रिंकी, तुझ्या वडिलांकडून सुद्धा नूतन वर्षाच्या शुभेच्छा. प्रिय रिंकीबाळा, यावर्षी अगदी मनापासून अभ्यास कर. वडीलधाऱ्यांचं ऐकत जा. त्यांचे आशीर्वाद सतत तुझ्या पाठीशी असू देत. आणि बाळा, एक जानेवारीला तुझा वाढदिवस आहे. मी इथून तुला फक्त आशीर्वाद देऊ शकते. दुसरं काही नाही. माझ्या वाट्याचे सगळे आशीर्वाद तुलाच मिळोत, अशी मी प्रार्थना करते. माझेही आशीर्वाद तुझ्या पाठीशी आहेतच. आत्ता या सकाळच्या वेळी मी तुला पत्र लिहायला बसले आहे. मी तोंडानं देवाचं नामस्मरण करते आहे. माझ्या बाळांनो, माझ्या मनात जेव्हा कधी तुमचा विचार येतो, तेव्हा माझ्या डोळ्यांत अश्रू उभे राहतात. पण ते मी गिळून टाकते आणि माझी वेदना माझ्या मनातच ठेवते. माझं प्रेम आणि माझे आशीर्वाद तुझ्या पाठीशी आहेत माझ्या बाळा.

रिंकीच्या आईकडून सर्व सिस्टर्सना नूतनवर्षाच्या शुभेच्छा आणि रिंकीच्या मैत्रिणींना सुद्धा आय लव्ह यू, रिंकी बेटा... बुलबुल.”

रिंकीनं पत्र वाचून संपवलं. तिचे डोळे पाण्यानं भरले होते. मी बराच वेळ त्या कार्डाकडे बघत बसलो. नंतर तिच्याकडे पाहिलं. ती आता बऱ्यापैकी सावरली होती. तिनं हसून ते कार्ड माझ्याकडे परत घेतलं आणि ती बाहेर पडली. मी थोडावेळ स्तब्ध उभा राहिलो, त्या मुलींचं निरीक्षण करत राहिलो. काही मुली उड्या मारत होत्या, तर काही लाजून मायाभोवती उभ्या होत्या. त्या सगळ्या तिच्या बोलण्यात गुंग होऊन गेल्या होत्या. तिच्या केसांना हात लावून पाहत होत्या, तिच्या हातांना, तिच्या मोबाईल फोनला स्पर्श करत होत्या. शाळिग्रामच्या भोवतीसुद्धा बऱ्याच मुली होत्या. एवढी वेदना आणि एवढी आस उरात घेऊन जगणं... कसं असेल बरं? आत्ता या क्षणी रिंकीची आई तिहारमध्ये काय करत असेल? त्या मुलींची इथे फार उत्तम देखभाल करण्यात येत होती. तरीही त्या सगळ्या मायेच्या स्पर्शासाठी आसुसलेल्या होत्या. आणि असा स्पर्श केवळ आपल्या कुटुंबात राहिल्यावरच मिळू शकतो, मात्यापित्यांकडून... खरं तर मातेकडून. आणि इथे बऱ्याच मुलींच्या माता दूर जेलमध्ये आपल्या मुलीसाठी जगत होत्या. अरे देवा... नरकयातना भोगण्यासाठी मरण्याची काही गरज नसते. बऱ्याच लोकांना या पृथ्वीवर राहूनच नरकयातना भोगण्याचा अनुभव मिळतो. □

गुरगाव जेल
(हरियाणा)

त्या नंतरच्या आठ महिन्यात माझा तुरुंगाशी किंवा त्यासंबंधीत इतर कशाशीही संपर्क आला नाही. माझ्या स्वत:च्या आयुष्यात मोठी उलथापालथ झाली होती.

अखेर एप्रिल महिन्यात मी डॉ. किरण बेदींच्या इंडिया व्हिजन फौंडेशनच्या टीमबरोबर हरियानाला गेलो. काही थोड्या महिन्यांपूर्वीच गुरगाव येथील भोंडसी येथे एक नवा तुरुंग सुरू करण्यात आला होता. या तुरुंगाला भेट देण्यानं माझ्या संशोधनाच्या कामात नक्कीच मदत होईल, असं डॉ. किरण बेदींचं मत होतं.

इतर तुरुंगांपेक्षा या तुरुंगाची कार्यपद्धती फारच अनौपचारिक होती. नंतरचे काही महिने या तुरुंगाला अनेक वेळा भेट देण्याचा मला योग आला होता. तेथील कैदी अत्यंत शांतपणे आपल्या दैनंदिन कामकाजाला लागलेले असत. जणू काही सरकारी नोकरच असल्यासारखे! ते पाहून मी थक्क होऊन गेलो. त्यांचं वागणं असं असायचं, की जणू काही दिवसभराचं काम संपल्यानंतर ते सर्वसामान्य माणसांप्रमाणे आपल्या घरी, आपल्या कुटुंबियांकडेच जाणार आहेत. त्या तुरुंगातील जे गुन्हेगार दोषी असून नियमाप्रमाणे शिक्षा भोगत होते, त्यांच्या अंगावर पांढरा कुर्ता पायजमा असे. तर ज्यांच्यावरचे खटले अजून चालूच होते, त्यांना तर हवे ते कपडे घालण्याची मुभा होती. त्या तरुण कैद्यांना आपल्या आयुष्यातील ऐन उमेदीची वर्षे अशी तुरुंगात घालवताना पाहून मात्र माझं मन प्रत्येकवेळी व्यथित होत असे. प्रत्येकवेळी तुरुंगातून बाहेर पडत असताना या मुक्त जगात परत आल्याबद्दल मी मनोमन ईश्वराचे आभार मानत असे. प्रदूषणानं भरलेल्या, रहदारी, गोंगाट आणि गोंधळानं भरलेल्या या आपल्या जगात राहण्याची संधी मिळाल्याबद्दल! अखेर स्वातंत्र्य हे केव्हाही गोडच असतं.

एनी वे. हे जरा विषयांतर झालं. मी या नव्या कोऱ्या तुरुंगात जेव्हा अगदी पहिल्यांदा पाऊल टाकलं... तुरुंगाची प्रचंड मोठी दारं उघडून आम्हाला जेव्हा आत प्रवेश मिळाला, तेव्हा आमच्या मागे तुरुंगाचं प्रवेशद्वार परत बंद झालं. कुलपाचा आवाज झाला. आत शिरलं की डाव्या हाताला एक भला मोठा लांबच

लांब कॉरीडॉर आहे. येथे सुपरिटेंडंटच्या कार्यालयाबरोबरच इतरही अधिकाऱ्यांची कार्यालये ओळीने आहेत. तर उजव्या हाताला डेप्युटी सुपरिटेंडंट व लॉ ऑफिसर यांच्या केबिन्स आहेत. त्या शेजारी आणखी एक कक्ष आहे. या कक्षात नव्यानं तुरुंगात भरती झालेल्या कैद्यांची झडती घेण्यात येते. त्यांच्या हातावरचे ठसे घेण्यात येतात व नंतरच त्यांना आत सोडलं जातं. आम्ही तुरुंगात शिरल्यावर आमचीसुद्धा वरवर तपासणी– झडती वगैरे होऊन तुरुंगाच्या आतील दार उघडण्यात आलं व नंतर आम्हाला अंतर्भागी सोडण्यात आलं. आम्ही तुरुंगाच्या मुख्य प्रांगणात आलो.

उन्हाळ्यानं आपले रंग दाखवायला सुरुवात केली होती. पण तरीही तापमान अजून बरंच सुसह्य होतं. सूर्याच्या प्रखर उन्हाला नजर जराशी सरावल्यावर मी वर पाहिलं. समोरच्या बाजूला भला मोठा ओसाड जमिनीचा पट्टा होता. सर्पासारख्या नागमोडी आकारात सर्वत्र उभारलेल्या भिंतीही इतर तुरुंगांप्रमाणे इथेही होत्याच. समोर असंख्य बराकी होत्या. दुपारी अडीचच्या तळपत्या उन्हात डेटा कलेक्शनसाठी आणि पुस्तकासाठी संशोधन करण्यासाठी चालत जाणं माझ्या काही पचनी पडण्यासारखं नव्हतं. एवढ्यात कोणीतरी म्हणालं– 'शेवटची बराक इथून एक किलोमीटर अंतरावर आहे' ते वाक्य ऐकताच मला चक्करच येणं बाकी होतं. पण स्त्रियांची विंग मात्र मुख्य प्रवेशद्वाराच्या अगदी जवळ होती, हे समजल्यावर जरा जिवात जीव आला. आम्ही जिथे उभे होतो, तेथून चालत केवळ दोन मिनिटांच्या अंतरावर ती स्त्रियांची विंग होती. मुख्य प्रवेशद्वारापासून आम्ही उजवीकडे चालत वळलो आणि थोडं चालत गेल्यावर एक फाटक लागलं. त्या फाटकातून आत शिरल्यावर समोरच स्त्रियांचा वॉर्ड होता.

माझ्याबरोबर इंडिया व्हिजन फौंडेशनचे बरेच स्वयंसेवक होते. ते यापूर्वी एकदा इथे आले होते. त्यांना या तुरुंगात पाळणाघर सुरू करायचं होतं. त्याचप्रमाणे स्त्रियांना आत्मनिर्भर करण्यासाठी काही स्वयंरोजगार योजनाही त्यांना इथे राबवायच्या होत्या. गुरगाव प्रिझनमधील स्त्रियांच्या या विंगमध्ये तीन बराकी आहेत. त्यातील केवळ एकच भरलेली होती. प्रत्येक बराकीची क्षमता ऐंशी कैद्यांना ठेवण्याइतकी असली तरी खुद्द त्यादिवशी तेथे एकूण एकशेपंचवीस स्त्रिया आणि वीस मुले होती. सुमारे वर्षभरातच प्रत्येक बराकीत दोनशेच्या वर कैदी स्त्रिया असणार होत्या. प्रत्येक भारतीय तुरुंगामधली हीच तर सर्वांत मोठी समस्या होती– प्रचंड गर्दी! गरीब बिचाऱ्या कैद्यांच्या दृष्टीनं तर ते नित्याचंच झालं होतं. बऱ्याच तुरुंगांमध्ये मूळ क्षमतेच्या दुप्पट कैद्यांना ठेवणं हे काही नवीन नव्हतं. इतकंच काय, अनेक भारतीय तुरुंगांमध्ये मूळ क्षमतेच्या तिपटीनं कैद्यांना डांबून ठेवलेलं नेहमीच आढळतं. मूलभूत आरोग्याच्या सुविधा, तुरुंगात होणारा छळ, कुपोषण

अशा अतिमहत्त्वाच्या मुद्यांवरसुद्धा तक्रार नोंदवण्याचं जेव्हा कैद्यांना स्वातंत्र्य नसतं, तेव्हा तर तुरुंगातील गर्दीबद्दल तक्रार करणं ही फार दूरची गोष्ट.

मी बराकीत शिरलो. मुख्य प्रवेशद्वाराकडे जर पाठ करून उभं राहिलं तर दोन्ही बाजूंना दोन मोठे सार्वजनिक शयनकक्ष (डॉर्मिटरीज) होते. या दोन्ही कक्षांच्यामध्ये सुमारे पन्नास फूट रुंद प्रांगण होते. प्रत्येक बराकीत असे दोन शयनकक्ष होते. प्रत्येक शयनकक्षात स्वच्छतागृहांसाठी स्वतंत्र विभाग होता. एकंदर अठरा शौचालये आणि दहा न्हाणीघरे होती. एकूण एकशेपंचवीस स्त्रिया आणि वीस मुलांसाठी अशी ही व्यवस्था होती. पाणीपुरवठा अत्यंत अनियमित होता. आमच्यासोबत दोन स्त्री कॉन्स्टेबल्स आल्या. दोघी तरुणच होत्या. पण चांगल्या कणखर दिसत होत्या. अंधाऱ्या गल्लीत दोन चार सशस्त्र दरोडेखोरांना लोळवण्याइतकी ताकद त्यांच्यात नक्कीच असणार.

''तुम्हाला कोणाला भेटायचंय?''

''कोणीही चालेल... आमच्याशी बोलायला तयार असली म्हणजे झालं.''

''इथे एक कैदी स्त्री इंग्रजी बोलू शकणारी आहे. तिची तुमच्याशी बोलायची इच्छा आहे. तुम्हाला तिला भेटायचंय काय?'' एका महिला कॉन्स्टेबलनं विचारलं.

''फारच छान. पण ती या तुरुंगात कशामुळे आली?''

''तिनं आणि तिच्या प्रियकरानं मिळून तिच्या पतीचा खून केल्याचा त्यांच्यावर आरोप आहे. हा खटला फार गुंतागुंतीचा आहे. त्याला आधीच फार प्रसिद्धी मिळालेली आहे.'' इंडिया व्हिजन फौंडेशनची स्वयंसेविका शकिरा म्हणाली. ती या गुरगाव प्रिझनच्या उपक्रमाची प्रमुख होती.

आम्ही डॉर्मिटरीच्या दिशेने चालू लागलो. मी माझ्यासोबत फक्त शकिरालाच घेतलं होतं. इंडिया व्हिजन फौंडेशनचे इतर स्वयंसेवक आपापल्या कामासाठी तुरुंगाच्या विविध भागांत निघून गेले होते. डॉर्मिटरीच्या बाहेर अनेक कैदी स्त्रिया बसलेल्या होत्या. कॉरिडॉरमध्ये लहान लहान गट करून. त्या वेगवेगळ्या गोष्टींचा पंख्यासारखा वापर करून हातानं वारा घेण्याचा प्रयत्न करत होत्या. मी डॉर्मिटरीच्या आत प्रवेश केला. आत पंखे नव्हते. सर्वत्र शेकडो माशा बसलेल्या होत्या. डॉर्मिटरीमध्ये हवा व उजेड भरपूर होता. ती आतून स्वच्छही होती. देशभरातील सर्व तुरुंगामध्ये सदासर्वकाळ जो एक कुबट वास भरून राहिलेला असतो, तो इथेही होताच.

डॉर्मिटरीत दोन रांगांमध्ये अनेक लांबलचक ओटे बांधलेले होते. या ओट्यांचा उपयोग पलंगाप्रमाणे करण्यात येई. प्रत्येक ओट्याच्या (सिमेंट काँक्रिटच्या त्या पलंगाच्या) खाली रिकामी जागा होती. तिचा वापर कैदी स्त्रियांनी आपले सामान ठेवण्यासाठी करणे अपेक्षित होते. वास्तविक ही कल्पना तशी उत्तम होती. पण

इतकी प्रचंड गर्दी असल्यामुळे कशालाच काही अर्थ नव्हता. नशिबानं सर्व स्वच्छतागृहे डॉर्मिटरीच्या दुसऱ्या टोकाला होती व मध्ये एक भिंतीचा आडोसा होता.

"ती बघा, तिथे आहे. जा. बोला तिच्याशी."

"आपण बाहेर जाऊन बोललं तर? जरा मोकळ्यावर. शिवाय जरा निवांतपणा मिळेल बोलायला."

ती स्त्री आमच्यापाशी आली. ती एखाद्या कॉलेजतरुणीसारखी दिसत होती. तिनं अंगात कुर्ता पायजमा असा पेहराव केला होता. ती चांगली सुशिक्षित, सुसंस्कृत दिसत होती. ती मध्यमवर्गीय घरातली, नीतिमूल्यांना जपणारी अशी वाटत होती. ती आमच्याबरोबर आली. तिनं चेहऱ्यावर जाणूनबुजून बेफिकिरीचे भाव धारण केले असले तरी तिचे डोळे सत्य लपवू शकले नाहीत. त्या डोळ्यांमध्ये... संभ्रम होता, वेदना होती. आपण तिला वंदना म्हणू. आम्हाला बसण्यासाठी बाहेरील अंगणात कुणीतरी खुर्च्या आणून ठेवल्या. आम्ही उन्हापासून जरा आडोशाला बसलो. थोडावेळ आम्ही इतर कैदी स्त्रियांचं निरीक्षण करत राहिलो. त्या आपली नित्याची कामं करत होत्या.

"तुम्ही याआधी कोणत्या तुरुंगात होता?"

"जुन्या गुरगाव प्रिझनमध्ये" तिचं इंग्रजी एकदम सफाईदार होतं.

"तेथील परिस्थिती कशी होती?"

"भयानक." असं म्हणून ती एकटक समोर बघत राहिली.

"भयानक? का बरं?"

"तो तुरुंग फार लहान होता. तिथे प्रचंड गर्दी होती. शिवाय आम्हाला बाहेर पडण्याची मुभा नव्हती."

"म्हणजे काय?" ती अजूनही एकटक समोर बघत होती. आमच्याशी सविस्तर बोलावं का नुसतं मुद्याचं बोलावं असा विचार तिच्या मनात बहुदा चालला असावा. पण मग तिनं सविस्तर बोलायचं ठरवलं.

"म्हणजे हे असं. आपण इथे बाहेर बसलोय, तसं. डॉर्मिटरीच्या बाहेर चालणं, बराकीत फिरणं... पण तिकडे बाहेर मोकळ्यावर चालायला जागाच नव्हती. चोवीस तास आम्ही कोठडीतच असायचो. बाहेर पडायचो नाही. जागा फार कमी होती. भयानक. आणि लहान मुलं.... गरीब बिचारी मुलं रडायची. त्यांना बाहेर जाऊन खेळायला हवं असायचं. पण तिथे मुळी जागाच नव्हती. एक लहानसा व्हरांडा तेवढा होता. पण तो इतका छोटा होता, की असला काय आणि नसला काय, सारखंच! तो अक्षरशः नरक होता." असं म्हणून तिनं डोकं जोराजोरात हलवलं. त्या तुरुंगाच्या नुसत्या विचारानं तिच्या अंगावर शहारे आले असावेत.

त्यानंतर तीन महिन्यांनी मी गुरगाव जेलच्या एका अत्यंत वरिष्ठ अधिकाऱ्यांच्या

खोलीत (त्यांचं नाव मुद्दामच गुप्त ठेवण्यात आलं आहे.) त्यांच्यासमोर चहा पीत बसलो होतो. 'जुन्या गुरगाव तुरुंगातील परिस्थिती कशी होती?' असा प्रश्न मी सहज त्यांना केला. त्यांनी दु:खानं मान हलवली आणि म्हणाले, "तुरुंग कसला तो काळ कोठडीच होती ती. इतका वाईट होता तो तुरुंग, की तुम्ही आम्ही एक दिवसभरही तिथे राहू शकलो नसतो. तेथील स्त्रियांचा वॉर्ड म्हणजे केवळ चार स्त्रिया राहू शकतील एवढी छोटी खोली होती. त्यात किती स्त्रिया राहत असतील, जरा कल्पना करा पाहू!"

"दहा," मी जरा चाचरत म्हणालो.

"पन्नास!"

"शक्यच नाही."

"होय. चार स्त्रिया राहू शकतील एवढ्या जागेत पन्नास स्त्रिया आणि लहान मुलं. एक दिवस पंजाब हायकोर्टाचे न्यायाधीश तुरुंगाच्या भेटीसाठी आले असताना त्यांनी त्या स्त्रियांची दारुण अवस्था प्रत्यक्षच पाहिली आणि जुन्या तुरुंगाच्या निवासव्यवस्थेत ताबडतोब सुधारणा करण्याचा आदेश दिला."

"पण मग त्याचं पालन झालं का?"

"हो. पन्नास ऐवजी तीस स्त्रियांना तेथे डांबण्यात आलं. तो तुरुंग नव्हताच. ती काळकोठडी होती. आपल्या देशातील इतर अनेक तुरुंगांच्या तुलनेत हा तुरुंग म्हणजे अक्षरश: स्वर्ग आहे."

एनी वे, आपण परत वंदनाशी जे बोलणं चाललं होतं, त्या विषयाकडे वळू.

"तुम्ही केव्हापासून या तुरुंगात आहात?"

"चौदा महिन्यांपासून."

"तुमचा खटला चालू आहे?"

"हो. काही दिवसात माझी सुटका होईल."

"विवाहित आहात?"

"हो."

या कैदी स्त्रियांबद्दल एक गोष्ट मला कळून चुकली आहे. त्यांना कोणताही प्रश्न विचारा. त्या अगदी जेवढ्यास तेवढं उत्तर देतात. एक नाहीतर दोन शब्दात. एक अक्षरही जास्तीचं बोलत नाहीत त्या. पण काही कैदी स्त्रिया मात्र भरभरून बोलत राहतात. कुणीतरी आपली बाजू ऐकावी असं त्यांना वाटत असतं. (तुम्ही त्यांना खरोखर काही मदत करू शकणार आहात का नाही, ही गोष्ट त्यांच्या दृष्टीनं महत्त्वाची नसते. त्यांना आपल्या मनातील राग, नैराश्य, वेदना व आशा या सर्व भावनांना मोकळी वाट करून द्यायची असते.) ते सगळं पाहून हृदयाला पीळ पडतो.

“आणि तुमचा पती?”

“तोसुद्धा जेलमध्ये आहे.”

“मुलं?”

“एक.”

“तुमचं मूल कुठे आहे?”

“माझ्या आईवडिलांकडे.” परत एकदा तिची नजर व्याकूळ झाली. जणू काही तिला काहीतरी सांगायचं होतं. “मुलगी आहे. तीन वर्षांची. माझी खूप खंत काढत असते. पण त्या जुन्या जेलमध्ये तिला माझ्यासोबत ठेवून घेणं शक्यच नव्हतं. जेवण चांगलं नसतं. मुलांना खेळायला, अभ्यास करायला जागा नाही. तिला नाही मी इथे माझ्याबरोबर ठेवून घेऊ शकत. पण काही दिवसातच माझी नक्की सुटका होईल इथून. तेव्हा तोही काही प्रश्न नाही.”

हा अजून एक दुःखद गैरसमज. पुन्हा पुन्हा तुरुंगातील कैद्यांच्या तोंडून मला हीच गोष्ट ऐकायला मिळत असे. मी ज्या ज्या कैद्यांशी बोललो, त्यापैकी बहुतेक कैद्यांना मनोमन असंच वाटत असे, की इथून आपली लवकरच जामीनावर सुटका होणार आहे. एकतर जामीनावर तरी आपली सुटका होईल नाहीतर एखाद्या न्यायाधीशांना कळून चुकेल, की या ठिकाणी फार मोठी चूक घडलेली आहे आणि या गरीब स्त्रीला सोडलं पाहिजे नाहीतर भारत सरकार आणि न्यायसंस्था मिळून काहीतरी नवीन कायदा बनवणार असून त्यायोगे आपली शिक्षा रद्द तरी होणार आहे किंवा कमी तरी होणार आहे, असा विश्वास बऱ्याच जणींना मनोमन वाटायचा. आशा हे एक असे औषधी द्रव्य आहे– या आशेच्या जोरावरच हे प्रदीर्घ कंटाळवाणे दिवस आणि डास ढेकणांच्या सहवासात काढाव्या लागणाऱ्या कोंदट रात्री या स्त्रियांना सुसह्य होऊ शकतात.

“इथे कशी परिस्थिती आहे?”

“जुन्या गुरगाव प्रिझनच्या मानानं इथे खूप बरं आहे. इथे मी एकटीच असते. माझं अन्न मी शिजवते, वाचन करते... कोणामध्ये मिसळत नाही.” ती उठली. तिनं माझ्याकडे पाहून स्मितहास्य केलं खरं; पण ते हसू काही तिच्या डोळ्यांपर्यंत पोचलं नव्हतं. ती निघून गेली. भारतातील मोठमोठ्या शहरातल्या सुशिक्षित तरुणींसारखीच ती दिसत होती. उच्चशिक्षित, बुद्धिमान, सुसंस्कारित आणि स्वतःची काळजी घेण्यास पूर्णपणे समर्थ... पण या तुरुंगात किती विशोभित दिसत होती ती. तिचे आईवडील आणि तिच्या मुलीच्या विचारानं माझ्या हृदयात कालवाकालव झाली. आपल्या समाजात एखाद्या घरातील एखाद्या व्यक्तीवर गुन्ह्याचा ठपका असेल आणि विशेषतः ते कुटुंब मध्यमवर्गीय असेल तर त्या कुटुंबाला चांगली वागणूक मिळत नाही. पण अति गरीब व्यक्तींना तर

जगणंही कठीण होऊन बसतं. त्यामुळे समाज काय म्हणेल याची ते अजिबात पर्वा करत नाहीत. श्रीमंत लोक पैशाच्या जोरावर आरामात असतात. त्यांच्यावरील संकटाचा भर जरा ओसरला की उजळ माथ्यानं समाजात वावरतात. मध्यमवर्गीयांनाच समाजाच्या प्रतिक्रियांचं, मताचं भय मनात बाळगून जगावं लागतं. समाजाच्या न्यायनिवाड्याला तोंड द्यावं लागतं. समाजाच्या या स्तरावरच्या– मध्यमवर्गीय लोकांनाच हे सारं सहन करावं लागतं आणि हे मुळीच सोपं नसतं.

"तिची जामीनावर सुटका होईल, असं तुम्हाला खरोखर वाटतं?" मी जवळ उभ्या असलेल्या कोणाला तरी विचारलं.

"कठीण आहे. तिच्या केसचा बराच गाजावाजा झाला होता. तिनं स्वत:पेक्षा वयानं बऱ्याच मोठ्या असलेल्या माणसाशी लग्न केलं होतं. तो धनिक उद्योजक होता. कोणी म्हणतात तो एन.आर.आय– अनिवासी भारतीय– होता. वृत्तपत्रात असं आलं होतं की आधी ती त्याच्याकडे नोकरी करत होती आणि नंतर त्यानं तिच्याशी लग्न केलं. एक दिवस तो एका गटारात मृतावस्थेत सापडला. त्याच्या अंगावर एकही कपडा नव्हता. तिला आणि आणखी एका माणसाला अटक झाली. हाच आपला पती असल्याचं ती आता सांगते. तिची काही लवकर इथून सुटका होईल, असं मला तरी वाटत नाही."

वंदनाला डॉर्मिटरीकडे परत जाताना मी पाहिलं. ती इतक्या घृणास्पद गुन्ह्यात गुंतली असेल, या गोष्टीवर विश्वास बसणं कठीण होतं. त्यादिवशी खरोखर काय घडलं, हे फक्त तीच जाणे. ती जर खरोखर निरपराध असेल, तर देवानं तिचं हरपलेलं स्वातंत्र्य तिला लवकरात लवकर परत मिळवून द्यावं. पण तिनं खरोखर दुसऱ्या व्यक्तीचा खून केला असेल तर देवानंच आता तिच्या आत्म्याला त्या पापापासून मुक्ती मिळवून देण्याची काळजी घ्यावी.

आणखी एका स्त्रीला आमच्या समोर बोलावण्यात आलं. ती पुढे येऊन उभी राहिली. तिच्या हातात लहान बाळ होतं. ते टक लावून आमच्याकडे पाहत होतं. त्याच्या चेहऱ्यावर भयचकित भाव होते. त्या बाळानं अजून एकाही पुरुषाला कधी पाहिलं नसावं नाहीतर मग माझ्या व्यक्तिमत्त्वातच असं भीतीदायक काहीतरी असणार. त्याबद्दल काहीतरी केलं पाहिजे! तर स्त्री जरा लांब उभी होती म्हणून तिच्याशी बोलण्याआधी मी तिचा पूर्वेतिहास जाणून घ्यायचं ठरवलं.

"हिचं नाव बिमला. ती एका हुंड्याच्या खटल्यात आपल्या आईबरोबर या तुरुंगात आली आहे. या घरच्या सुनेनं आत्महत्या केलेली आहे. त्यावेळी ही बिमला माहेरी आपल्या आईकडे गेलेली होती. त्यामुळे आई, वडील व भावाबरोबर तिलाही अटक झाली."

मी बिमलाकडे पाहिलं. ती हसून पुढे आली. तिला थोडा आग्रह केल्यावर

ती आमच्या शेजारच्या मोकळ्या खुर्चीत बसली. ती सुद्धा याआधी जुन्या गुरगाव तुरुंगात काही काळ राहिली होती.

"तो जेल फारच वाईट होता. मुलांना घेऊन राहण्यासारखी जागाच नव्हती ती. वंदनासुद्धा माझ्याबरोबर तिथे राहत होती. हा जेल त्यामानानं शंभर पट बरा. पण इथे एखादी शाळा किंवा लहान मुलांसाठी काही उपक्रम सुरू झाला तर फार बरं होईल. मी असं ऐकलंय, की तिहार जेलमध्ये लहान मुलांसाठी फार चांगल्या सोयी-सुविधा आहेत. तिथे म्हणे पाळणाघर आहे, मुलांना शिकवण्यात येतं आणि त्यांची उत्तम देखभालही करण्यात येते." ती हिंदीत बोलत होती. ती हलक्या आवाजात, कुजबुजत्या स्वरात बोलत होती.

"काळजी करू नका. या स्त्रिया इंडिया व्हिजन फौंडेशनकडून आल्या आहेत. या संस्थेनं तिहारमध्ये लहान मुलांसाठी पुष्कळ कार्य केलेलं आहे. याठिकाणी लहान मुलांसाठी एक पाळणाघर सुरू करण्याची त्यांची योजना आहे."

"मग ते जरा लवकर कराल का? नाहीतर ही मुलं इथल्या कैद्यांकडून नाही नाही ते शिकतात. त्यांना वाईट सवयी लागतात. सारखं रात्रंदिवस आईच्या संगतीत राहिल्यामुळे ती आपल्या पायावर उभी राहू शकत नाहीत. हे तर किती वाईट. कारण थोड्या दिवसात त्यांना बाहेर पडून एकटंच राहावं लागणार आहे ना. ही मुलं आम्हाला सोडून जाणार. माझ्या या पोराला तर अनाथाश्रमातच जावं लागेल." तिच्या आवाजात असहायता आणि कारुण्य ओतप्रोत भरलेलं होतं. "खरंच, लवकर या मुलांसाठी काहीतरी सुरू करा ना. खरं तर हे वय खेळायचं, बागडायचं. आम्हा मोठ्या माणसांबरोबर कोठडीत कोंडून राहायचं का वय आहे त्यांचं?" असं म्हणून ती उठली आणि मान हलवत निघून गेली.

त्यानंतर तिसरी कैदी स्त्री आमच्याकडे चालत आली. ही आधीच्या दोघींपेक्षा वयानं मोठी होती. ती सुमारे पंचेचाळिशीची असावी. ती चांगली भारदस्त होती. तिच्या डोळ्यांत कणखरपणा आणि आत्मविश्वास होता. हिनं काय काय सोसलंय आणि इतरांवर काय काय अन्याय केलाय, हे देवच जाणे.

"हिच्यावर स्वतःच्या नवऱ्याच्या खुनाचा आरोप आहे. तिनं आपला गुन्हा कबूल केला असून तिला जन्मठेप झाली आहे. हिचं नाव रेवती." रेवती आमच्यापासून थोडी दूर असताना शकिरानं ही माहिती पुरवली. रेवती आमच्याजवळ येऊन बसली आणि थेट नजरेला नजर देत पाहू लागली.

"तुम्हीसुद्धा जुन्या गुरगाव तुरुंगात होता?"

"नाही. मी हिसरला होते. सात वर्षं."

"मग त्या तुरुंगाच्या तुलनेत हा कसा काय वाटतो तुम्हाला?"

"त्याची आणि याची तुलनाच होऊ शकणार नाही. हिसरचा तुरुंग फारच

सुंदर आहे. तेथील लेडी सुपरिटेंडंट शशी इलावत या फार चांगल्या आहेत. तेथे स्त्रियांना काम करायची संधी मिळते. मुलांसाठी पाळणाघर आहे. तिथे बागकाम चालतं. आम्ही तिथे कापड विणायचो, कपडे शिवायचो. त्या कामाचे आम्हाला पैसे पण मिळायचे. इथे हे सगळं व्हायला अजून पुष्कळ वेळ लागेल.''

''तुम्हाला तिथे चांगली वागणूक मिळायची का?''

''तो तुरुंग फार चांगला होता. जर एखाद्या तुरुंगाचे मुख्य अधिकारी चांगले असतील तर अशा तुरुंगात राहणं फार सुसह्य होतं.''

''तुमच्यामते तुरुंगात मुलांच्यासाठी पाळणाघर असणं कितपत महत्त्वाचं आहे?''

''अत्यंत महत्त्वाचं. एक म्हणजे मुलांसाठी जर पाळणाघर नसेल तर ती मुलं दिवसभर आमच्यासारख्या गुन्हेगारांच्या सहवासात राहतात. आमची भाषा तितकीशी चांगली नसते. आमच्या सवयी चांगल्या नसतात. ती मुलं या अशा वाईट सवयी नेमक्या उचलतात. ती मुलं तुरुंग सोडून जेव्हा बाहेर पडतात तेव्हा त्यांना वाईट वळण लागलेलं असतं. ती बिघडलेली असतात. पण जर पाळणाघर असेल तर दिवसाचे किमान सहा ते सात तास त्या मुलांना इतर मुलांच्या संगतीत राहता येतं, खेळता येतं, शिकता येतं. दिवसा अखेरी ती मुलं जेव्हा कोठडीत परत येतात तेव्हा ती इतकी दमलेली असतात की थोडावेळ आपल्या आईच्या सहवासात घालवून ती लगेच झोपून जातात. सकाळी उठून ती परत पाळणाघरात जातात. ही मुलं जेव्हा पाच वर्षांची होतात, तेव्हा त्यांना समाजात कसं वागायचं याची नीट जाण आलेली असते. बाहेरच्या मुलांमध्ये मिळून मिसळून वागायला ती शिकलेली असतात. आमच्या कामाचं म्हणाल तर तिहार आणि हिसरमध्ये स्त्रियांना कापड विणणं आणि शिवणकला शिकवण्यात येते. त्यामुळे त्यांना चार पैसे मिळवता येतात. आम्ही बायका तुरुंगात राहून आमच्या कुटुंबाला पैसे पाठवू शकतो. तुरुंगातून सुटका होऊन बाहेर पडल्यावरही आम्हाला रोजगार मिळतो. शिवाय त्यामुळे वेळही चांगला जातो.'' हे सगळं ती अत्यंत शांतपणे, गोड आवाजात बोलत होती. तिच्या बोलण्यातून आत्मविश्वास डोकावत होता.

''त्या जेलमध्ये तुमच्या काही मैत्रिणी असतील. तुम्हाला त्यांची आठवण येत असेल, नाही?''

ती हसली. या स्त्रीनं आयुष्यात इतकं काही भोगलेलं असणार की तिच्या डोळ्यांत एक प्रकारची अलिप्तता होती. एखाद्या संताच्या नजरेत असावी, तशी.

''आपल्या वाट्याला जे काही सुख-दुःख येतं ते स्वीकारायला हे आयुष्यच आपल्याला शिकवतं. म्हणून माणसानं कधी कोणत्याही बंधनात अडकू नये. जीव कशात गुंतला तर त्यानं शेवटी दुःखच पदरी येतं.'' ती उठून निघून गेली. तो सगळाच अनुभव जणू वास्तवाला छेद देऊन जाणारा मला भासला. तुरुंगात आपल्याला

तत्त्वज्ञ भेटतात आणि ठार वेडे लोक राज्य चालवतात, देशाचा राज्यशकट हाकतात.

एव्हाना उकाडा फार वाढला होता. माझ्या चेहऱ्यावर येणाऱ्या गरम वाऱ्याच्या झुळकांनी चेहरा नुसता भाजून निघत होता. मी डॉर्मिटरीच्या आत प्रवेश केला. तिथे पंखे नव्हते. या बायका... आणि ती लहान लहान मुलं रात्रीची इथे कशी झोपत असतील, या नुसत्या विचारानं माझ्या अंगावर काटा आला.

''रुझबेह, तुम्ही या बाईला भेटलंच पाहिजे!'' शकिरा म्हणाली.

मी माझ्या खुर्चीत जाऊन बसलो. तिथे एक महिला उभी होती. तिच्या हातात अत्यंत गोजिरवाणं असं एक लहान मूल होतं. ही महिला साधारण पंचेचाळिशीची असावी. ती स्पॅनिश वाटत होती. ती उंच, कृश अंगकाठीची होती. तिच्या ठायी एक प्रकारचा भारदस्तपणा होता. एकतर अध्यात्मिक प्रवृत्तीच्या लोकांमध्ये असा भारदस्तपणा दिसून येतो नाहीतर अत्यंत आळशी लोकांमध्येही तो दिसून येतो. पण ही अध्यात्मिक प्रवृत्तीची वाटत होती. ती तिच्या वयापेक्षा बरीच मोठी वाटत होती. तिचं विशाल कपाळ सुरकुत्यांनी भरलेलं होतं. तिच्या अंगात भगव्या रंगाचा लुंगी-कुर्ता होता. त्यावर सर्वत्र 'ओम्' अशी अक्षरे रंगवलेली होती. तिनं स्मित हास्य केलं आणि आपल्या कडेवरच्या त्या गोजिरवाण्या बालकाशी ती थोडावेळ खेळली. तो मुलगा कपाळाला आठ्या घालून आम्हा सर्वांकडे रोखून पाहत होता. त्यानंतर त्यानं आमच्याकडे पूर्ण दुर्लक्ष केलं. त्यानं आपलं डोकं आईच्या कृश खांद्यावर टेकवलं आणि डोळे मिटले. त्याच्या बाळसेदार पायांवर डास चावल्याच्या लालभडक खुणा होत्या. मधूनच तो आपल्या गुटगुटीत बोटांनी त्या व्रणांना कुरवाळत होता.

''हाय. तुम्ही कुठून आलात?''

''माझं नाव अविया. माझा जन्म कोलंबियाचा असून माझ्याकडे कॅनडाचा पासपोर्ट आहे.'' तिच्या इंग्रजी उच्चारांची ढब जरा वेगळी होती. कॅनडातील लोकांची असते, तशी.

''तुम्ही या गोंडस बाळाला घेऊन इथे कशाला काय आलात? तुम्ही काय केलंत?''

''माझ्या तथाकथित गुरूंनी कट करून मला फसवलं. दुसऱ्या एका स्वामींची प्रतारणा करण्याचा त्यांनी घाट घातला. हा मुलगा त्या दुसऱ्या स्वामींचा आहे असा बनाव त्यांनी मला करायला लावला. पण खरं तर हा माझा मुलगा विष्णू... याचे पिता ते स्वतःच आहेत.''

''अरे बापरे!''

''माझे सगळे कागदपत्र हरवले आहेत. त्यांनी कोणाला तरी माझ्याविरुद्ध चिथावलं, माझ्याबद्दल तक्रार नोंदवली आणि मला तुरुंगात टाकण्यात आलं.

बेकायदेशीरपणे, देशात प्रवेश करून येथे राहत असल्याचा आरोप माझ्यावर ठेवण्यात आला.''

''पण तुमचे कुटुंबीय कुठे आहेत ते या सगळ्या गोंधळातून तुम्हाला सोडवत कसे नाहीत?''

ती हसली आणि तिनं आपल्या मुलाकडे पाहिलं. त्यानं पण आपल्या आईकडे पाहून गोड हास्य केलं. आमच्याकडे पाहून कपाळाला आठी घातली आणि डोळे परत मिटून घेतले.

''माझी या गुरुंच्या पाशातून काही केल्या सुटका होत नाही. त्यांनी जणू काही माझ्यावर मोहिनी घातली आहे. ते खरोखरचे पवित्र साधू वगैरे नाहीत व ते माझा नुसता उपयोग करून घेत आहेत, या गोष्टीची मला खरं तर व्यवस्थित कल्पना आहे. पण त्यांच्या कचाट्यातून मी माझी सुटका करून घेऊच शकत नाही. माझा सगळ्यात मोठा मुलगा मुंबईच्या इस्कॉन मंदिरात पुरोहित आहे. माझ्या कुटुंबियांची मला मदत करण्याची इच्छा आहे, पण आधी मी या माणसाचा नाद पूर्णपणे सोडावा, असं त्यांचं म्हणणं आहे. पण मी त्यांना माझे गुरू मानते आणि मी त्यांचा नाद सोडू शकत नाही. त्यामुळे माझ्या घरची माणसं माझ्यावर वैतागली आहेत आणि ती इथून पुढे माझ्या भानगडीत पडायला तयार नाहीत.'' असं म्हणून तिनं हसून खांदे उडवले.

''पण हा माणूस भोंदू आहे हे जर तुम्हाला एकदा कळून चुकलंय, तर मग तुम्ही त्याला सोडून स्वत:चं आयुष्य व्यवस्थित जगण्यास सुरुवात का नाही करत? तुम्हाला आता हे मूल आहे. निदान त्याचा तरी विचार तुम्ही करावा.''

'''मला माहीत आहे ते. पण मी सगळं विसरून पुढे नाही जाऊ शकत. माझी खात्री आहे, त्यांनी काहीतरी जादूटोणा केला आहे. मी त्यांच्यापासून दूर जायचा विचार केला, पण ते मला जमलं नाही.'' ती परत एकदा असहायपणे हसली. ''एखाद्या भलत्या व्यक्तीच्या हातात ही अशी शक्ती जर पडली, तर हे असं होतं आणि अशा एखाद्या माणसानं जर तुमच्यावर मोहिनी घातली, तर केवळ देवच तुम्हाला त्यातून वाचवू शकतो.''

मी आजूबाजूला पाहिलं. कॉन्स्टेबल्स खूप कंटाळलेल्या दिसत होत्या, कारण आमचं सर्व संभाषण इंग्रजीत चाललं होतं. पण सुरक्षिततेच्या कारणानं त्यांना आमच्यापाशी थांबणं भागच होतं. तिचा तो मुलगा विष्णू आमच्याकडे वैतागून बघत होता. त्यानं आपले पाय खाजवले, आपल्या आईकडे बघितलं आणि मग आपल्या आईचा चेहरा ओरबाडण्यास सुरुवात केली.

''आत इतका उकाडा आहे. ह्याला झोपच लागत नाही आणि माश्या! इतर मुलं कशी झोपू शकतात, देव जाणे. अंगावर शेकडो माश्या असताना ती मुलं

झोपतात. याच्या अंगावर मात्र एक जरी माशी बसली, तरी याला झोप लागत नाही. त्यामुळे तो जागा राहतो. मग मीपण जागी राहते. आणि इथल्या काही बायका इतक्या घाणेरड्या आहेत, त्या शौचालये स्वच्छ ठेवत नाहीत. अंघोळ करण्याची तसदी घेत नाहीत. भसाड्या आवाजात बोलतात आणि मोठ्यांदा भांडतात.'' असं म्हणून ती हसली आणि तिनं आपले कृश खांदे उडवले. ''पण मला वाटतं– आपल्या नशिबानं आपल्या पुढ्यात जे काही वाढून ठेवलं असेल, ते आपल्याला भोगावंच लागतं. नशीब म्हणा, देव म्हणा, सगळं सारखंच. माझ्याकडे थोडे पैसे आहेत, त्यामुळे मी इतरांकडून माझी कामं करून घेऊ शकते. निदान तेवढं तरी बरं!''

एखाद्या व्यक्तीकडे जर पैसा असेल तर त्या व्यक्तीची कोणतीही कामे तुरुंगात होऊ शकतात. पण अर्थात जर कोणाकडे प्रचंड पैसा असेल तर त्या व्यक्तीला तुरुंगात जाण्याची वेळच येणार नाही. जर तुमच्याहून अधिक श्रीमंत किंवा अधिक शक्तिशाली व्यक्तीनं तुम्हाला तुरुंगात पाठवायचा विडा उचलला, तर मात्र जावं लागतं. माझी आजपर्यंत अनेकदा अनेक पोलीस अधिकाऱ्यांची या विषयावर चर्चा झाली आहे. त्यांच्याकडून मला असं कळलं की एखाद्या कैद्याला न्यायालयाकडून तुरुंगाकडे नेत असताना वाटेत तो कैदी बदलून त्या जागी दुसराच कुणीतरी त्याच्याऐवजी तुरुंगात भरती झाल्याची अनेक उदाहरणं आहेत.

उदाहरणार्थ, 'अ' नावाच्या माणसाच्या हातून काहीतरी गंभीर स्वरुपाचा गुन्हा घडला असून त्याला तुरुंगात नेण्यात येत आहे. तर अशावेळी वाटेत पोलीसच त्या 'अ' च्या ऐवजी दुसऱ्याच कोणाला तरी तुरुंगात नेऊन सोडतात. अशावेळी दुसऱ्या ज्या व्यक्तीला तुरुंगात पाठवायचं असतं, तिला पैसे देऊन विकत घेतलेलं असतं. पण कधीकधी गडबडीत तुरुंगात पाठवण्यासाठी दुसरी व्यक्ती उपलब्ध नसते. अशावेळी पोलीस एखाद्या गरीब, असहाय, बेघर व्यक्तीला पकडतात, तिच्यावर भलत्यासलत्या एखाद्या गुन्ह्याचा ठपका ठेवतात आणि 'अ'च्या जागी त्याला तुरुंगात भरती करतात. त्या गरीब व्यक्तीला कोणी वकील नसतो, तो खरोखर निरपराध असल्याची ग्वाही द्यायला कोणीच नसतं. त्यामुळे कदाचित दुसऱ्या कुणीतरी केलेल्या गुन्ह्याबद्दल त्याला कित्येक वर्षे तुरुंगात काढावी लागतात. या अशा तऱ्हेच्या गोष्टी बंगालमध्ये नेहमीच घडतात.

तुरुंगात एखाद्या कैद्याला आपल्यापेक्षा गरीब कैद्याकडून आपली कामे सहजगत्या करून घेता येतात. आपले कपडे दुसऱ्याकडून धुवून घेणं, आपल्या मुलाला सांभाळायला कोणाची तरी नेमणूक करणं, तुरुंगातील आपल्या वाटचं काम दुसऱ्यांकडून करून घेणं, आपल्या अंगाला मालिश करून घेणं, कोठडीतील गुंडगिरी व समलिंगी शरीरसंबंध ठेवू इच्छिणाऱ्या व्यक्तींपासून स्वत:चं संरक्षण

करून घेणं, तुमच्या कायदेविषयक कागदपत्रांची व्यवस्था पाहणं इत्यादी. या सर्व सेवा प्रत्यक्ष किंवा अप्रत्यक्ष मोबदल्यात उपलब्ध असतात. याशिवाय माणसाच्या मूलभूत गरजेच्या गोष्टी उदाहरणार्थ, साबण, औषधे, खाद्यपदार्थ, सिगारेटी, काड्यापेट्या, सुईदोरा इत्यादी विकत घेण्यासाठीसुद्धा पैसे लागतातच. एखाद्या व्यक्तीला तुरुंगात मिळणारं अन्न खाण्याची जर इच्छा नसेल, तर त्या व्यक्तीला पैशाची गरज भासते.

तुरुंगात परंपरागत पद्धतीने अन्न शिजवलं जातं. कोठडीत तीन दगडांची चूल मांडण्यात येते. त्यात कोळसा घालून ती पेटवण्यात येते. पण तुमच्याकडे कोळसा विकत आणण्यासाठी पैसे नसतील तर तुरुंगातील जेवण पुरवण्यात येणाऱ्या रोट्यांचाच इंधन म्हणून वापर करण्यात येतो. त्यावर अन्न शिजवणे, अन्न गरम करणे इ. करत येते. येरवड्याच्या तुरुंगाप्रमाणे इथेसुद्धा रात्रीचं जेवण सायंकाळी पाच वाजताच वाढण्यात येतं. रात्रीपर्यंत ते जेवण थंडगार होऊन जातं. सूर्यास्त होताच सर्व कैद्यांना त्यांच्या कोठड्यामध्ये कोंडण्यात येतं. त्यामुळे हे अन्न कोठडीतच गरम करण्यात येतं.

तुरुंगातील जेवण सर्वसाधारणपणे बेचव असतं. त्यामुळे त्यात जरा मसाला वगैरे घालून ते खाण्यायोग्य बनवण्यात येते. तुरुंगात मिरचीची पूड बाळगण्यास बंदी आहे. पण अर्थातच ती मिळवण्याचे असंख्य मार्ग उपलब्ध असतातच. अखेर हा प्रश्न अवघ्या अस्तित्वाचा असतो. आणि जीव जगवण्याच्या बाबतीत मनुष्यप्राण्याच्या गाठीला हजारो वर्षांचा अनुभव आहे. ज्या कैद्यांपाशी पैसा आहे ते या तुरुंगातील जेवणाला स्पर्शसुद्धा करत नाहीत. ते बाहेरून अन्नधान्य मागवतात आणि गरीब कैद्यांना पैसे देऊन स्वत:साठी व्यवस्थित स्वयंपाक करून घेतात. त्याबद्दल त्या कैद्याला एकतर सरळ रोख पैसे तरी मिळतात नाहीतर त्या जेवणातला थोडा हिस्सा तरी मिळतो. (येथे एका गोष्टीचा उल्लेख मला केला पाहिजे. यानंतर एक महिन्याने मी तिहार तुरुंगाला भेट दिली. तेथे गुन्ह्याबद्दल शिक्षा झालेल्या काही स्त्रियांनी तुरुंगातील सर्व कैदी स्त्रियांसाठी जे जेवण बनवलं होतं, ते अप्रतिम होतं. ते केवळ स्वादिष्टच नव्हे, तर पोषक सुद्धा होतं. डाळ, भात, रोटी, वांग्याची भाजी आणि कैदी स्त्रियांनी तुरुंगाच्या मुदपाकखान्यात स्वत: बन्वलेलं लोणचं असा बेत होता.)

"अविया, तुम्ही इथून कधी बाहेर पडाल? तुम्हाला काय वाटतं?"

"साधारण एक आठवडा नाहीतर दहा दिवसांनी. याहून जास्त नाही."

चार महिने उलटले तरीही ती अजून त्या तुरुंगातच होती आणि तिच्याबरोबर तिचा मुलगा.

□

डॉ. बेदी आणि त्यांच्या संपूर्ण टीमच्या पाठिंब्यामुळे हरियानातील गुरगाव प्रिझनला पाहिजे तेवढे वेळा भेट देण्याची मला मुभा होती. या तुरुंगातील कैद्यांच्या, विशेषत: तेथील मुलांच्या जीवनात इंडिया व्हिजन फौंडेशनसारखी एखादी सेवाभावी संस्था केवढे विस्मयकारक बदल घडवून आणू शकते हे मी स्वत: पाहिलं.

मी सर्वांत पहिल्यांदा जेव्हा गुरगावच्या तुरुंगात भेटीला गेलो होतो, तेव्हा तिथे कोणताही उपक्रम चालू नव्हता. तेथील कैद्यांच्या व त्यांच्या मुलांच्या जीवनात सुधारणा घडवून आणण्यासाठी कोणीही प्रयत्नशील नव्हते. स्त्रिया नुसत्या गावगप्पा करून बसलेल्या असत, नाहीतर भांडत असायच्या किंवा झोपलेल्या असायच्या. मुलं तर बराच वेळ आपल्या आईबरोबर कोठडीतच राहायची. ती खूप चिडचिड करायची आणि त्यांना आवरणं कठीण व्हायचं. त्यानंतर याच तुरुंगाला मी दुसरी भेट एक महिन्यानंतर दिली. माझ्याबरोबर इंडिया व्हिजन फौंडेशनचे कर्मचारी होते.

उन्हाळ्याची तीव्रता जाणवत होती. तापमान बेचाळीस अंश झालं होतं. गरम वारे सुटले होते. त्यामुळे आपल्या त्वचेची घडी करून ठेवण्याची इच्छा होत होती. पूर्वीप्रमाणेच सर्व सोपस्कार करून झाल्यावर आम्ही आत शिरलो आणि त्या ओळखीच्या पायवाटेनं मी बराकीकडे निघालो. इंडिया व्हिजन फौंडेशननं या तुरुंगात कापड विणणे, कपडे शिवणे याचा वर्ग सुरू केला होता, तसंच एक लहानसं पाळणाघरही सुरू केलं होतं.

पाळणाघर आणि शिवणकलावर्ग एका मोकळ्या बराकीत भरत. ही भरलेल्या बराकीच्या समोरच होती. आजच्या घडीला या बराकीत १३५ स्त्रिया होत्या. त्यांच्यापैकी ११४ स्त्रियांवर खटले चालू होते. याशिवाय तेथे वीस मुलंही होती. तीन बराकींपैकी फक्त एकच बराक आत्तापर्यंत भरलेली होती. दोन रिकाम्या बराकींचा वापर करण्याऐवजी त्यांनी सध्या एकाच बराकीचा पुरेपूर वापर करण्याचं ठरवलं होतं. पण अजून वर्षभरात सर्वच्या सर्व बराकी ओसंडून वाहू लागणार होत्याच.

मी बराकीच्या आत प्रवेश केला. मुलांच्या खेळण्याचा, खिदळण्याचा आवाज येत होता. तुरुंगातून लहान मुलांच्या खेळण्याचा, हसण्याचा आवाज ऐकून मला जे काही वाटलं, ते शब्दांत वर्णन करणं शक्य नाही. पाळणाघराच्या पलीकडे स्त्रिया शिवणकामात गर्क होत्या.

मी लहान मुलांकडे गेलो. इंडिया व्हिजन फौंडेशनच्या लोकांचे ओळखीचे चेहरे पाहताच ती सर्व मुलं ओळीनं उठून उभी राहिली. खड्या आवाजात म्हणाली, 'जयहिंद' अशाप्रकारे त्या मुलांना आपल्या मातृभूमीवर प्रेम करायला आणि तिचा आदर करायला शिकवण्यात येतं.

लहान मुलं चटयांवर बसली होती. ती आपापल्या वह्यांमध्ये चित्रं काढून ती रंगवण्यात गुंग होती. काही मुलं खेळण्यांपाशी खेळत होती. एक लहानशी मुलगी उभी राहून भोकाड पसरून रडत होती. तिला तिची आई हवी होती. पण तिची आई, तुरुंगात शिक्षा भोगणारी एक कैदी स्त्री आत्ता कामात होती. ज्यांच्यावरील गुन्हे सिद्ध झाले होते अशाच स्त्रियांना काही ठरावीक कामे करण्याची सक्ती असे. पण ज्यांच्यावरील खटले अजून चालू होते, अशांना तुरुंगात काम करण्याचं काही बंधन नव्हतं. इंडिया व्हिजन फौंडेशनच्या एका स्वयंसेविकेनं त्या रडणाऱ्या मुलीला उचलून कडेवर घेतलं आणि एक बाहुली हातात घेऊन त्या मुलीचं मन रमवण्याचा ती प्रयत्न करू लागली. ती बाहुली आणि ती मुलगी दोघी सारख्याच दिसत होत्या. विस्कटलेले केस, अस्ताव्यस्त कपडे आणि गोड चेहरा. भिंतीवर फळे, प्राणी, मुळाक्षरे यांचे तक्ते टांगलेले होते. काही वयानं मोठी मुलं अभ्यासात गर्क होती.

बऱ्याच मुलांची इंडिया व्हिजन फौंडेशनच्या लोकांशी नावानं ओळख होती. प्रत्येक मूल आपापल्या आवडत्या व्यक्तीकडे धाव घेत होतं. त्या पाळणाघराने त्या लहान मुलांना त्यांचं हरवलेलं बालपण परत मिळवून दिलं होतं. सुरुवातीला हे पाळणाघर दिवसाचे केवळ दोन नाहीतर तीन तासच चालू राहणार होतं. अजून तरी निधी पुरेसा नव्हता. दिवसभराच्या शिक्षकाचा पगार देणं सध्यातरी परवडण्यासारखं नव्हतं. लहान मुलांची देखभाल करणं आणि पाळणाघराची जागा स्वच्छ ठेवणं या कामासाठी एक मदतनीस ठेवणंही गरजेचं होतं. तिहारच्या तुलनेत हे पाळणाघर अगदी कामचलाऊ होतं. पण हळूहळू का होईना सामाजिक कार्याचं उद्दिष्ट हे असंच तर साध्य होत असतं. निधी हळूहळू जमत जातो. पण तोपर्यंत जसं जमेल तसं कार्य चालू ठेवावंच लागतं.

पाळणाघर डॉर्मिटरीच्या बाहेरच्या कॉरीडॉरमध्ये सुरू करण्यात आलं होतं. मी स्वच्छतागृहात प्रवेश केला. ते स्वच्छ होतं. आत हवा, उजेड भरपूर होता. आत्ता ते स्वच्छ होतं यात काही नवल नव्हतं. अजून वापर सुरू झाला नव्हता.

डॉर्मिटरीला दोन स्वच्छतागृहे आहेत. त्यापैकी एकात तीन शौचालये व दोन न्हाणीघरे, तसंच कपडे धुण्याची लहानशी जागा पण आहे. दुसरे स्वच्छतागृह जरा मोठे असून त्यात सहा शौचालये आणि तीन न्हाणीघरे आहेत. न्हाणीघरांना व शौचालयांना दरवाजे असले तरी ते लहानसे आहेत. वरून व खालून उघडेच आहेत. कैद्यांनी आत्महत्येचा प्रयत्न करू नये यासाठी ही तजवीज असल्याचं कॉन्स्टेबलनं सांगितलं. याठिकाणी अनैसर्गिक शरीरसंबंध ठेवण्याचा कैद्यांनी प्रयत्न करू नये यासाठी ही व्यवस्था असल्याचं एका कैदी स्त्रीनं सांगितलं. थोडक्यात काय प्रत्येक डॉर्मिटरीत सुमारे चाळीस कैदी स्त्रियांची सोय होती व एकंदर नऊ शौचालये आणि पाच न्हाणीघरे त्या सर्वांसाठी होती. पण प्रत्यक्षात तुरुंगात इतकी गर्दी होती की शंभरपेक्षा जास्त स्त्रियांना याचा वापर करावा लागे. त्यामुळे येथे सार्वजनिक आरोग्याची काय स्थिती असेल याची कल्पना न केलेलीच बरी. मी डॉर्मिटरीत इकडेतिकडे फिरत असताना एक लहान मुलगी माझ्याजवळ आली. ती चांगली गुटगुटीत होती. केसांची पोनीटेल घातली होती. तिच्या हातात एक कापडी बाहुली होती. ती मला म्हणाली, "तो हरीश आहे ना, त्यानं माझं विमान घेतलं. तो खूप वाईट आहे. तो आम्हाला मारतो, तुम्ही पण त्याला मारा ना."

मी तिला उचलून कडेवर घेतलं आणि चालत त्या हरीशकडे गेलो. तो चांगला जाडजूड होता. इंडिया व्हिजन फौंडेशनच्या लोकांनी त्याचं नाव माईक टायसन ठेवलं होतं, ते योग्यच होतं.

"तू मनिषाला तिचं विमान देऊन टाक बरं. ती बघ किती रडते आहे. तुला आपल्या मैत्रिणींना रडवायचं नाही ना?" त्यानं माझ्याकडे पाहिलं, मान हलवली आणि आपल्या हातातलं विमान देऊन टाकलं. तिनं ते विमान घेतलं आणि लाजून आपल्या हातातील बाहुली त्याला देऊ केली. पण त्या बाहुलीचं काय करावं हे त्या छोट्या टायसनला कळेना. त्यानं आधी बाहुलीकडे, मग त्या मुलीकडे आणि मग माझ्याकडे पाहिलं. दहा सेकंदांनंतर त्यानं ती बाहुली फेकून दिली व एक मोडकी मोटारगाडी उचलली. मग तो माझ्याकडे बघून हसला. मला त्याचं मन नक्की कळलं असणार अशी त्याला खात्री पटली असावी. त्यानंतर मी कधीही पाळणाघरात गेलो, की तो मुकाट्यानं माझ्यापाशी येऊन बसून राहायचा. कोणाला तरी गुद्दा घालण्याच्या पावित्र्यात त्याच्या मुठी कायम वळलेल्या असत. पण तो फक्त आपल्या खेळण्यांशीच मारामारी करे. इतर मुलांना मारत नसे.

अजून एक गोष्ट मला इथे जाणवली. आपली मुलं मोडकी खेळणी किती सहजपणे फेकून देतात, पण तीच मोडकी खेळणी या मुलांच्या जीवनात

केवढातरी आनंद निर्माण करत होती. त्या मुलांच्या दृष्टीनं ह्या खेळण्यांचं मोल आभाळातल्या ताऱ्यांइतकं जास्त होतं.

"इथे खूप उकाडा आले. इथे त्यांनी निदान मुलांसाठी तरी पंखा लावला पाहिजे, असा आपण आग्रह धरला पाहिजे, नाही का?"

"आम्ही तसा अर्ज केला आहे. ते अजून थोड्याच दिवसांत मुलांसाठी एक पंखा बसवणार आहेत. त्यांनी तसं आश्वासन दिलंय." शकिरानं सांगितलं. "पण या गोष्टीला वेळ लागणार. आम्ही आमच्या काही देणगीदारांपाशी पंख्यांची मागणी केली आहे. काही दिवसांतच आम्हाला पंखे मिळतील." (प्रत्यक्षात ही गोष्ट होण्यास वीस दिवस लागले आणि पुढचे वीस दिवस त्या पंख्यांसाठी आवश्यक असणारं इलेक्ट्रिक वायरिंग करायला लागले.)

मी चालत चालत बराकीच्या दुसऱ्या टोकाला गेलो. इथे शिवणाचा वर्ग चालू होता. स्त्रियांचं शिवणकाम व भरतकामाचं अगदी प्राथमिक शिक्षण चालू होतं. त्यातील काही स्त्रिया टाके घालण्याचा सराव कागदावर करत होत्या. ते पाहून मला धक्का बसला. वृत्तपत्राच्या कागदाचा सदुपयोग करून त्या स्त्रियांनी छोटे झगे आणि इतर कपडे शिवले होते.

"आमच्याकडे अजून निधी अपुरा आहे. त्यामुळे त्या शिकत असताना कागदावरच सराव करतात. एकदा त्यांना ही कला चांगली आत्मसात झाली, की मग जाड्याभरड्या कापडापासून त्या कपडे शिवू लागतात. त्यांना अगदी उत्तम शिवण शिवता येऊ लागल्यावर मगच आम्ही त्यांना चांगलं कापड शिवण्यासाठी देतो. भरतकामाचंही असंच आहे."

"आणि कापड विणण्याचं काय?"

"ते काम तिहारमध्ये चालतं. पैसा हातात मिळेपर्यंत वेळ जातो. शिवाय आधी ऑर्डर द्यावी लागते. या सर्वांत जरा वेळ जातो. पण तेवढ्या वेळात त्या स्त्रिया आपल्या कामात चांगल्या वाकबगार होतात."

"या स्त्रियांनी ही कला आत्मसात करून उत्तम कपडे वगैरे बनवले, की ते विकण्यासाठी कुठे पाठवण्यात येतात?"

"पुष्कळ वेळा एंबसीकडे. काही लोक आधी ऑर्डर देतात आणि इथे तयार झालेले कपडे परदेशी नेऊन विकतात. आमचा तिहारचा उपक्रमसुद्धा अगदी असाच लहान प्रमाणात सुरू झाला. पण थोड्याच काळात तिहारमध्ये बनलेल्या वस्तू जगभर विक्रीसाठी जाऊ लागल्या. पहिल्यांदाच असं घडलं की बऱ्याच कैदी स्त्रियांनी यानंतर बँकेत खाती उघडली व त्यात जमलेले पैसे त्या नियमीतपणे बाहेर आपल्या कुटुंबियांसाठी पाठवू लागल्या. ही गोष्ट येथेही घडेलच. त्यासाठी गरज आहे ती फक्त उत्तम व्यवस्थापनाची आणि दानशूर व्यक्तींच्या पाठबळाची."

स्त्रिया शिवणकला शिकण्यात मग्न होत्या. त्या एकमेकींशी एक अक्षरही न बोलता शांतपणे काम करत होत्या. त्यानंतर मी ही बराक सोडून दुसऱ्या बराकीत प्रवेश केला. इथे सर्व कैदी स्त्रियांची राहण्याची व्यवस्था होती. थोड्या वेळानं अविया हसत हसत मला सामोरी आली. तिला भेटून एक महिना उलटून गेला होता. ती अजूनही इथेच होती.

"मला वाटलं तुम्ही बरेच दिवसांपूर्वी इथून बाहेर गेला असाल."

"हो, ना. पण काय करणार? माझ्या कागदपत्रांच्या बाबतीत अजूनही काहीतरी गोंधळ चालू आहे. पण आता थोड्याच दिवसात मी इथून जाईन."

"इथे कसं काय आहे? पंखे आले का?"

"अगदी थोडेच पंखे आले. आत या ना. मी तुम्हाला डॉर्मिटरी दाखवते." मी आत प्रवेश केला. पासष्ट मोठ्या माणसांना आणि बारा मुलांना या शंभर फूट लांबीच्या डॉर्मिटरीत डांबून ठेवण्यात आलं होतं, आणि इथे फक्त चार पंखे होते. "इथे खूप उकडतं पण काय करणार? शेवटी हा तुरुंग आहे. पंचतारांकित हॉटेल थोडंच आहे? सर्वांत त्रास होतो तो इथल्या घाणीचा. जरा स्वच्छतागृहांवरून नजर टाका."

पाळणाघराच्या जवळच्या स्वच्छतागृहांची स्थिती खरोखर चांगली होती. मी डोळ्यानं पाहिली होती. त्या तुलनेनं येथील स्वच्छतागृहाची परिस्थिती भयंकर होती. तिथे हजारो माश्यांचा मुक्त संचार होता. शिवाय प्रचंड दुर्गंधी सुटली होती. न्हाणीघरात पाणी तुंबलं होतं. त्यावर तेल तरंगत होतं.

"या घाण पाण्यात एवढं तेल कसं?"

"बायका स्वयंपाक करतात आणि खरकटी भांडी इथे घासतात. एवढंच नव्हे तर गटारावर जमा झालेलं खरकटं उचलण्याचे कष्टही त्या घेत नाहीत. त्यामुळे पाणी साचून राहणं. बऱ्याच स्त्रियांना स्वच्छता, आरोग्य, नीटनेटकेपणा याची काही माहितीच नाही. त्या इतक्या गलिच्छ आहेत, की मला तर शिसारी येते." मला तिथे उभं राहून श्वास घेणंही शक्य नव्हतं, म्हणून मी तिथून घाईनं बाहेर पडलो. देवा, माझ्या शत्रूवरही अशा परिस्थितीत जगण्याची वेळ आणू नकोस.

"इथे त्यांना आणखी थोडे पंखे लावले, तर किती बरं होईल. या उन्हाळ्यानं जीव जायची पाळी आली आहे."

"तुमचा मुलगा कुठे आहे?"

"तो आजारी आहे. त्याला अन्न जात नाही आणि जर काही जेवलाच तर ते त्याला पचत नाही. आत्ता तो पंख्याखाली झोपलाय. माझं काम संपेपर्यंत त्याला सांभाळायला पैसे देऊन एक बाई ठेवली आहे मी. पण कधी कधी इथल्या बायका इतक्या हेव्यादाव्यानं वागतात, की बरेच दिवस मला कामाची बाई

मिळत नव्हती. त्या कोणाला माझं कामच करू देत नसत. पण आता आमच्यात समझोता झालाय आणि मला अखेर बाई मिळाली आहे.'' मला ते बोलणं विचित्रच वाटत होतं. स्वत: तुरुंगात असताना दुसऱ्या कोणाला तरी पैसे देऊन कामावर ठेवणं... वगैरे. पण आयुष्यात नेहमी हे असंच असतं. श्रीमंतांचं सर्वत्र काम होतं.

वंदना बाहेरच्या बाजूला दोन डॉर्मिटरीच्यामध्ये असलेल्या मोकळ्या जागेत स्वयंपाक करत होती. तिने अंगात शर्टपँट घातली होती आणि ती एखाद्या कॉलेज तरुणीसारखी दिसत होती. तिनं वर पाहिलं आणि माझ्याकडे लक्ष जाताच नजर टाळली. तिला अजून दीर्घकाळ याच तुरुंगात राहावं लागणार होतं, हे तर उघडच होतं.

''ती इथे रोज स्वयंपाक करते. तिचा नवरा किंवा प्रियकर, जो कुणी आहे, त्याच्यासाठी आणि स्वत:साठी. तिचा तो पती-प्रियकर याच तुरुंगात पुरुषांच्या विभागात आहे. ती रोज त्याला जेवण पाठवते. त्याच्यावर खूप प्रेम आहे तिचं.''

''पण मला वाटलं, तिनं आपल्या नवऱ्याचा खून केला.''

''इथे तुरुंगात जर एखादी कैदी स्त्री एखाद्या पुरुष कैद्याच्या प्रेमात पडली, तर ते ताबडतोब स्वत:ला नवराबायको म्हणवून घेतात. त्यामुळे त्यांना आठवड्यातून एकदा भेटायची परवानगी मिळते, तीही केवळ अर्ध्या तासासाठी. तुम्ही एकतर तुमच्या सख्या नातलगांना भेटू शकता नाहीतर पती अथवा पत्नीला. त्यामुळे एखाद्या स्त्रीनं एखाद्या पुरुषाला पती मानलं आणि त्यालाही ते मान्य असलं, तर ते आठवड्यातून एकदा भेटतात. मग ते खरोखरीच कायद्यानं पती-पत्नी आहेत की नाही, याची कोणी फिकीर करत नाही.''

□

दोन महिन्यांनंतर परत एकदा मी गुरगाव प्रिझनला भेट दिली. जेट एअरवेजच्या विमानानं ऐषारामात प्रवास करून बाहेर आल्यावर उन्हाचा जोराचा तडाखा बसला. विमानतळावर आम्हा प्रवाश्यांसाठी वातानुकूलित व्हॅन उभीच होती. कधी एकदा त्या गारव्यात जाऊन बसतो असं आम्हाला झालं होतं. तेवढ्यात एक मूल रडू लागलं. मला त्या चिमुकल्या माईक टायसनची आठवण झाली. रात्रंदिवस त्या कोंदट डॉर्मिटरीत, दिल्लीच्या त्या उन्हाळ्यात, चव्वेचाळीस अंशांच्या वर तापमान गेलेलं असताना, कसा राहत असेल तो? देवा, असा त्रास सोसण्याची वेळ कोणत्याही लहान मुलांवर कधी आणू नको.

दुसऱ्या दिवशी परत मी गुरगाव तुरुंगात जाऊन दाखल झालो. माझ्यासोबत शकिरा होती. शिवाय इंडिया व्हिजन फौंडेशनची अजून एक कार्यकर्ती पण होती. आमच्याबरोबर लहान मुलांसाठी दोन ट्रंका भरून जुने कपडे व खेळणी होती. आम्ही आत शिरलो. नोंदवहीत नावे लिहिली आणि त्यानंतर आम्हाला आत सोडण्यात आलं. माझ्याबरोबरच्या दोन स्त्रियांनी माझ्याकडे आणि त्या दोन ट्रंकांकडे रोखून पाहिलं. हे जगभर सगळीकडे नेहमी असंच का असतं? स्त्री मुक्तीच्या गप्पा मारायच्या, स्त्रियांना समान वागणूक मिळाली पाहिजे अशी मागणी करायची. पण जेव्हा जड वजन उचलण्याची वेळ येते, तेव्हा ते सगळं क्षणार्धात विसरून जायचं आणि मग काय? ते कपडे आणि खेळणी पाहून तुरुंगातील मुलं कशी खूष होऊन जातील, अशी चर्चा करत या दोन बायका सरळ पुढे निघून गेल्या. आणि मी एकटा त्या बाराच्या उन्हात त्या दोन्ही जड ट्रंका उचलून एकटा त्यांच्या मागोमाग धापा टाकत निघालो.

अर्थात लहान मुलांनी ते कपडे आणि खेळणी पाहिल्यावर त्यांच्या चेहऱ्यावर जो काही आनंद उमटला, तो पाहून ते सगळे कष्ट कुठल्याकुठे विसरून गेलो मी. हे कपडे हितचिंतकांनी पाठवले होते. त्यातले काही कपडे खरोखरच उत्तम होते. तर काही तसे जुने होते. पण मुलांना त्यानं काहीच फरक पडत नव्हता. त्यांच्या दृष्टीनं जणू ही नंदनवनातून आलेली भेट होती. इंडिया व्हिजन फौंडेशनच्या

लोकांनी मुलांच्या मापाप्रमाणे त्यांना व्यवस्थित बसतील असे कपडे द्यायला सुरुवात केली. अवियाचा मुलगा विष्णू याला लाल रंगाची टोपी मिळाली. ती पाहून तो हरखला आणि त्याच्या चेहऱ्यावर जे हसू उमटलं, त्याचं वर्णन करून सांगायला माझ्याकडे खरोखर शब्द नाहीत. माईक टायसनला एक छान शर्ट मिळाला. त्यानं लाजून माझ्याकडे पाहिलं आणि तो हसला. तेवढ्यात मनिषा हातात एक टी-शर्ट घेऊन माझ्यापाशी आली आणि तिनं तो मला दाखवला. ही मुलं आता माझी मित्रमंडळी झाली होती.

जुनी खेळणी, जुने कपडे या मुलांना द्यावे. आपल्या या एका छोट्या कृतीनं त्यांच्या जीवनात जो आनंद फुलून येतो, तो पाहून मन खरोखर थक्क होऊन जातं. त्यानं आपलं मन भरून येतं. आपण या मानानं किती नशीबवान आहोत, याची जाणीव त्यामुळे होते. आणि तरीही स्वत:च निर्माण केलेल्या लहानसहान मुद्यांवरून आपण कुरकूर करत बसतो. खरं तर बरेचदा हे मुद्दे एवढा वेळ, एवढी शक्ती खर्च करण्याइतके महत्त्वाचे सुद्धा नसतात. कपडे, खेळणी, रंगीत खडू, पुस्तकं, चपला, बूट, टॉवेल, पांघरुणे जे म्हणाल ते आपण या मुलांना देऊ शकतो. कितीतरी मुलांना त्याची इथे गरज असते. मी तासभर त्या मुलांपाशी बसलो. ती मुलं आनंदानं नुसती नाचत होती. आपल्याला मिळालेल्या वस्तू घेऊन त्या दाखवायला आपल्या आईकडे उड्या मारत पळत होती. आपल्या मुलांना असं खूष झालेलं पाहून त्यांच्या आयांचे चेहरे समाधानानं उजळून निघाले होते. इंडिया व्हिजन फौंडेशनसारख्या सेवाभावी संस्थांचं केवढं महत्त्व आहे याची खरी जाणीव आत्ता मला झाली. समाजाचा कलंक मानण्यात येणाऱ्या या लोकांना आनंद देणाऱ्या, त्यांचं सांत्वन करणाऱ्या आणि त्यांना आदराची वागणूक देऊन त्यांचा हरवलेला आत्मसन्मान जागरूक करण्याचं काम या संस्था करत असतात.

पंखे मात्र अजूनही चालू झाले नव्हते.

□

एक महिन्यानंतर जुलैच्या सुरुवातीला परत एकदा मी त्या तुरुंगाला भेट दिली. मी मुलांच्या घोळक्यात जाऊन बसलो आणि सर्वांत प्रथम माझ्या लक्षात आलं ते म्हणजे मरणप्राय उकाडा होता. जीव गुदमरून जात होता. मी वर पाहिलं, पंख नुसता लटकत होता पण त्याचं वायरिंगचं काम अजूनही झालेलं नव्हतं. मनिषा येऊन माझ्याशेजारी बसली. तिनं आपल्या गुटगुटीत हातात थोड्याशा रंगीत पेन्सिली व खडू पकडून आणले होते. माझ्याकडून तिला एखादं चित्र काढून हवं होतं. मी ते तिला काढून दिलं.

"खूप उकडतंय. किती गरम आहे," ती माझ्याकडे पाहून अशा काही सुरात म्हणाली, की जणू काही तो पंखा मीच चालू करून देणार होतो. इंडिया व्हिजन फौंडेशनच्या लोकांच्याही अंगातून घामाच्या धारा वाहत होत्या. गौरव नेहमीसारखा निळी टोपी घालून मनिषाच्या जवळ बसला होता. त्या दोघांची घट्ट मैत्री होती. त्यानं हसून आपल्या वहीत कसलं तरी चित्र काढलं. माईक टायसन आला आणि हातात एक खेळणं घेऊन बसला. त्या खेळण्यावर त्यानं एक घोडा ठेवला आणि त्या घोड्याला एक ठोसा मारला. तो घोडा लांब जाऊन पडला. छोटा टायसन तोंडाऐवजी बरेचदा हातानं बोलायचा. मी चटईवर मुलांसोबत बसलो होतो. आमच्या अंगातून घामाच्या धारा वाहत होत्या. मनिषानं त्या दोन तासात किमान दहा वेळा उकाड्याबद्दल कुरकूर केली.

"आपण लवकरच पंखा दुरुस्त करून घेऊ हं." मी मनिषाची समजूत काढली. एवढ्यात दुसऱ्या एका मुलानं तिची चित्रकलेची वही हिसकावून घेण्याचा प्रयत्न केला. तिनं त्याला फटका मारला. तो मुलगा भेलकांडत निघून गेला.

"मला पाणी हवंय," असं म्हणत मनिषा उठून उभी राहिली आणि तिनं माझा हात घट्ट पकडला. तिचे दोन्ही मित्र उठून उभे राहिले.

मग आम्ही सगळे पाण्याच्या शोधात निघालो. ती मुलं मला न्हाणीघरात घेऊन गेली. सर्व मुलांनी सरळ तिथल्या नळाचं पाणी प्यायलं. जे पाणी अंघोळीला, कपडे धुवायला वापरण्यात येई, तेच पाणी प्यायलं. इंडिया व्हिजन

फौंडेशननं तेथे भरपूर स्टीलचे पेले दिले होते. मनिषाला मात्र माझ्याच हातून पाणी हवं होतं. नंतरची काही मिनिटं मी पेल्यामागून पेले भरून देत होतो. दहा मुलं पाणी प्यायला गोळा झाली होती. एकतर ती मुलं खरोखरच तहानलेली होती, नाहीतर पाण्याचा पेला भरून कुणीतरी आपल्या हातात देतं आहे, ही कल्पना त्यांना आवडली असावी. अशा रीतीनं सगळी मुलं पोटाला तडस लागेपर्यंत पाणी प्यायली. त्यानंतर आम्ही सगळे परत त्या कॉरीडॉरमध्ये आलो आणि चटईवर मुक्काम ठोकला. ''खरं तर इतक्या गरमीच्या वातावरणात मुलांना तुरुंगात ठेवणं बरं नव्हे,'' तेथील कॉन्स्टेबल हसून म्हणाला.

''तुम्ही कुठले?'' मी चौकशी केली.

''मी आर्मीत होतो. मी जवळच राहतो. मी चौदा वर्षे आर्मीत काढली, पण नंतर मात्र थकून गेलो. आर्मीचं आयुष्य फार खडतर असतं. त्यापेक्षा हे आयुष्य बरं. कधी तरी कंटाळा येतो, पण मला माझ्या कुटुंबासोबत वेळ तर घालवायला मिळतो. तुम्ही सगळे इथे येता, या इथल्या बायकांसाठी, मुलांसाठी केवढं तरी करता. फार चांगलं काम करता तुम्ही. मी इतर तुरुंग पाहिले आहेत. तिथे मुलांचे इतके हाल असतात की ते पाहून मनाला त्रास होतो. पण आम्ही गरीब माणसं. इथे आम्हाला कोण विचारणार. आम्हाला काहीही बोलण्याचा अधिकार नसतो.''

त्यानंतर मला शिवणवर्गात नेण्यात आलं. त्यांनी केलेल्या कामावर एकवार नुसती नजर टाकली आणि लक्षात आलं– त्यांनी केवढी तरी प्रगती केली होती. माझ्या गेल्या वेळच्या भेटीनंतर केवळ काही आठवड्यांतच हे घडलं होतं. आता वृत्तपत्राच्या कागदाचे कपडे नव्हते. सुंदर गुलाबी कापडापासून शिवलेले छोटे छोटे फ्रॉक्स होते. त्या स्त्रिया आता भरतकाम शिकत होत्या, नक्षीचे सुंदर पॅटर्न्स असलेलं कापड विणत होत्या.

''आम्हाला दहा हजार रुपयांची देणगी मिळाली. त्यातून आम्ही कच्चा माल आणला आणि एका शिक्षिकेची नेमणूक केली. हे आम्हाला काही दिवस पुरेल. लवकरच या बायका आपल्या कामात इतक्या निष्णात होतील की खुल्या बाजारातील स्पर्धेला तोंड देऊ शकेल असा माल त्या तयार करतील. तोपर्यंत देवाच्या दयेनं आणखी देणग्यासुद्धा येतील.''

''मॅडम, आम्हाला आणखी काही तास काम करण्याची गरज आहे. दोन तास पुरे पडत नाहीत.'' एक कैदी स्त्री म्हणाली. तिच्या हातात एक गुंतागुंतीचं अवघड भरतकाम होतं. बाकीच्या स्त्रियांनीही संमतीदर्शक माना हलवल्या.

''आपण लवकरच याचा दिवसभराचा कोर्स करू. पण जरा थांबा.'' शकिरा आमच्याकडे वळली. ''सध्या दिवसाचे केवळ दोन तासापुरतेच शिक्षक इथे येऊन शिकवू शकतील, तेवढाच पगार आम्हाला परवडतो. एकदा का पुरेसा निधी जमला की आम्हाला पूर्णवेळाचा शिक्षक नेमणं परवडेल.''

खरं तर त्यांना या कामासाठी ज्या रकमेची गरज होती, ती काही फार जास्त नव्हती, याची मला कल्पना होती. केवळ काही हजार रुपयांच्या मोबदल्यात पाळणाघरातील मुलांची देखरेख करायला किंवा शिवणवर्गात पूर्णवेळ शिकवायला शिक्षक नेमणं शक्य होतं. या दोन्ही उपक्रमांसाठी दरमहा जो काही खर्च येणार होता, अगदी कच्च्या मालाचा खर्च धरून, तो काही फार जास्त नव्हता. (गुरगाव तुरुंगात हा उपक्रम राबवण्याचा दरमहा खर्च सुमारे दहा हजार रूपये होता) या रकमेतून लहान मुलांना त्यांचं हरवलेलं बाल्य परत मिळू शकत होतं, त्यांना शिक्षण मिळू शकत होतं, स्त्रियांना एक कला शिकून आत्मनिर्भर होता येणार होतं, स्वत:च्या पायावर उभं राहून शिवाय तुरुंगाबाहेर राहत असलेल्या आपल्या कुटुंबियांसाठी पैसे पाठवता येणार होते. या योजनेनं सर्वांनाच फायदा होणार होता. यासाठी गरज होती ती फक्त सहानुभूतीपूर्ण विचार करणाऱ्या आय.जी. किंवा सुपरिटेंडंटची. त्यांनी इंडिया व्हिजन फौंडेशनसारख्या आणखी काही संस्थांना तुरुंगात येऊन काम करण्याची संधी जर दिली, तर त्यानं सगळं साध्य होणार होतं. सेवाभावी संस्था, पुरेसा निधी व कैद्यांबद्दल पुरेशी आस्था या तीन गोष्टी एकत्र आल्या असत्या, तर तुरुंगातील कैदी स्त्रियांचं आणि त्यांच्या मुलांचं जीवन खूपच सुधारणार होतं.

"जरा इथे एक पंखा लावून घ्या. इथे शिवणकाम करणं, शांततेनं काम करणं या गरमीमुळे खूप कठीण जातं. आमची मुलं आजारी पडतात आणि त्यांच्यासाठी इथे एखादा डॉक्टर सुद्धा नाही."

"म्हणजे काय? डॉक्टर नाही?" मी विचारलं.

"डॉक्टरच नाही. पूर्वी एक होता. तोही पुरुष डॉक्टर. तो फार्मासिस्ट होता. तो महिन्यापूर्वी वारला. आता त्यांच्याकडे आणखी एक फार्मासिस्ट आहे. तो पुरुष विभागातील कैदीच आहे. तोच सध्या डॉक्टरचं काम बघतो आहे." (यानंतर एक महिन्याने तुरुंगाच्या पुरुष विभागातील एक कैदी मरण पावला. माझ्या कानावर असं आलं, की त्याच्यावर जर वेळीच योग्य ते उपचार झाले असते, तर त्याचा जीव वाचला असता.)

"पहिली गोष्ट म्हणजे एखादा फार्मासिस्ट– औषधविक्रेता– हा डॉक्टरची जागा कशी काय घेऊ शकतो? शिवाय तुरुंगातील कैदी स्त्रिया आणि त्यांच्या मुलांच्या आरोग्याची जबाबदारी एखाद्या पुरुष कैद्यावर कशी काय सोपवण्यात येते? शिवाय तुरुंगातील कैदी स्त्रिया व मुलांसाठी स्त्री डॉक्टर असणं बंधनकारक आहे ना?"

"होय. आहे खरं. पण हा तुरुंग नवा आहे. सगळ्या गोष्टी हळूहळू होतात."

"गेल्या सहा महिन्यांपासून या लोकांसाठी एक चांगला शिकलेला डॉक्टर नाही आणि हे एका औषधविक्रेत्यावर भागवत आहेत. चला, आपण इथल्या वेलफेअर ऑफिसरला जाऊन भेटू."

"इथे वेल फेअर ऑफिसरच नाही."

"वा... छान! मग इंडिया व्हिजन फौंडेशनकडे कोणी महिला डॉक्टर नाही का? किमान आठवड्यातून एकदा इथे येण्यासारखी?"

"आम्ही आमच्या महिला डॉक्टरला आठवड्यातून एकदा इथे येऊ देण्यासाठी तुरुंगाच्या अधिकाऱ्यांकडे परवानगी मागितली आहे. पण या गोष्टी होण्यास वेळ लागतो. चला, आपण आता सुपरिटेंडंटकडे जाऊन तशी परवानगी मागू."

सुपरिटेंडंट आपल्या केबिनमध्ये नव्हते. मग आम्ही डेप्युटी सुपरिटेंडंटच्या ऑफिसात गेलो. मि. शर्मा यांनी आम्हाला बसण्याची खूण केली.

"सर, पहिलं म्हणजे आमच्या पाळणाघरातील पंखा चालत नाहीये. शिवाय आम्ही महिलांचा शिवणवर्ग जिथे भरवतो, तिथे सुद्धा पंख्याची गरज आहे." शकिरा म्हणाली.

"ते काम आजच होऊन जाईल." (मला वाटलं, हे आपलं उगीच तोंडदेखलं बोलत आहेत. पण प्रत्यक्षात मात्र खरोखरच दोन्ही पंखे त्याचदिवशी सुरू झाले. कधीतरी खरोखरच दिलेल्या वचनाला जागणारे अधिकारी भेटतात.)

"सर, कैदी स्त्रिया व मुलांसाठी प्रशिक्षित महिला डॉक्टरची गरज आहे. आम्हाला माहीत आहे, औपचारिकपणे अशा तऱ्हेच्या डॉक्टरांची नियुक्ती होण्यास वेळ लागेल. पण दरम्यानच्या काळात आम्ही आमच्या इंडिया व्हिजन फौंडेशनतर्फे एखाद्या होमिओपथीच्या डॉक्टरांना येथे घेऊन आलो, तर?"

"तुम्ही तसा अर्ज करा आणि आम्ही लगेच परवानगी देऊ."

त्यानंतर कारमध्ये बसून हॉटेलात परत जात असताना माझ्या मनात हाच विचार येत होता– तुरुंगातील कैद्यांच्या आयुष्यात एक सेवाभावी संस्था केवढं तरी परिवर्तन घडवून आणू शकते. उदाहरणार्थ, इंडिया व्हिजन फौंडेशनचे स्वयंसेवक आज जर या तुरुंगात कार्यरत नसते तर या तुरुंगाला चांगला प्रशिक्षित डॉक्टर केव्हा मिळाला असता, हे देवच जाणे.

एका आठवड्याने इंडिया व्हिजन फौंडेशनला तुरुंगात आपले स्वत:चे होमिओपथीचे डॉक्टर घेऊन येण्याची परवानगी मिळाली. त्यानंतर दोन महिन्यांनी तुरुंगात एका लेडी डॉक्टरची नियुक्तीही तुरुंगाधिकाऱ्यांकडून करण्यात आली.

त्यानंतर परत जेव्हा मी त्या पाळणाघराला भेट दिली, तेव्हा दोन पंखे चालू स्थितीत होते. एक पाळणाघरात व दुसरा शिवणवर्गात. गॉड ब्लेस मि. शर्मा.

मला पाहताच मनिषानं हसून पहिली कोणती गोष्ट सांगितली असेल, तर ती ही– "आता इथे उकडत नाही" एक साधं, सरळ, वस्तुस्थिती सांगणारं वाक्य. हे मी मरेपर्यंत आठवणीच्या कप्प्यात जपून ठेवीन.

□

पुरी जेल
(ओरिसा)

ओरिसामधील पुरी हे नितांत रमणीय ठिकाण आहे. हे एक प्रसिद्ध यात्रेचं ठिकाण आहे. भगवान जगन्नाथ (कृष्ण) आणि त्यांचे कुटुंबीय यांचे एक सुंदर मंदिर इथे आहे. त्याचं वर्णन शब्दात करणं शक्य नाही. ते प्रत्यक्ष डोळ्यांनीच पाहायला हवं. दुपारी दोनच्या सुमाराला आमचं विमान भुवनेश्वरच्या विमानतळावर उतरलं. विमानतळापासून मी टॅक्सीने सत्तर किलोमीटर अंतरावर असलेल्या पुरीला निघालो.

माझा टॅक्सी ड्रायव्हर बाबू चांगला गोलमटोल, पण सज्जन चेहऱ्याचा होता. तो माझ्याकडे पाहून पांढरेस्वच्छ दात दाखवून हसला. त्यानं मला आपल्या ॲम्बॅसिडर टॅक्सीत बसवलं आणि मी त्याच्या हातात अगदी सुरक्षित असल्याची त्यानं मला आणि आजूबाजूच्या चाळीस पन्नास लोकांना ग्वाही दिली. त्याचं बोलणं अगदी गोड होतं. तो चांगला हुशार वाटत होता. त्याची टॅक्सी पण खरोखर स्वच्छ होती. आम्ही निघालो. अवघ्या चारच मिनिटात मला कळून चुकलं– मी टॅक्सीत बसत असताना आजूबाजूचे लोक माझ्याकडे सहानुभूतीनं का बघत होते, ते!

बाबूला टॅक्सीचा हॉर्न वाजवण्याचं इतकं काय वेड होतं, देव जाणे. समोर एखादी गाडी आली, की बाबू लगेच हॉर्न वाजवायचा. पण समोर एकही गाडी नसेल, तरीही तो हॉर्न वाजवायचा. समोर वीस फुटांवर एखादा स्पीड ब्रेकर दिसला तरी तो हॉर्न वाजवायचा. पन्नास फुटांवर एखादा सायकलस्वार दिसला तरी तो हॉर्न वाजवायचा. मग तो रस्त्याच्या कोणत्याही बाजूला असो. आमची गाडी सिग्नलपाशी थांबली होती तेव्हासुद्धा हा आपला हॉर्न वाजवतच होता. आता मात्र आपलं काही खरं नाही, हे मला कळून चुकलं. तो डोकं पुढं घेऊन, छाती स्टिअरिंग व्हीलला टेकवून सतत हॉर्न वाजवत सुटला होता. मला कोणी ना कोणीतरी सारखं मोबाईलवर फोन करत होतं. फोनवर मी बोलण्यास सुरुवात केल्यावर थोड्याच वेळात पलीकडून बोलणारी व्यक्ती विचारायची– "कोण एवढा हॉर्न वाजवतंय?" पण एकदा मात्र असं झालं की आमच्या पुढच्या दोन

गाड्यांची एकमेकांना ओव्हर टेक करण्याची नुसती चढाओढ चालली होती. आमच्या अगदी पुढे जवळच एक सायकलस्वार चालला होता. खरं तर त्यावेळी त्याला सूचना देण्यासाठी हॉर्न वाजवण्याची गरज होती. तरच आम्ही जगण्यावाचण्याची काही शक्यता होती. पण त्यावेळी मात्र बाबू हॉर्न वाजवायला तयारच नाही. मग मात्र मी हताश होऊन डोक्याला हेडफोन लावून, डोळे मिटून गाणे ऐकत बसलो.

पुरीला जाण्याचा रस्ता अतिशय सुंदर होता. सर्वत्र हिरवीगार शेतं होती. वाऱ्याने माझे केस उडत होते. लहान मुलं झाडाच्या फांद्यावर झोका खेळत होती. खेळत असताना त्यांना साऱ्या जगाचा विसर पडला होता. ओरिसात मी जिथे जिथे गेलो, तिथे मला जुन्या पद्धतीचे झोपाळे बघायला मिळाले. आज भलं मोठं वादळ येणार होतं. हवामान खात्याचा तसा अंदाज होता. अर्थातच अतिशय स्वच्छ सुंदर हवा होती आणि आभाळात काळ्या ढगांचं कुठे चिन्हसुद्धा नव्हतं.

मी एकदाचा पुरीला पोचलो. डोकं नुसतं भणभणलं होतं. परत कधी टॅक्सीनं प्रवास करायची वेळ आली तर त्या टॅक्सीच्या स्टिअरिंग व्हीलवर बसवलेला हॉर्न स्वतःच्या हातांनी आधी मोडून टाकायचा, असा मी मनोमन निश्चय केला. बाबूने हसून सांगितलं, "मी जवळपासच असेन. काही लागलं, की तुम्ही नुसता फोन करा, बस!" मी हसून होकार दिला.

मी माझी हॅवरसॅक हॉटेलच्या खोलीतच ठेवली आणि दुपारच्या जेवणासाठी बाहेर पडलो. दुपारचे चार वाजायला आले होते. समुद्राला उधाण आलं होतं. वाऱ्यामुळे रेतीत चालताना तोल जात होता. मी ज्या कोणत्या रेस्टॉरंटमध्ये शिरलो, तिथे सगळीकडे एकच उत्तर मिळालं, "संध्याकाळी सहा वाजेपर्यंत काही खायला मिळणार नाही, सर." अखेर मी एक आईस्क्रीम खाल्लं आणि चालतच पोलीस स्टेशनपाशी गेलो. तेथून मला स्कूटरवरून पुरीच्या डिस्ट्रिक्ट जेलकडे नेण्यात आलं.

तो तुरुंग डोळ्यानं पाहून माझ्या काळजात धस्स झालं. आजवर मी इतके तुरुंग पाहिले, पण हा सर्वांत छोटा होता. मला एका वरिष्ठ अधिकाऱ्याकडून असं समजलं होतं, की पुरीच्या तुरुंगात सुमारे वीस मुलं आपापल्या आयांबरोबर राहत होती. पण माझ्या मनात शंका उत्पन्न झाली. तुरुंगाच्या मोठ्या फाटकाबाहेर पहारेकरी उभा होता. मी त्यालाच विचारलं. त्या तुरुंगात राहत असलेल्या आया व मुलांची संख्या नक्की किती होती, हे त्याला नक्की ठाऊक असणार. शिरगणती करण्याचं काम त्याचंच होतं. त्याच्या म्हणण्याप्रमाणे ज्या कुणी मला हा वीसचा आकडा सांगितलेला होता, त्या माणसाला पुरेशी माहिती नसावी किंवा तो मूर्ख असावा ते ऐकून मी खचलो.

पुरीच्या डिस्ट्रिक्ट जेलचे सुपरिटेंडंट सुनील कुमार मोहंती यांनी माझ्याशी हस्तांदोलन केलं. त्यांना माझ्याशी फोनवर बोलता आलं नव्हतं, त्याबद्दल त्यांनी दिलगिरी व्यक्त केली. त्यांची स्वत:ची पुरीपासून सुमारे दोनशे किलोमीटर अंतरावर असणाऱ्या बालासोरे या गावी डिस्ट्रिक्ट जेल सुपरिटेंडंट म्हणून नियुक्ती होणार होती.

"तुम्ही हे अशाप्रकारचं पुस्तक का बरं लिहिताय? तुरुंगात काही एवढी जास्त मुलं राहत नाहीत."

"पुण्याच्या येरवडा जेलमध्ये सुमारे वीस मुलं राहतात, हरियानाच्या गुरगाव येथील तुरुंगात राहणाऱ्या मुलांची संख्या कालच्या बातमीनुसार तरी तीस आहे. दिल्लीतील तिहार जेलमध्ये गेल्या आठवड्यात पंचवीस मुलं होती."

"इतकी मुलं तुरुंगात?" त्यांनी आपल्या कर्मचाऱ्यांकडे पाहिलं. बुचकळ्यात पडल्याचे भाव त्यांच्या चेहऱ्यावर होते. "पण एखाद्या लहान मुलाला त्याच्या घरची माणसं तुरुंगात कसं काय राहू देतात?"

"म्हणजे? तुम्ही अजून आपल्या आयांसोबत तुरुंगात राहणारी मुलं कधी पाहिलीच नाहीत?"

"पाहिली आहेत. पण एवढ्या संख्येनं नाही. एक नाहीतर दोन. तीपण अगदी मर्यादित काळासाठी. आपल्या घरच्या मुलांना तुरुंगात पाठवायला कोणती माणसं तयार होतील? माझ्या माहितीप्रमाणे निदान ओरिसात तरी तुरुंगांमध्ये फार जास्त मुलं नसतात." सुपरिटेंडंटनं आपल्या भावना अगदी मोकळेपणानं बोलून दाखवल्या.

"या तुरुंगात आपल्या आईसोबत एखादं मूल राहत असल्याची शेवटची वेळ कधी आली होती?"

"थांबा हं... एक मिनिट विचार करून सांगतो... हं... मला वाटतं... साधारण एक वर्षापूर्वी एक मूल आपल्या आईसोबत राहत होतं."

"ते मूल या तुरुंगात किती दिवस होतं?"

"दीड वर्ष. पण त्याचं कारण त्या मुलाची काळजी घेणारं दुसरं कुणीच नव्हतं आणि नाहीतरी त्या मुलाच्या आईची सुटका होणारच होती. पण ती जर इथे जास्त काळासाठी राहणार असती, तर मग तिनं त्या मुलाला अनाथाश्रमात ठेवावं अशी सूचना मी तिला केली असती."

"मला जरा स्त्रियांच्या वॉर्डमध्ये जाता येईल का?"

"हो. चला ना."

प्रवेशद्वार उघडलं आणि आम्ही मुख्य तुरुंगात प्रवेश केला. हा तुरुंग खरं तर पुरुषांसाठी होता. संध्याकाळची वेळ होती. मला दूरवर झोपड्यांसारख्या

पुष्कळ बराकी दिसल्या. आत अंधार होता. इथे बरेचदा विजेचा पुरवठा अत्यंत अनियमित असतो, असं मला सांगण्यात आलं. पुरुष बाहेरच्या बाजूला आरामशीर पहुडले होते. आम्ही त्या बराकींवरून पुढे जात असताना मला एकंदर वातावरणात भरलेला कुबटपणा आणि आळस जाणवला. आम्ही एका भिंतीच्या कडेकडेनं बरंच लांब चालल्यानंतर एक लहानसं बंद दार लागलं. ते उघडून आम्ही आत शिरलो. आत स्त्रियांचा वॉर्ड होता. आतल्या बाजूला एक लहानशी अंधारी डॉर्मिटरी होती. एका भल्या मोठ्या भिंतीनं या लहानशा डॉर्मिटरीला बाह्य जगापासून तोडून टाकलं होतं.

''आत्ता येथे एकंदर किती स्त्रिया राहत आहेत?''

''पंधरा.''

''वॉर्डची क्षमता किती आहे?''

''दहा.''

साऱ्या स्त्रिया त्या कोंदट खोलीतून बाहेर येऊन रांगेनं आमच्यासमोर उभ्या राहिल्या. हात बांधून, माना खाली घालून, शरण आल्यासारख्या. त्यांनी आम्हाला पाहून हात जोडले खरे, पण ते नमस्ते म्हणून नव्हे तर असहायपणे. आत माश्या आणि अंधाराचं साम्राज्य होतं. त्या बंदिवान स्त्रियांना किती अपमानित वाटत असेल, निराश वाटत असेल, याची मला जाणीव होती. त्या स्त्रिया वयोवृद्ध होत्या. त्या सर्वजणी हात जोडून रांगेत उभ्या होत्या. जणू काही हात जोडून मूक विनवणी करत होत्या. मी मागे फिरलो आणि वॉर्डमधून सरळ बाहेर पडलो. या मूर्तिमंत नरकात ते लहानसं मूल दीड वर्ष कसं राहिलं असेल? त्याला आपल्या जीवाची भीती वाटली नसेल का? हे सगळं कल्पनेपलीकडचं होतं. दिवसा मागून दिवस या ठिकाणी राहायचं... खेळायला कोणी सोबती नाही... आजूबाजूल नुसत्या या बायका... सूर्यास्तानंतर तुरुंगाच्या बंद दाराआड बसून राहायचं... माझ्या अंगावर शहारे आले. मला घरी जावंसं वाटू लागलं.

आम्ही सुपरिटेंडंटच्या ऑफिसात परत गेलो. ''या तुरुंगात सेवाभावी संस्था येऊन या बंदिवान स्त्रियांसाठी काही काम वगैरे करत असतील ना?'' मी विचारलं.

''या स्त्रिया फार आळशी आहेत. त्यांची काहीही शिकण्याची इच्छाच नाही. सेवाभावी संस्था खूप प्रयत्न करतात. पण त्याचा काहीही उपयोग होत नाही. सेवाभावी संस्थांचं म्हणाल, तर एक अशी संस्था इथे आहे. ज्या मुलांच्या आया तुरुंगात आहेत, केवळ अशाच मुलांसाठी ही संस्था काम करते. भुवनेश्वर जेलच्या शेजारीच ही संस्था आहे. तुम्ही उद्या तिथे जा. त्या संस्थेचे लोक नक्कीच तुम्हाला मदत करतील.''

आम्ही काही वेळ बोललो. लहान मुलांचे वडील किंवा घरातील माणसं त्या मुलांना खुशाल तुरुंगात कसं काय राहू देतात, याविषयी त्यांनी परत एकदा आश्चर्य व्यक्त केलं.

"थँक गॉड. ओरिसा हे आर्थिकदृष्ट्या कितीही गरीब राज्य असलं, तरी निदान आमच्या इथे कुटुंबातील माणसांचं एकमेकांशी नातं अजून घट्ट आहे. मी बलसोरे जेलचा जेव्हा सुपरिटेंडंट होईन, तेव्हा तुम्ही डॉ. किरण बेदींना सांगून तुरुंगातील महिलांच्या उद्धारासाठी काही प्रयत्न नाही करत? असं तुरुंगात राहून रोज नवं मरण मरण्यापेक्षा स्त्रियांनी काहीतरी कलाकुसरीचं काम करायला शिकलं पाहिजे. ते फार महत्त्वाचं आहे."

त्या रात्री मी पुरीच्या जगन्नाथ मंदिरात जाऊन नंतर भुवनेश्वरला रवाना झालो. रात्री निद्रेच्या आधीन होण्यापूर्वी माझ्या डोळ्यांसमोर एकच दृश्य तरळत होतं– त्या पंधरा महिला त्या भयाण डॉर्मिटरीच्या बाहेर हात जोडून रांगेने उभ्या होत्या. एखाद्या चमत्काराची वाट बघत नाहीतर मृत्यूची वाट बघत.

□

मी ज्या हॉटेलात उतरलो होतो, त्या हॉटेलच्या व्यवस्थापनाचं एक ठाम धोरण होतं– अगदी नाही त्यावेळी खोलीत उतरलेल्या प्रवाश्यांना झोपेतून दचकून उठायला लावायचं! तेही एकदा दोनदा नव्हे, तर दर थोड्या वेळानंतर. अखेर झोपी गेलेला उशी पांघरूण फेकून देऊन उठलाच पाहिजे. पहाटे सहाच्या सुमाराला एक कर्कश घंटी वाजली. मी धडपडत जागा होऊन बसलो. बिछान्यावरून पडता पडता कसाबसा वाचलो. हेलकावे खात डोळे चोळत जाऊन दार उघडलं, तर कोणीतरी मला काहीही आगावू सूचना न देता माझ्या हातात एक कप देऊन निघून गेलं. बाहेर अजूनही अंधारच होता. मी जणूकाही स्वप्नातच आहे, कोणत्यातरी अमानवी जगतात... असं मला वाटलं. हे काय चाललंय... माझ्या हातात हा कप कसा आला... वगैरे विचार करत मी अर्धवट झोपेत गोंधळून क्षणभर उभा राहिलो.

मी त्या कपाचं झाकण उघडून पाहिलं, तर काहीतरी गरम पेय आत आहे एवढं कळलं. मी तो कप झाकून तसाच टेबलावर ठेवला आणि दार बंद करून परत निद्रेच्या आधीन झालो. नंतर अक्षरशः सतराव्या सेकंदाला (निदान मला तरी तसं वाटलं!) परत दाराची घंटी वाजली. मला ज्यानं तो कप दिला होता, त्याला तो परत हवा असणार, असं मला कळलं. मी हातात कप घेऊन दार उघडलं, तोच कुणीतरी आणखी एक कप माझ्या हातात ठेवून गेलं. अरेच्चा! आता माझ्या हातात दोन मग होते.

''सॉरी सर... तुम्ही चहा पिताय होय... हा... हा...'' असं म्हणणाऱ्या त्या व्यक्तीचा चेहरासुद्धा दिसत नव्हता, इतका बाहेर अंधार होता.

''चहा प्या सर. फार छान चहा आहे सर.''

मी मान हलवून माघारी वळलो. परत टेबलावर चहाचा कप ठेवला व अंथरुणात शिरलो. ए.सी. ची नक्की काहीतरी गडबड झाली होती. त्यावर वरकरणी अठरा अंश तापमान दिसत होतं, पण मी इतका गारठलो होतो, की मला तरी वाटलं, ते शून्याच्याही खाली गेलं असावं. परत मी निद्राधीन झालो.

परत घंटी वाजली. मी संतापून दरवाजा उघडला. या इतक्या आधुनिक, उच्च दर्जाच्या हॉटेलमधील कर्मचारी हे असले कसले? आपण यांचा गळा का घोटू नये? असा विचार मनात चमकून गेला. या खेपेला माझ्या हातात कुणीतरी वर्तमानपत्र देऊन गेलं.

"सर, वादळ निवळलं. देवाची कृपा." देव फार कृपाळू आहे, हे मलाही ठाऊक होतं. पण त्याची प्रचिती अजून कधी आली नव्हती. तर अशा तऱ्हेनं मी मनात ठरवलेल्या वेळेपेक्षा दोन तास आधीच उठून ओरिसा पतिता उद्धार समिती (ओपस) संस्थेच्या सदस्यांना भेटण्याच्या तयारीला लागलो.

भुवनेश्वर तुरुंगापासून केवळ पाच मिनिटांच्या अंतरावर एक बंगला आहे. या बंगल्याच्या तळमजल्यात ओपस या संस्थेनं तुरुंगातील कैद्यांच्या मुलांसाठी एक आश्रम चालवला आहे. त्याचं नाव आहे 'मधुरमयी आदर्श सिख्य निकेतन'. हे लोक बाकी नावं मोठी लांबलांब ठेवतात!

या मुलांचा आश्रम रस्त्याच्या गर्दीपासून दूर एका गल्लीत होता. संस्थेच्या सुपरिटेंडंट निरजालक्ष्मी महापात्रा मला स्वागतकक्षात घेऊन गेली. येरवडा जेलमध्ये माझी नेहमी शहनाजशी गाठ पडायची. आज या निरजाला पाहून मला तिचीच आठवण झाली. ही पण तशीच साधीसुधी, ध्येयवेडी आणि थकलेली होती. थोडावेळ तिच्याशी गप्पा मारल्यानंतर एक गोष्ट आमच्या दोघांच्याही लक्षात आली. तिला माझं इंग्रजी बोलणं समजत होतं. पण तिला स्वत:ला इंग्रजी नीट बोलता येत नव्हतं. ती मोडकं तोडकं इंग्रजी बोलत होती. आम्ही एकमेकांशी नक्की कसं आणि कुठल्या भाषेत बोलत होतो, कोण जाणे. लहान मुलं शास्त्रीय संगीतातील सा, रे, ग, म असं सुरात आळवत होती. एक माणूस गोड आवाजात गात होता व त्याच्या पाठोपाठ सारी मुलं गात होती. मुलांचं ते गाणं ऐकून मला जुने दिवस आठवले. मी उठून उभा राहिलो. मला त्या मुलांना बघायचं होतं. मी निरजाला तशी खूण केली.

या आश्रमात एकंदर तीन खोल्या आहेत. त्यातील दोन मुलांसाठी तर एक मुलींसाठी आहे. पहिल्या खोलीत पंधरा मुलं-मुली कॅरम खेळत होती. बाकीची मुलं खेळणाऱ्यांभोवती बसून त्यांना सल्ला देत होती. ती मुलं सहा, आठ वर्षांची किंवा त्याच्या वरच्या वयाची होती. खोली हवेशीर होती पण अंधारी होती. नेहमीप्रमाणेच वीज गेलेली होती. मुंबई सोडून भारतातील इतर कोणत्याही शहरात हे दृश्य नित्याचंच असतं. मुंबईचं कामकाज तेवढं मुंबादेवीच्या कृपेनं चालू असतं. मला पाहताच ती सगळी मुलं उठून उभी राहिली आणि पळत येऊन माझ्या पाया पडली. त्याक्षणी माझं हृदय भरून आलं आणि माझ्या डोळ्यांत अश्रू उभे राहिले.

दुसऱ्या खोलीत ती गाणारी मुलं होती. त्यांचे शिक्षक म्हणजे एक पोरसवदा तरुण होता. मुलामुलींनी त्याच्या भोवती गराडा घातला होता. शास्त्रीय संगीताचे मूलभूत धडे ती घेत होती. ही मुलं पण मला पाहून उठून उभी राहिली, जवळ येऊन माझ्या पाया पडली आणि परत जागेवर जाऊन बसली. परत एकदा ती आपल्या संगीताच्या सुरांमध्ये रमून गेली. मी पण थोडावेळ तिथे बसलो. कोणे एके काळी मी पण शास्त्रीय संगीत– वाद्यसंगीत शिकत होतो. त्याची मला आठवण झाली. किती जुनी गोष्ट ती. मी अजून कितीतरी वेळ त्या मुलांपाशी तसाच बसलो असतो. बिचारी मुलं! त्यांच्या आया तुरुंगात होत्या आणि या जगात त्यांची काळजी घ्यायला कुणीसुद्धा नव्हतं.

निरजानं सांगितलं, की हा आश्रम केवळ आठ महिन्यांपूर्वी येथे सुरू करण्यात आला असून सध्या तेथे सदतीस मुले होती. त्यांच्यापैकी बारा मुली व उरलेले मुलगे होते. सगळी मुले पाच ते आठ या वयोगटातील होती. त्या सर्वांच्या आयांना कोणत्या ना कोणत्या गुन्ह्याबद्दल शिक्षा ठोठावण्यात आली होती. त्या सर्वांच्या आया ओरिसा राज्यातील तेरा विविध तुरुंगांमध्ये शिक्षा भोगत होत्या. ओपसनं एक सर्व्हे घेतला होता, त्यानुसार अशी एकंदर दोनशे मुलं होती. या सर्व नुलांच्या आया विविध तुरुंगात शिक्षा भोगत होत्या व त्या मुलांचा सांभाळ करणारं कुणीच नव्हतं. त्या मुलांना घरच नव्हतं.

''आम्हाला एका मोठ्या जागेत जायचं आहे. अशा आणखी कितीतरी मुलांना आमच्या मदतीची गरज आहे. पण हे आम्हाला आमच्या स्वत:च्या जिवावर करता येणार नाही. आम्हाला सरकारकडून मदत मिळाली पाहिजे. आमच्यासारख्याच विचारांच्या व्यक्तींकडून मदत मिळाली पाहिजे. अर्थात आम्हाला सरकारकडून पुष्कळच पाठिंबा मिळतो आहे. मुख्यमंत्री नवीन पटनाईक हे आमच्या वसतीगृहाच्या उद्घाटनाला आले होते. राज्याच्या विमेन अँड चाईल्ड डेव्हलपमेंट डिपार्टमेंटनं स्टेट प्रिझन ॲथॉरिटीजच्या मदतीनं आमचं हे स्वप्न पुरं करण्यासाठी हातभार लावला आहे.''

''दिल्लीमध्ये इंडिया व्हिजन फौंडेशननं पण असाच उपक्रम राबवलेला आहे. त्या उपक्रमाद्वारे ज्या मुलांच्या आया तुरुंगात शिक्षा भोगत आहेत, अशा मुलांना उत्तम निवासी शाळेत दाखल करण्यात येतं. त्यांच्या शिक्षणाचा, राहण्या-जेवणाचा सर्वच्या सर्व खर्च इंडिया व्हिजन फौंडेशन आणि त्यांचे देणगीदार करतात. ती मुलं पदवीधर होईपर्यंत त्यांना ही सर्व मदत केली जाते. अर्थात ज्या शाळा या अशा मुलांना आपल्यात सामावून घेतात त्या शाळांची भूमिका त्या मुलांच्या आयुष्यात फारच महत्त्वाची असते. ही मुलं शाळेच्या आवारात असलेल्या वसतीगृहातच राहतात. सामाजिक कार्यकर्ते आणि नन्स अशा मुलांचा सांभाळ करतात.''

''आमच्या इथेसुद्धा आम्ही साधारण असंच करतो. पण इथे भुवनेश्वरमध्ये निवासी खाजगी शाळाच नाहीत. त्यामुळे मुलांना ठेवण्याची सोय नाही. म्हणून आम्ही या मुलांना आमच्यापाशीच ठेवून घेतो आणि त्यांना सरकारी शाळांमध्ये पाठवतो. सध्या ही मुलं झारापारा प्राथमिक शाळेत जात आहेत. पण ज्यांच्या आया तुरुंगात आहेत, जी निराधार आहेत, अशा मुलांची संख्या खूपच मोठी आहे. त्यामुळे आम्ही सध्या निधी जमा करत आहोत. सरकारी कोट्यातून मिळणारी मदत आणि वैयक्तिक देणग्या या माध्यमातून! म्हणजे मग आम्हाला स्वत:चं वसतीगृह उभारता येईल आणि कितीतरी मुलांना किमान पदवीपर्यंतचं शिक्षण पुरं होईपर्यंत इथे ठेवून घेता येईल.''

''या मुलांचा दिनक्रम व्यवस्थित ठरलेला आहे. जेव्हा शाळा चालू असते तेव्हा ती पहाटे पाच वाजता उठतात व अर्धा तास प्रार्थना म्हणतात. त्यानंतर सकाळची आन्हिके उरकतात, अर्धा तास योगा होतो. सात ते साडेआठचा वेळ गृहपाठ पूर्ण करण्याचा असतो. त्यानंतर अंघोळ. सव्वानऊ वाजता ही मुलं जेवतात. हो. सकाळी सव्वानऊलाच त्यांना जेवावं लागतं, कारण दहा ते चार अशी त्यांची शाळा असते. पुढील आयुष्यात कधीच उपयोगी न पडणाऱ्या गोष्टी शाळेतून शिकून परत आल्यावर मधल्या वेळचं खाणं. त्यानंतर साडेचार वाजता भुवनेश्वर तुरुंगाजवळच्या बागेत सगळी मुलं खेळायला जातात. साडेसहानंतर प्रार्थना असते आणि थोडेफार सांस्कृतिक कार्यक्रम (म्हणजे बहुदा शास्त्रीय संगीताचे धडे घेणं, एखादं वाद्य वाजवायला शिकणं, किंवा एखाद्या नीतिमत्तेचे धडे देणाऱ्या व्याख्यात्याचं कमालीचं कंटाळवाणं व्याख्यान ऐकणं असंच काहीतरी असणार!) पावणेसात ते सव्वानऊ ही मुलं अभ्यास करतात. रात्रीचं जेवण दहाला असतं व त्यानंतर मात्र दिवे बंद.

सुट्टीच्या काळात ही मुलं सकाळी सात ते अकरा अभ्यास करतात, त्यानंतर दुपारचं जेवण घेऊन दोन तास विश्रांती घेतात. परत चार वाजेपर्यंत अभ्यास. उरलेला दिनक्रम साधारणपणे नेहमीचाच असतो. पहाटे पाचला उठणं व रात्री दहाला झोपणं. अगदी घड्याळाप्रमाणे नियमित, शिस्तबद्ध वेळापत्रक.''

मी त्या मुलांबरोबर थोडा वेळ घालवला. त्या सर्वांमध्ये काही गोष्टी सारख्याच होत्या. त्यांच्यापैकी प्रत्येकानं आयुष्यातील काही काळ तुरुंगात घालवला होता. त्या सर्वांच्या आया तुरुंगात होत्या व त्यांना इतर मुलांसारखं साधंसुधं कौटुंबिक आयुष्य यानंतरची कित्येक वर्षे मिळणार नव्हतं. सुरुवातीला ती मुलं माझ्याकडे पाहून कसंनुसं हसली. पण जशी आमची नीट ओळख झाली, मी पुन:पुन्हा त्यांच्या भेटीला जाऊ लागलो, तसं त्या मुलांनी मला आपलं मानलं. मित्र म्हणून स्वीकारलं. त्यांच्यातील बहुतेकांचं आयुष्य खडतर गेलं होतं. त्यांना आता

कमालीचं शिस्तबद्ध आयुष्य जगावं लागत होतं. अजून ती लहान मुलंच होती. पण तरीही त्यांना प्रौढांप्रमाणे जबाबदारीनं वागावं लागत होतं. माझी दोन मुलं या सर्व मुलांपेक्षा कितीतरी जास्त दंगा करत. पण या मुलांना त्या शिस्तबद्ध, नेमस्त दिनक्रमाचं पालन करावं लागत होतं व त्यात त्यांचं बालपण हरपलं होतं. पण तरीही त्या सर्व मुलांवर या संस्थेचं छत्र तरी होतं. या मुलांना सुरक्षित ठेवण्यासाठी ही संस्था आटोकाट प्रयत्न करत होती, काटकसरीनं का होईना, धडपड करून कसं तरी या मुलांचं पालन पोषण करत होती व या गोष्टीची जाणीव त्या मुलांना होती.

त्यानंतर मी आणि निरजा भुवनेश्वरच्या तुरुंगात गेलो. या वसतीगृहापासून तुरुंग केवळ पाच मिनिटाच्या अंतरावर आहे. (सकाळी मात्र मला एका दुकानदारानं ज्या काही अजब पद्धतीनं या ठिकाणाकडे कसं पोचायचं याविषयी तपशीलवार सूचना दिल्या होत्या, त्यांचं तंतोतंत पालन करून मी अर्धापाऊण तास भटकत होतो. अखेर मला हा पत्ता सापडला, तेव्हा त्या दुकानदाराचा मला इतका संताप आला होता! तो बेटा जन्मल्याक्षणीच कोणी त्याचा गळा का नाही घोटला– असे दुष्ट विचार माझ्या मनात येऊन गेले!) तुरुंगाची प्रचंड मोठी दारं उघडली आणि तिथे मला जेल सुपरिटेंडंट भेटले. त्यांचं नाव बसंतकुमार ओझा.

एक व्यक्ती एका संस्थेच्या कारभारात किती मोठा सकारात्मक बदल घडवून आणू शकते, हे त्यांना भेटल्यावर मला समजलं. तुरुंग, अनाथाश्रम, वृद्धाश्रम यासारख्या संस्थांमध्ये दुःख, कारुण्य, वेदना ह्या गोष्टी अपवाद म्हणून नसतात, तर तो तिथल्या जगण्याचा नियम असतो व अशा संस्थांमध्ये या सकारात्मक दृष्टिकोन बाळगणाऱ्या व्यक्ती आमूलाग्र बदल घडवून आणू शकतात. आणि जर मोठ्या उद्योगसमूहांकडून त्यांना मदत मिळाली, तर मग आणखी काय हवं?

त्यानंतर आम्ही राहिलेल्या तुरुंगामधून फेरफटका मारला. स्त्रियांच्या वॉर्डनंतर आम्ही तुरुंगातील रुग्णालयात गेलो. तेथील बिछान्यांवर अनेक पुरुष कैदी झोपले होते. त्यातील काही खरोखरचे आजारी वाटत होते, तर काही आजारी असल्याचा बहाणा करत असावे. प्रत्येक तुरुंगात अशा तऱ्हेचा 'सिक वॉर्ड' किंवा 'रुग्णालय' असते आणि तिथे वेगवेगळ्या गोष्टी घडत असतात. माझ्या एका मित्राला चुकीनं ठपका ठेवून अटक करण्यात आली होती. त्याला जेव्हा तुरुंगात बारा दिवस राहावं लागलं, तेव्हा त्यानं पैसे चारून स्वतःला तेथील रुग्णालयात भरती करून घेतलं. दोन आठवडे तेथील बिछान्यात तो नुसता पडून होता. जेलमधील विदारक, दुःसह्य परिस्थितीचं वर्णन तो नेहमी करायचा. आजारपणाचा बहाणा करण्याची व रुग्णालयात भरती होण्याची स्वतःची 'ऐपत'

असल्याबद्दल तो नेहमी देवाचे आभार मानायचा.

तुरुंगात कैद्यांनी स्वहस्ते अतिशय सुंदर अशी मंदिरे बांधली होती. आम्ही त्यावरून पुढे गेलो आणि मुदपाकखान्यात प्रवेश केला. दुपारच्या जेवणाची वेळ होती. भातानं भरलेली मोठमोठी पातेली बाहेर नेण्यात येत होती. भात, डाळ आणि कसलीतरी भाजी असा जेवणाचा बेत होता. त्यानंतर आम्ही एकेका कोठडीत जाऊन पाहणी केली. आश्चर्याची गोष्ट अशी की प्रत्येक कोठडी अत्यंत स्वच्छ, नीटनेटकी होती. प्रत्येक कोठडीत कोपऱ्यात देवांसाठी छोटीशी जागा राखून ठेवली होती. एका कोठडीत हनुमानाची सुरेख तसबीर होती व त्यापुढे समई तेवत होती. कोठडीतील कैदी स्वच्छ, नीटनेटके आणि निरोगी दिसत होते. सर्वजण आपापलं काम करत बसले होते. काहीजण वाचत होते तर काहीजण शिवणकाम करत होते. काही आपलं सामान आवरत होते, तर काही बिछान्यात विश्रांती घेत होते.

बऱ्याच कोठड्या स्वच्छ, नीटनेटक्या होत्या. त्या फारशा कुबट, कोंदट वाटत नव्हत्या. पण काही कोठड्या मात्र अगदी कुबट, कोंदट दिसत होत्या. त्यांना एकप्रकारचा उग्र दर्प येत होता. तुरुंगातील कैद्यांना स्वच्छतेची, नीटनेटकेपणाची आवडच नसेल तर त्या तुरुंगात कितीही उत्तम सोयीसुविधा असतील, तरी त्यानं काय होणार आहे? काही कोठड्या मात्र खरोखरच्या गर्दीनं दुथडी भरून वाहत होत्या. त्या कोठड्यांमध्ये तरुण मुलांना ठेवण्यात आलं होतं. या मुलांना प्रौढ कैद्यांबरोबर ठेवता येत नाही. चौदा ते अठरा वयोगटातील या सर्व मुलांना एकाच कोठडीत डांबून ठेवण्यात आलं होतं. त्यामुळेच ही एवढी गर्दी झाली होती. काय दुर्दैव या मुलांचं! काय दुर्दैव यांच्या आईवडिलांचं! आपला मुलगा... काही थोड्याच वर्षांपूर्वी एक हसतखेळत मूल असलेला हा मुलगा आज तुरुंगात आहे... निर्ढावलेल्या उलट्या काळजाच्या कैद्यांच्या सहवासात, दारुण परिस्थितीत दिवस कंठतो आहे... असा विचार करून ते आईवडील रोज जिवंतपण शेकडो मरणं मरत असतील.

भुवनेश्वर तुरुंगानं माझे डोळे उघडले. एका गोष्टीची मला तीव्रतेनं जाणीव झाली– तुरुंगातील सुपरिटेंडंटसारख्या वरिष्ठ अधिकाऱ्याच्या मनोभूमिकेवर आणि खुद्द कैद्यांच्या दृष्टिकोनावर कितीतरी अवलंबून असतं. देशातील सर्वांत गरीब असलेल्या या राज्यात निदान भुवनेश्वर तुरुंगात तरी सुधार उपक्रम, पुढाकार, सहानुभूती या गोष्टी ठळकपणे नजरेत भरत होत्या.

सायंकाळी मी परत लहान मुलांच्या वसतीगृहात आलो. साडेचार वाजले होते. त्या मुलांना बागेत खेळायला जाताना मला पाहायचं होतं. ही बाग तुरुंगाला लागून होती. या मुलांना बागेत खेळताना, बागडताना, हसताना आणि

त्यांचं बालपण जगताना मला पाहायचं होतं. चार कर्मचारी महिलांनी त्या मुलांचे कपडे बदलून त्यांना तयार केलं. मुलांमध्ये उत्साहाचा संचार झाला होता. सर्व मुलं रांग करून उभी राहिली. त्यांचे केस व्यवस्थित विंचरलेले होते, चेहरे स्वच्छ धुतलेले होते. त्यांच्या अंगात इस्त्रीचे कपडे होते. मुलं बंगल्याच्या बाहेर पडली. पण कुठेही गडबड नव्हती, गोंधळ नव्हता. मुलं आपापसात हळू आवाजात कुजबुजत होती. आजूबाजूच्या बंगल्यांमध्ये लोक राहत होते. त्यांना आपल्यामुळे त्रास होऊ नये, याची काळजी मुलांना होती. आता ती मुलं मला सरावली होती. त्यांच्यपैकी काही मुलांनी मागे वळून माझ्याकडे पाहून लाजून स्मितहास्य केलं. एका मुलानं गोल गुटगुटीत हात हलवून माझा निरोप घेतला. ती मुलं दोन रांगा करून त्या गल्लीतून मुकाट्यानं चालू लागली. आकाशाचा रंग धूसर होता. पण मळभ आलं नव्हतं. जेव्हा बाहेर पाऊस पडतो, तेव्हा मुलं काय करतात, हे विचारायची गरजच नव्हती. मुलं त्यावेळी बंगल्यातच खेळत.

थोड्या वेळानं मी बागेत गेलो. खेळणाऱ्या, बागडणाऱ्या मुलांना पाहिलं. काही मुलं घसरगुंड्यांवर खेळत होती तर काही सी-सॉवर, काही मुलं निमूटपणे बसून इतर खेळणाऱ्या मुलांकडे बघत होती किंवा नुसतीच शून्यात बघत बसली होती. तेवढ्यात माझं लक्ष गेलं– तिथे एक लहान मुलगा लंगडत होता. मी चौकशी केली, तर तो पूर्वी रस्त्यावर भीक मागायचा. नंतर कुणीतरी त्याला या आश्रमात आणलं. सुरुवातीला तर त्याला लंगडतही चालता यायचं नाही. तो जमिनीवर फरफटत चालायचा. संस्थेच्या कर्मचाऱ्यांनी तब्बल सहा महिने त्याची अविरत सेवाशुश्रूषा केली, त्याच्या औषधपाण्याची, आहार विहाराची काळजी घेतली, तेव्हा तो आता इतका बरा झाला होता. जरासा लंगडत का होईना पण पळू शकत होता.

"काही दिवसांनी त्याचं लंगडणं सुद्धा जाईल. या मुलांना गरज असते, ती प्रेमाची, ममतेची, सुरक्षिततेची. जोपर्यंत आम्ही इथे आहोत तोपर्यंत त्यांना ते सर्व मिळत राहील. ही मुलं आपल्या पायावर उभी राहतील."

मी त्या मुलाकडे बघत राहिलो. तो आपल्या मित्रांबरोबर धावत होता, खेळत होता. एवढ्यात त्यानं मागे वळून पाहिलं, आम्ही तिथे उभं आहोत हे पाहून तो हसला आणि त्यानं हात हलवला. त्याचं ते हसणं पार त्याच्या डोळ्यांपर्यंत जाऊन पोचलं. त्यानं माझ्या हृदयाला पीळ पडला.

□

श्रीनगर सेंट्रल जेल
(जम्मू व काश्मिर)

वेळ संपत चालला होता. प्रकाशकांनी मला दिलेली मुदत संपत आली होती. माझं काम बरंच बाकी होतं. माझा प्रवास मला काश्मिरमध्ये संपवायचा होता. त्याची दोन कारणं होती. मला काश्मिरनं नेहमीच भुरळ पाडलेली आहे. जगातील नितांत सुंदर सृष्टीमनोहर अशा ठिकाणी राहायचं...पण सतत सुडाची धगधगती आग, शत्रुत्व, वैमनस्य याच्या विळख्यात... केवढा हा विरोधाभास. ह्रदयाला वेदना पोचवणारा. दुसरं कारण म्हणजे मि. जी. एन. वर यांच्याशी माझी योगायोगानं पडलेली गाठ.

वर हे कृश अंगकाठीचे होते. त्यांची दाढी लांब होती. हसणं मनमोकळं होतं आणि वृत्ती कणखर, निग्रही होती. १९९३ साली त्यांना दिल्ली येथे टाडा कायद्याखाली अटक झाली. ते काश्मिरी मुस्लीम होते. एवढं कारण त्यांना पंधरा ऑगस्ट रोजी टाडा खाली अटक करण्यास पुरेसं होतं. ते खरोखर निरपराध आहेत, हे सत्य सरकारच्या ध्यानात येण्यास तब्बल सात वर्षे लागली. १९९६ साली पंजाब युनिव्हर्सिटीच्या इंग्रजी विभागाचे चेअरमन डॉ. डी. सी. सक्सेना यांना तुरुंगात टाकण्यात आलं. त्या भल्या गृहस्थाचा गुन्हा हा, की त्यांनी चीफ जस्टिस ऑफ इंडिया यांच्या विरुद्ध न्यायालयात धाव घेतली होती.

डॉ. सक्सेना यांची तुरुंगातील अनेक काश्मिरी कैद्यांशी मैत्री झाली आणि त्यांच्या लक्षात आलं, की तुरुंगात कैदेत असलेली बरीच मुलं चांगली सुशिक्षित होती. डॉ. बेदी यांनी १९९४ साली तिहार जेलमध्ये इंदिरा गांधी ओपन युनिव्हर्सिटीचं एक केंद्र सुरू केलं होतं. त्या केंद्रात आपल्याला इंग्रजी शिकवण्याची परवानगी मिळावी अशी डॉ. सक्सेना यांनी तुरुंगाधिकाऱ्यांना विनंती केली. या केंद्राचे प्रमुख जी.एन्. वर हे होते. त्यावेळचे जेल सुपरिटेंडंट तारसेम कुमार यांनी सक्सेना यांना आपल्या कार्यालयात बोलावून घेतलं. ''इंदिरा गांधी ओपन युनिव्हर्सिटीच्या वर्गाला तुम्ही शिकवू शकाल का'' असं त्यांना विचारलं. डॉक्टरांची तुरुंगातील कैद्यांनी सिव्हिल सर्व्हिसच्या परीक्षेसाठी तयारी करून घेण्याची इच्छा होती. थोड्याच दिवसात सिव्हिल सर्व्हिस प्रवेश परीक्षेला बसू इच्छिणाऱ्या बारा

कैद्यांची नावे डॉक्टरांपाशी जमा झाली.

त्यानंतर वर यांनी मला असं सांगितलं की तुरुंगात असताना त्यांनी स्वत: मॅनेजमेंट अँड बिझिनेस ॲडमिनिस्ट्रेशनची मास्टर्स डिग्री संपादन केली. त्यांचा आणखी एक मित्र नुसता मॅट्रिक होता. त्यानं तिहारमध्ये राहून पदवी प्राप्त केली आणि आता तो मुंबईत पत्रकार आहे. त्याचप्रमाणे त्यांच्या ओळखीचा अजून एक मुलगा केवळ सोळाव्या वर्षी तिहार येथे भरती झाला होता, तो आता मुंबईला वकिली करतो.

"तुम्हाला काश्मिरला जाऊन तेथील तुरुंगाला भेट द्यायची आहे ना? योगायोगानं नेमका मीपण इथे आलेलो आहे. आपण दोघे बरोबर जाऊ या. मी उद्याच विमानानं निघणार आहे. तुम्ही काही दिवसांनी मला येऊन भेटा."

आम्ही काही वेळ बोलत बसलो. त्यावेळी त्यांनी स्वत:विषयी माहिती सांगितली.

"मी मूळचा काश्मिरचा. आमचं घराणं चांगलं संपन्न होतं. १९९३ सालच्या ऑगस्ट महिन्यात मी माझ्या धंद्याच्या कामासाठी दिल्लीला आलो. १५ ऑगस्ट रोजी स्वातंत्र्यदिनी दिल्ली पोलीस खात्यातील काही भ्रष्ट अधिकाऱ्यांनी बऱ्याच काश्मिरी लोकांना अटक केली. त्यात मला सुद्धा अटक झाली. त्यांचा आमच्याकडून पैसे उकळण्याचा डाव होता. मी आयुष्यात लाचलुचपत कधीही सहन केलेली नाही. माझं तेथील पोलीस अधिकाऱ्यांशी जोरदार भांडणं झालं व त्याची फार मोठी किंमत मला मोजावी लागली. त्या अधिकाऱ्यांनी टाडाखाली अटक केली आणि ११ ऑक्टोबर १९९३ रोजी माझी रवानगी तिहार जेलमध्ये झाली.

मी जेव्हा तिहारमध्ये प्रवेश केला तेव्हा मुलाहिजा वॉर्डमध्ये अनेक काश्मिरी कैदी मला भेटण्यासाठी थांबले होते. अनेकांनी मला हेच सांगितलं, की डॉ. किरण बेदी या इन्स्पेक्टर जनरल, प्रिझन्स असताना मी तिहारमध्ये येऊन दाखल झालो, हे माझं खरोखरच नशीब होतं. कारण डॉ. किरण बेदी यांनी नरकसदृश अशा तिहारमध्ये आमूलाग्र सुधारणा घडवून आणून त्याचं आश्रमात रूपांतर केलेलं होतं. अन्यथा मला या तुरुंगात खरोखरच्या नरकाचा अनुभव मिळाला असता.

तुरुंगातील जीवनपद्धती कशी असते याची साद्यंत माहिती त्यांनीच मला दिली. मला त्यावेळी पाचशे रुपयांची कूपन्स देण्यात आली. त्या कूपन्सचा उपयोग करून मला कँटीनमधून दैनंदिन गरजेच्या वस्तू विकत घेता येणार होत्या. त्याचप्रमाणे १०० रुपये देऊन हेडवॉर्डरला आणि पन्नास रुपये देऊन वॉर्ड मुन्शीला खूष ठेवता येणार होतं. म्हणजे मला जेलमधील स्वच्छतागृहे साफ करण्यासारखी घाणेरडी कामे करावी लागली नसती.

काही दिवसांनी मी एक तक्रारपेटी पाहिली. त्यात मी मुकाट्यानं एक तक्रार

लिहून टाकली. त्यानंतर केवळ तीनच दिवसांनी मॅडम आमच्या वॉर्डमध्ये कैद्यांच्या भेटीसाठी आल्या. त्यांनी आत प्रवेश करताच कैद्यांमध्ये एक प्रकारच्या उत्साहाचा संचार झाला. "तुम्हाला काही अडचणी आहेत का?" त्यांनी विचारलं. आम्ही तिथे नवीनच होतो, त्यामुळे आम्ही गप्प राहिलो. त्यानंतर त्यांनी कोणा एकाचं नाव न घेता आपल्याबरोबर आलेल्या सुपरिटेंडंटला सूचना केली, की येथे नव्याने आलेल्या कैद्यांची कोणत्याही स्वरुपाची पिळवणूक होता कामा नये, किंवा त्यांना घाण काम करायला लागू नये.

जसजसे दिवस चालले होते, तसा मी येथील परिस्थितीशी मिळतं जुळतं घेण्याचा प्रयत्न करत होतो. दैवाने जो काही घाला घातला होता, तो हसतमुखानं झेलण्याचा प्रयत्न करत होतो. आपली यत्किंचितही चूक नसताना जर आपल्याला तुरुंगात टाकण्यात आलं, तर ते किती अपमानास्पद, किती नैराश्यजनक असतं, याची कोणी कल्पनाही करू शकणार नाही. केवळ आम्ही काश्मिरमधून आलो, म्हणून आम्हाला तुरुंगात टाकण्यात आलं होतं. आम्हाला होत असणारा मानसिक त्रास लपवून ठेवणं फार कठीण जात होतं. पोलिसांनी केलेला अमानुष छळ, अटक झाल्यानंतर भोगाव्या लागलेल्या मानसिक यातना, न्यायसंस्थेची माणुसकीशून्य कार्यपद्धती, आप्तेष्ट आणि मित्रपरिवाराचा वियोग, वारंवार येणारे नैराश्याचे झटके... हे सगळं तर होतंच. पण त्याहीपेक्षा सर्वांत मोठी शिक्षा कुठली असेल, तर ती गजाआड आयुष्य घालवण्याची होती. हे असं माझ्याबाबतीत का घडलं, या पाठीमागे कोणाचा हात होता– हे सगळे प्रश्न रोज माझ्या काळजाला कुरतडत होते.

माझ्या आयुष्यातील या सर्वांत वेदनामय कालखंडाचा सामना करत असताना मी नानाविध भूमिका निभावणाऱ्या डॉ. किरण बेदींना पाहिलं– एक प्रेमळ माता, वत्सल शिक्षिका, कर्तृत्ववान व्यवस्थापक, दृढनिश्चयी समाजसुधारक, जिज्ञासू संशोधक आणि एक द्रष्टी व्यक्ती. त्या कधीही आमच्या तुरुंगाच्या भेटीला आल्या, की प्रत्येकवेळी आम्हाला नवनवीन कल्पना सुचवत, मार्गदर्शन करत, सूचना देत. त्याचबरोबर आमच्या हातून या सर्व सूचनांचं आणि नियमांचं व्यवस्थित पालन होत आहे का नाही, हेही त्या कटाक्षानं पाहत.

त्यांनी या तुरुंगाचा अक्षरश: कायापालट करून येथे जणू काही एक आगळंवेगळं विद्यापीठच स्थापन केलं, असं म्हटलं तरी चालेल. 'शिक्षणाद्वारे स्वत:मध्ये आणि सर्वांमध्ये क्रांती घडवून आणू या.' हे आमचं घोषवाक्यच बनून गेलं.

इंदिरा गांधी नॅशनल ओपन युनिव्हर्सिटीचा उपक्रम तुरुंगात सुरू झाला. आम्ही विविध कोर्सेससाठी विद्यार्थ्यांची नावनोंदणी सुरू केली. मी अध्यापक

झालो आणि मला तिथे इतका मान मिळू लागला, की त्यामुळेच एक नकारात्मक, कटुतेनं भरलेला माणूस होण्यापासून मी वाचलो.

पण जगरहाटीच अशी आहे, की खरा आनंद हा क्षणभंगुर असतो. अचानक मॅडमची बदली झाल्याची बातमी आली. तुरुंगात त्यामुळे फारच आरडाओरडा सुरू झाला. निर्ढावलेल्या गुन्हेगारांच्या डोळ्यांत अश्रू उभे राहिले. भावनेला हात घालणारेच दृश्य! कित्येक कैद्यांनी जेवण सोडलं. पण वॉर्डरपासून सुपरिटेंडंटपर्यंतचे जे कोणी भ्रष्टाचारी अधिकारी होते, त्यांनी मात्र वेगळाच सूर लावला. त्यांनी नवीन हुकूमतीनुसार काही नव्या तडजोडी करण्यास सुरुवात केली. कैदी निराश झाले. माझे काही मित्र शहाबुद्दीन गोरी, अजयकुमार सिंग, शाहिद आझमी, अक्रम चाचा आणि इतरांना मी विश्वासात घेतलं.

त्याच संध्याकाळी मला डेप्युटी सुपरिटेंडंटकडून बोलावणं आलं. मला धमकी पण देण्यात आली. "मॅडमचे दिवस संपले. आम्हाला असं समजलंय, की तुम्ही कैद्यांना भडकावत आहात. तुम्ही तुमच्या कामाचं फक्त बघा. नाहीतर तुम्हाला त्याचे परिणाम भोगावे लागतील." पण या सर्व धमक्यांना भीक न घालता आम्ही सर्वजणांनी संप पुकारला आणि अहिंसात्मक, शांततापूर्ण रीतीनं आमच्या भावनांना वाट करून दिली.

असे काही दिवस गेले. नव्याने रुजू झालेले इन्स्पेक्टर जनरल ऑफ प्रिझन्स, आर. एस. गुप्ता हे जेल नं.१ मध्ये आले आणि कैद्यांसमोर गरजले, "हा तुरुंग आहे. किरणचा आश्रम विसरा आणि नीट वागा." त्यांनी आपले विचार अत्यंत परखडपणे मांडले. आय. जी. प्रिझन यांनी जेल नं. ३ ला भेट दिलीच नाही. हे आम्हाला नंतर समजलं. जेल नं. २ मधील वातावरण तणावपूर्ण होतं, तेथील कैदी बंड करून उठण्याची शक्यता होती, याची त्यांना कल्पना होती. काही दिवसांनंतर निवडक लोकांना शिक्षा देण्याची पद्धती सुरू झाली. मॅडमनी सुरू केलेल्या तुरुंग सुधाराच्या चळवळीला हळूहळू खीळ पडली. मला शिक्षेसाठी ठेवलेल्या खास वॉर्डमध्ये पाठवण्यात आलं. माझ्या वॉर्डबाहेर फिरण्यावर बंदी घालण्यात आली. माझा वारंवार अपमान करण्यात येऊ लागला. मी व माझ्या बऱ्याच मित्रांनी विविध मंत्र्यांना, मानवी हक्कांसाठी कार्यरत असणाऱ्या संस्थांना, उच्चपदस्थ अधिकाऱ्यांना, दूतावासांना पत्रे लिहिण्यास सुरुवात केली. आमच्या मनात असलेली भीती आम्ही त्यातून व्यक्त केली.

त्यानंतर हळूहळू एकेक प्रतिक्रिया उमटण्यास सुरुवात झाली. मानवी हक्कांसाठी लढणारे अनेक गट, रेडक्रॉस सोसायटी आणि दूतावासाकडून तुरुंगाधिकाऱ्यांकडे विचारणा सुरू झाली. काही दिवसांनंतर एक वॉर्डर मला सांगायला आला, "सामान उठावे, तुम्हारी गिनती काटी गयी!' (सामान भरा, तुम्हाला दुसरीकडे

हलवण्यात येत आहे.) काही मिनिटांनंतर मी हॉस्पिटल वॉर्डमध्ये होतो. वॉर्डरनं मला डॉक्टरांच्या खोलीबाहेर बसवून ठेवलं आणि तो त्यांच्याशी सल्लामसलत करायला आत गेला. काय चाललंय, मला काही कळेना. आणि मग थोड्या वेळानं माझ्या डोक्यात प्रकाश पडला. माझं डोकं ठिकाणावर नसल्यामुळेच मी तुरुंगात कैद्यांचा छळ होत आहे, त्यांच्यावर अत्याचार होत आहेत, असं पत्रातून लिहिलं आहे, असं सिद्ध करण्याचा त्यांचा डाव होता.

तेथे मनोरुग्ण कैद्यांच्या सहवासात राहणं फारच कष्टप्रद होतं. मला झालेली सर्वांत मोठी शिक्षा होती ती. मला माझ्या जिवाची भीती वाटू लागली. इथे माझा जरी खून पडला असता, तरी कोणाला काही फरक पडला नसता. एखाद्या माथेफिरूनं एखाद्या कैद्याला समजा मारलं, तरी त्याची कोणाला फिकीर आहे? मला रात्र रात्र झोप लागत नसे. कधी कोणी येऊन आपला गळा दाबेल, काही दुखापत करेल, अशी भीती मला वाटायची. मला व्यवस्थित, नियमितपणे स्नानही करता यायचं नाही. मला अजून आठवतं, मी तिथे आल्यावर पहिल्यांदा अंघोळ केली ती तब्बल पंधरा दिवसांनी. अशाप्रकारे तीन महिने मी त्या परिस्थितीत काढले. माझ्या आयुष्यातील सर्वांत भयंकर काळ होता तो. तीन महिन्यांनंतर सुपरिटेंडंटनं मला बोलावलं आणि म्हणाले, "ओ वर, तुमने आय.जी. को बडा परेशान किया है, देखो इस से तुम्हे कुछ नहीं मिलेगा, जाओ मैं तुम्हारी गिनती दुसरे वॉर्ड में करता हूँ! *IGNOU* वॉर्ड में भी तुम्हारी जरूरत है, जाओ वहाँ पढाओ!"

त्याच दिवशी मला वॉर्ड क्रमांक २ मध्ये हलवण्यात आलं. *IGNOU* वॉर्डमध्ये शिकवण्याची मला परवानगी मिळाली. तुरुंगात शिक्षणाचा उपक्रम सुरू झाल्यापासून या *IGNOU* वॉर्डला फारच प्रसिद्धी मिळाली होती. त्यामुळे आता हे शैक्षणिक केंद्र बंद पडलं असतं तर व्यवस्थापनाची बदनामी झाली असती. व्यवस्थापनाला ते परवडण्यासारखं नव्हतं. शिवाय मॅडम आता दिल्लीच्या लेफ्टनंट गव्हर्नरच्या स्पेशल सेक्रेटरी झाल्या होत्या आणि गव्हर्नरच्या ऑफिसकडून तुरुंगाधिकाऱ्यांना विविध मुद्यांविषयी स्पष्टीकरण विचारण्यात येत होतं. त्यामुळे आय.जी. यांना निदान वरकरणी तरी काही बदल घडवून आणणं भाग पडलं. या नवीन परिस्थितीचा मी आणि माझ्या मित्रांनी फायदा उठवला. सी. एफ्. एन्., सी. आय. सी., डी. सी. ओ., बी.ए., बी. एस्. सी., बी. कॉम., एम्. बी. ए. अशा विविध कोर्सेससाठी आम्ही जास्तीत जास्त विद्यार्थ्यांची नावं नोंदवून घेतली.

भरीत भर म्हणून पंजाब युनिव्हर्सिटीच्या इंग्रजी विभागाचे चेअरमन डॉ. डी. सी. सक्सेना आमच्या जेलमध्ये दाखल झाले. त्यावेळच्या भारताच्या चीफ

जस्टिस साहेबांच्या विरुद्ध कोर्टात विनंती अर्ज दाखल करून डॉ. सक्सेना यांनी कोर्टाचा अवमान केला होता. डॉ. सक्सेना हे प्रामाणिकपणा, तळमळ आणि धीरोदात्तपणाचं मूर्तीमंत प्रतीक आहे. ती एका माणसाची एकट्याची लढाऊ सेना आहे. न्यायसंस्था, शिक्षणसंस्था व राजकारण या सर्व क्षेत्रातील उच्च वर्तुळामध्ये जो भ्रष्टाचार आढळतो त्या भ्रष्टाचाराच्या विरुद्ध त्यांनी युद्ध पुकारलं आहे. त्यांनी आपले संपूर्ण आयुष्य या महान उद्दिष्टाला वाहून घेतलं असून त्यामुळे त्यांना आयुष्यभर अनेक संकटांचा सामना करावा लागला आहे. डॉ. सक्सेना हे तुरुंगातील आम्हा सर्वांनाच प्रेरणास्रोत ठरले. जेलमध्ये एक मोठे वाचनालय सुरू करण्यात त्यांचा मोठा वाटा आहे. त्यांनीच तुरुंगात सिव्हिल सर्व्हिस कॉंपिटिशनचे वर्ग घेण्यास सुरुवात केली.

पण डॉ. सक्सेना यांची सुटका झाल्यानंतर तुरुंगातील परिस्थिती दिवसेंदिवस अधिकाधिक चिघळत गेली. आमच्या *IGNOU* वॉर्डमध्ये काही निर्ढावलेले कैदी स्मॅक या अंमली पदार्थाचा पुरवठा करू लागले. त्यांना तुरुंगाच्या कर्मचाऱ्यांची फूस होतीच. मी *IGNOU* वॉर्डमध्ये माझं अध्यापनाचं काम करून परत येत असताना एका वॉर्डरनं माझ्यावर हल्ला केला. तो तुरुंगात मादक द्रव्याचा पुरवठा करत असे. मला तुरुंगातील हॉस्पिटलमध्ये दाखल करण्यात आलं. माझी प्रकृती चिंताजनक होती. सुपरिटेंडंटनं वॉर्डरची बरीच कानउघाडणी केली. पण माझ्या दृष्टीनं तो केवळ देखावा होता.

दरम्यान वृत्तपत्रांमधून एक तद्दन खोटा अहवाल प्रसिद्ध करण्यात आला. अर्थात काही लोकांचे हितसंबंध यात गुंतलेले होते, त्यांनीच हा बनाव घडवून आणला होता. जेलवर अतिरेक्यांचा लवकरच हल्ला होणार असल्याची बातमी मुद्दामच प्रसिद्ध करण्यात आली. परत एकदा आय.जीं. ना माझ्याकडे संशयानं पाहण्याची आयती संधी मिळाली. मला बोलावून घेऊन सांगण्यात आलं, "सरकारी आदेशावरून तुम्हाला तुरुंगाच्या अतिदक्षता वॉर्डमध्ये हलवण्यात येत आहे." खरं तर मि. तारसेम हे अत्यंत सुस्वभावी अधिकारी होते आणि मॅडमच्या सुधारणा चळवळीचे पुरस्कर्ते होते. पण त्यांचाही इलाज नव्हता. आदेश फार वरून आले होते.

जेल क्रमांक दोनच्या अतिदक्षता वॉर्डमधील आयुष्य खडतर होतं. मी विविध उच्चपदस्थ अधिकाऱ्यांना पत्रे लिहिली. पण मी एक काश्मिरी. त्यामुळे माझ्याकडे कोणीच लक्ष द्यायला तयार नव्हतं.

अखेर सात वर्षांचा काळ त्या तुरुंगात घालवल्यानंतर अखेर मी खटला जिंकला व १९९९ साली माझी सन्मानपूर्वक सुटका झाली. माझ्या खटल्यावर लक्षावधी रुपये खर्च झाले होते. मी बाहेर पडल्यावर मला कळलं– माझ्या

वडिलांचं एक वर्षापूर्वी निधन झालं होतं. ते दु:खानं खचून गेले होते. मला या परिस्थितीत ढकलणाऱ्या सर्वांचा बदला घ्यावा, असं एक मन मला सांगत होतं. माझ्या तारुण्याची सात वर्षे तुरुंगात वाया गेली होती. पाण्यासारखा पैसा खर्च झाला होता. माझ्या आप्तेष्टांना व मित्रपरिवाराला कित्येक संकटांचा सामना करावा लागला होता. का? एक खरं आहे– काश्मिरमध्ये अतिरेकी आहेत. समाजविघातक कृत्ये करणारी, देशद्रोही तत्त्व आहेत. पण म्हणून प्रत्येक काश्मिरी हा समाजविघातक, देशद्रोही व अतिरेकी आहे असं मानणं एक केवळ अमानवीच नव्हे तर सर्व देवतुल्य, महान अशा आदर्शांच्या विरुद्ध आहे.

ज्या दिवशी मी काश्मिरमध्ये पाऊल ठेवलं त्या दिवसापासून किरण बेदी मॅडम आणि डॉ. सक्सेना यांनी मला जे उदाहरण घालून दिलं होतं, ते आचरणात आणण्याचा मी प्रयत्न सुरू केला. तुरुंगात मला जे काही भोगावं लागलं ते सगळं विसरण्याचा मी प्रयत्न केला. मी स्वत:ला कणखर बनवलं. त्यासाठी मी ईश्वराची करुणा भाकली. राजकारणात नुसता सावळा गोंधळ होता. पण तरीही मी एखाद्या राजकीय पक्षात जावं, असा माझ्या मित्रमंडळींनी आग्रह धरला. तरच मला निर्धोर आयुष्य जगता येऊन दीर्घायुषी होणं शक्य आहे, असं त्यांचं म्हणणं होतं. सर्वच पक्षांमध्ये अंतर्गत गोंधळ आणि अंदाधुंद कारभार होता. त्यांच्याकडे काही ठाम ध्येयधोरणे नव्हती. पण मला मुळी राजकारण्यांबरोबर काहीही देणंघेणं नव्हतं. माझ्या सुटकेनंतरही दीर्घकाळपर्यंत गुप्तहेरखात्याची माझ्यावर नजर होती. पण जसे जसे दिवस गेले, तसं माझ्या अवतीभवती असलेल्या सर्वांच्याच लक्षात आलं. मला बरं व्हायचं होतं. परत एकदा जखमी व्हायचं नव्हतं.

मला एका वेगळ्याच ध्येयानं भारलं होतं. काश्मिर खोऱ्यात सामाजिक व आर्थिक सुधारणा घडवून आणण्याचा माझा मानस होता. मी एक बिगरसरकारी, सेवाभावी संस्था स्थापन केली. तिचं डॉ. सक्सेना व्हिजन फौंडेशन असं नामकरण केलं. या संस्थेनं एक दर्जेदार शिक्षणसंस्था चालू केली. कंबाईन्ड सिव्हिल सर्व्हिसेस (आय.ए.एस., के.ए.एस.) साठी तयारी करणाऱ्या मुलांना प्रशिक्षण देण्यास आम्ही सुरुवात केली. काही थोड्या दिवसांपूर्वी हे कॉलेज प्रसिद्धीच्या झोतात आलं. आमच्या विद्यार्थ्यांनी मिळवलेल्या उज्ज्वल यशामुळेच! स्टेट सिव्हिल सर्व्हिसेससाठी काश्मिर खोऱ्यातून सत्तावीस विद्यार्थ्यांची निवड झाली, त्यापैकी अकरा विद्यार्थी आमच्या कॉलेजचे होते. विद्यार्थ्यांसाठी खास भाषणे आयोजित करण्यात आली होती. त्यात डॉ. आगा अशरफ अली, सीनियर ॲडव्होकेट मुजफ्फर हुसेन बेग (अर्थमंत्री), प्रोफेसर सिकंदर फारूक, मि. परवेझ दीवान, आय.ए.एस., मि. खुर्शीद गनाई, आय.ए.एस., डॉ. असगर

समून, आय.ए.एस., मि. आर. आर. स्वेन. आय.पी.एस., डॉ. डी. सी. सक्सेना, डॉ. आर. डी आनंद (डायरेक्टर, असोसिएशन ऑफ इंडियन युनिव्हर्सिटीज) मि. निक मेयो, मि. तपन बोस, प्रोफेसर एस. एल. शर्मा (डायरेक्टर, करेक्शनल ॲडमिनिस्ट्रेशन इन्स्टिट्यूट, चंदीगढ) इत्यादींचा समावेश होता.

त्यानंतर परत एकदा दुर्दैवानं घाला घातला. आमच्या संस्थेला आग लागली. माझ्या सर्व प्रयत्नांची, स्वप्नांची राखरांगोळी झाली. ह्या संकटाचा सामना करणं माझ्या आवाक्याबाहेरचं होतं. पुस्तकं, फर्निचर, सामानसुमान अशी एकंदर दीड करोड रुपयांची हानी झाली होती. माझ्या संस्थेची इमारत आगीत भस्मसात झाली होती. दुःखाची गोष्ट अशी, की दुसरी कोणतीही संस्था माझ्या मदतीला धावून आली नाही.

पण काही झालं तरी मांडलेला खेळ सुरू ठेवायलाच पाहिजे. आयुष्यातील सात वर्षे तिहार तुरुंगातील खडतर त्रास भोगल्यावरही माझ्या मनात त्याविषयी कटुता नाही. समाजसेवेच्या हाती घेतलेल्या कार्याच्या मार्गात कसलाही अडथळा आला तरी तो मनावर घ्यायचा नाही, असा मी दृढनिश्चय केला आहे. काश्मिरी मुसलमान म्हटला की तो अतिरेकीच असणार, अशी बऱ्याच लोकांची धारणा असते, याची मला पूर्ण कल्पना आहे. पण मला एक गोष्ट पक्की ठाऊक आहे. माझे अनेक बंधुभगिनी शांततेनं जीवन जगण्याचा प्रयत्न करत आहेत. सन्मानानं जगण्याचा प्रयत्न करत आहेत. माझ्या कितीतरी परिचितांवर, स्नेह्यांवर खोटे आरोप ठेवून त्यांना तिहारमध्ये टाकण्यात आलं होतं. कित्येक वर्षांनंतर त्यांची सुटका झाली, पण हेच लोक आता समाज सुधारणेच्या कार्याला जुटले आहेत. त्यांच्यापैकी कितीतरी व्यक्ती मुस्लीम आहेत, काश्मिरी मुस्लीमसुद्धा आहेत. आम्ही मनात कटुता व नैराश्याची भावना घेऊन जगत नाही. आम्ही माणुसकीची कास धरून आयुष्य जगत आहोत. आमचे प्रेरणास्थान असलेल्या डॉ. किरण बेदी आणि डॉ. सक्सेना यांनी दाखवून दिलेल्या मार्गावरून चालत आहोत. त्या व्यक्तींचा आम्ही कधीही अपेक्षाभंग करणार नाही.

□

श्रीनगरच्या विमानतळावर मि. वर मला भेटण्यासाठी आले होते. श्रीनगरच्या छोट्या छोट्या शांत गल्ल्यांमधून आमची गाडी निघाली. हे शहर इतकं रक्तरंजित आहे, हे अतिरेक्यांचं माहेरघर आहे, यावर खरोखरच विश्वास बसत नव्हता. श्रीनगरमध्ये जिकडे बघावं तिकडे मिलिटरीचं साम्राज्य दिसतं. अर्थात मिलिटरीच्या लोकांचीही स्थिती कोणी हेवा करावा अशी मुळीच नाही. आपल्या परिवारापासून, आप्तेष्टांपासून दूर येऊन या युद्धभूमीवर राहायचं. काही मोजक्या लोकांच्या कारवायांमुळे संपूर्ण मिलिटरीकडे बघण्याचा दृष्टिकोन बदलून गेला आहे. सर्वत्र संशयाचं, भीतीचं आणि द्वेषाचं वातावरण होतं. अर्थात या सर्व प्रकरणामध्ये सर्वांत जास्त भरडला जात होता तो सामान्य माणूस. ज्या सामान्य माणसाला स्वत:चं आयुष्य शांततेनं, सन्मानपूर्वक, मुक्तपणे जगण्याची इच्छा होती, तोच आता या आगीच्या लोटात सापडून होरपळत होता. एकीकडे अतिरेकी होते. त्यांचं स्वत:चं उद्दिष्ट होतं. दुसरीकडे मिलिटरी गुप्तहेरखातं, पोलीस आणि अर्थात स्थानिक सरकार होतं. या दोघांच्यामध्ये सामान्य माणसाची वाचाच हरपली होती. तो परिस्थितीला शरण येऊन भीतीच्या आवर्तात जगत होता. चार वर्षांच्या बालिकांपासून ऐंशी वर्षांच्या वृद्ध स्त्रियांपर्यंत कोणावरही बलात्कार होत होता. दहा आणि बारा वर्षांच्या मुलांना हृदयरोगानं ग्रासलं होतं.

आम्ही श्रीनगरच्या सेंट्रल जेलकडे गेलो. या तुरुंगाला सर्व बाजूंनी नितांत सुंदर पर्वतांनी घेरलेलं आहे. श्रीनगरच्या सेंट्रल जेलचे सुपरिटेंडंट डॉ. महंमद सुलतान लोने हे आहेत. त्यांनी मानसशास्त्र या विषयात डॉक्टरेट प्राप्त केली आहे. ते अत्यंत मृदूभाषिक आहेत. त्यांना तुरुंगातील कैद्यांविषयी खरोखरच कळकळ वाटते.

मी श्रीनगरमध्ये अगदी थोडे दिवसच होतो. पण त्या अल्पावधीतही एक गोष्ट माझ्या लक्षात आली. काश्मिरी लोक आपल्या मुलांना उत्तम शिक्षण मिळावं यासाठी कितीही मोठा त्याग करायला तयार असतात. कितीही खर्च करायला तयार असतात आणि कितीही मोठ्या संकटाचा सामना करायला तयार

असतात. मला भेटलेल्या काश्मिरी लोकांमध्ये पी. एच. डी. झालेल्या लोकांची संख्या प्रचंड होती.

सामान्य माणसाला आपल्या मुलांनी उच्चशिक्षण घ्यावं असं वाटतं, ते केवळ वैयक्तिक सुखासाठी किंवा प्रगतीसाठी नव्हे. त्या मुलानं काहीतरी समाजोपयोगी कार्य करावं असंही त्याला वाटत असतं. आपल्या मुलांना चांगलं शिक्षण घेता यावं म्हणून आईवडील केवढे कष्ट उपसतात. म्हणूनच तुम्हाला आमच्या तुरुंगात फार जास्त लहान मुलं आढळणार नाहीत. आपल्या मुलाच्या शिक्षणाला बाधा येऊ नये यासाठी त्याला एखाद्या नातेवाईकाकडे किंवा अनाथाश्रमातसुद्धा ठेवायला तुरुंगातील कैदी स्त्रिया तयार होतात. मग ते नातेवाईक त्या मुलाची नीट काळजी घेत नसतील, ते मूल दुःखी असेल किंवा अनाथाश्रमात त्या मुलाला वाईट वागणूक मिळत असेल, तरी ते सुद्धा त्या स्त्रिया चालवून घेतात. आपल्या मुलाचं शिक्षण नीट चालू आहे ना? मग आणखी काय हवं? माझ्याच तुरुंगात बघा. या तुरुंगात राहणाऱ्या कैदी स्त्रियांना लहान मुलं नाहीत असं मुळीच नाही. आपल्या मुलांबरोबर वेळ घालवावासा त्यांना वाटत नसेल का? पण तरीही इथे मुलं नाहीत कारण आपलं मूल इतर निर्ढावलेल्या गुन्हेगारांच्या सहवासात राहावं असं त्यांना वाटत नाही. मला तर कित्येकदा असं वाटतं की बाहेरच्या जगापेक्षा खरं तर कुठलंही मूल या इथे, तुरुंगात आपल्या आईपाशी सर्वांत जास्त सुरक्षित असतं. तरुण मुली बाहेरच्या जगात वाममार्गाला लागू शकतात किंवा अतिरेक्यांच्या अथवा पोलिसांच्या खबऱ्याचं काम करू शकतात. पण एकदा त्यांनी हे असं काम स्वीकारलं की त्यांचं आयुष्य नरकसदृश बनतं. एका गटासाठी काम करत असताना त्या दुसऱ्या गटाचा रोष ओढवून घेतात. त्या दोघांच्या झगड्यात त्या सापडतात. पण तरीही एका आईला मात्र असंच वाटत राहतं, की इथे तुरुंगात आपल्याजवळ राहण्याऐवजी आपल्या मुलानं बाहेरच्या जगात राहून चांगलं शिक्षण घ्यावं.

"मी तुम्हाला एक उदाहरण देतो. कालच एका बारा वर्षांच्या मुलीला माझ्याकडे आणण्यात आलं. तिची आई जेलमध्ये आहे. त्या बिचाऱ्या मुलीला कुठे जायला जागा नाही. अनाथाश्रमात तिला ठेवून घ्यायला तेथील लोक आता तयार नाहीत. का कोण जाणे पण ते तिला हाकलून द्यायला निघाले आहेत. आता ती मुलगी आईबरोबर तुरुंगात आहे. पण त्या मुलीचं काय करायचं, ते त्या आईला कळत नाहीये. तिला इथे फार काळ ठेवून घेता येणार नाही. मी तिला अजून जास्तीत जास्त एक आठवडा ठेवून घेऊ शकतो. पण त्याहून जास्त नाही."

त्यांनी घंटा वाजवून त्या आईला व मुलीला बोलावून घेतलं. थोड्याच वेळात त्या दोघी आल्या. त्या आईचे खांदे जणू काही अवघ्या विश्वाचा भार

पेलत असल्यासारखे वाकले होते. त्या आईच्या डोळ्यांत आपल्या मुलीविषयी इतकी प्रचंड चिंता व भीती दिसत होती, की तिच्या नजरेला नजर देणं मला शक्य झालं नाही. त्या काळजी पाठीमागचं कारण उघडच होतं. ती मुलगी वयाच्या मानानं चांगलीच उफाड्याची होती. आपल्या वयात आलेल्या मुलीला बाहेरच्या जगात असं एकटं सोडणं हे कोणत्याही मात्यापित्यांच्या दृष्टीनं एका भयावह दुःखासारखं असतं.

"ती आपल्या या मुलीला दुसऱ्या कोणापाशी ठेवू शकणार नाही का?" मी विचारलं. मी त्या आईशी मि. वर यांच्याद्वारे बोलत होतो. ते आमच्यात दुभाषाचं काम करत होते.

"ती म्हणते– मुलीचा सांभाळ करणारं कुणीच नाही. थोडे फार नातलग आहेत. पण त्यांच्यावर भरवसा ठेवण्यात काही अर्थ नाही."

"चांगले अनाथाश्रम...?"

"बरेचसे अनाथाश्रम चांगले किंवा सुरक्षित नाहीत. शिवाय तिथे प्रवेश मिळवायला वेळ लागतो आणि वेळच तर आपल्याकडे नाही."

"काहीतरी सोय होईपर्यंत ती इथेच नाही का राहू शकत?"

"मी तिला फार तर फार अजून एखादा आठवडा नाहीतर दोन आठवडे इथे राहण्याची परवानगी देऊ शकतो. पण त्याहून जास्त नाही. ती पाच वर्षांहून जरी मोठी असली तरी अजून अल्पवयीन आहे. सर्वांत महत्त्वाचा मुद्दा हा आहे, की नातलग किंवा अनाथाश्रम दोन्हीही तिच्या दृष्टीनं सुरक्षित नाही."

ती आई गप्पच होती. पण तिच्या हालचालीतून आत्यंतिक मानसिक तणाव, असहायता आणि पराभूत भावना व्यक्त होत होती. ती लहान मुलगी हाताची बोटं एकमेकांमध्ये गुंतवून जमिनीकडे नजर लावून उभी होती. ती बारा वर्षांची होती. जवळपास माझ्या मुलीच्याच वयाची. तो विचार मनात आला आणि माझ्या अंगावर शहारे आले.

"काही दिवसांपूर्वी माझ्या एका मित्रानं मला एक अशीच केस सांगितली," डॉ. लोने म्हणाले, "हा माझा मित्र अकबर, जमीला नावाच्या एका मुलीविषयी सांगत होता. तिच्या आईवडिलांना कसल्याशा गुन्ह्याबद्दल पोलिसांनी अटक केली. त्या मुलीचे वडील आधीच कुठेतरी परागंदा झाले होते, या मुलीला तिच्या भावाला आणि आईला एकटं टाकून. त्यांच्याजवळ पोटापाण्याला पैसेही नव्हते. उत्पन्नाचं काहीही साधन नव्हतं. दोन वर्षांपूर्वी त्या मुलीच्या आईचं कोणीतरी अपहरण केलं. ही दोघं भावंडं आता एकटीच उरली. त्यानंतर पंधरा दिवसांनी त्यांची आई तिच्या नव्या नवऱ्यासोबत परतली. (यानंच तिचं अपहरण केलं होतं.) एनी वे. काही दिवस सारं काही ठीक चालू होतं. पण नंतर

पोलिसांनी त्या मुलांच्या आईला व त्या सावत्र बापाला पकडून नेलं.''

''माझ्या मित्रानं मला असं सांगितलं, की त्या सावत्र बापाच्या भावानं आपण होऊन त्या दोन्ही मुलांना स्वत:च्या घरी नेलं. त्यातील मुलगा बाजारात काम करू लागला. तो दिवसभर फळे विकायचा. तो जे पैसे मिळवून आणायचा ते सगळे तो काका– म्हणजे त्यांच्या सावत्र बापाचा भाऊ हडप करायचा. 'तुमच्या आईला तुरुंगातून सोडवण्यासाठी वकिलाची फी भरायला हवी,' अशी सबब तो या मुलांना सांगायचा. त्या मुलीला घरात काबाडकष्ट करावे लागत. धुणी, भांडी, स्वयंपाक. त्यांचं शिक्षण तर थांबलंच होतं. ती मुलगी त्या काबाडकष्टांमुळे दिवसेंदिवस अशक्त होत चालली होती. ती प्रचंड मोठ्या मानसिक तणावाखाली होती. माझ्या मित्रानं कसं तरी करून त्या मुलांना त्या घरातून बाहेर काढलं आणि त्यातील मुलीला अनाथाश्रमात नेऊन ठेवलं. तो मुलगा जरा मोठा होता. तो काही मित्रांबरोबर पेईंग गेस्ट म्हणून राहू लागला. ही मुलं पोटापाण्यासाठी काबाडकष्ट करायची. गेल्याच आठवड्यात माझ्या मित्रानं मला सांगितलं, की अनाथाश्रमाच्या लोकांनी त्या मुलीला बाहेर काढलं होतं व आता परत एकदा ती निराधार झाली होती. त्यानं सध्या तात्पुरती तिची कुठेतरी व्यवस्था केली आहे, पण ती अजून किती काळपर्यंत चालेल, हा प्रश्नच आहे. त्या मुलीचं पुढे काय होणार हे देवच जाणे. अशा आणखी अगणित केसेस आहेत.''

□

मी स्त्रियांच्या वॉर्डमध्ये शिरलो. त्या खरं तर दोन लहानश्या कॉटेजेस होत्या. सुरुवातीला एक झोपडीवजा बांधकाम होतं व त्यात एक लहान खोली होती. पण त्यात जास्तीत जास्त सात ते आठच कैदी स्त्रियांची सोय होऊ शकली असती. त्यापुढील कॉटेज जरा मोठी होती. त्यादिवशी तिथे वीसपेक्षा जास्त स्त्रिया होत्या. त्यातील बऱ्याचशा स्त्रियांवर खटले चालू होते. पण त्यांचा गुन्हा सिद्ध झालेला नव्हता. दोन्ही कॉटेजेस स्वच्छ होत्या. जमिनीवर गालिचा अंथरलेला होता. स्त्रियांना शिधा देण्यात येत असे व त्या स्वत:चा स्वयंपाक स्वत:च करत. त्यामुळे निदान त्यांना चांगलं जेवण मिळत होतं. त्या स्त्रियांमध्ये एकोणीस वर्षांपासून साठ वर्षांवरील स्त्रियांचा भरणा होता. पण त्यातील एकही स्त्री अतिरेकी किंवा गुन्हेगार वाटत नव्हती. कॉटेजेस अतिशय नीटनेटक्या ठेवलेल्या होत्या. प्रत्येक स्त्रीला स्वतंत्र जागा दिलेली होती. तिथे तिने आपले कपडे, बॅगा इत्यादी सामान ठेवले होते. त्या स्त्रियांच्या अंगावर वेगवेगळ्या प्रकारचे कपडे होते. कोणताही विशिष्ट गणवेष वगैरे नव्हता. बऱ्याच स्त्रियांनी अंगात सलवार कमीज घालून त्यावरून एक मोठा गोषासारखा पायघोळ अंगरखा चढवला होता.

मी या कॉटेजेसच्या सभोवार एक फेरफटका मारला. इथून डोंगर स्पष्ट दिसत होते. या इतक्या छोट्या जागेत बंदिस्त राहायचं, एखाद्या पिंजऱ्यात कोंडल्यासारखं... तेही समोर मोकळं आकाश आणि डोंगर खुणावत असताना... म्हणजे किती भयंकर असेल. तेवढ्यात मला एक तरुण मुलगी कॉटेजच्या बाहेर बसून अभ्यास करताना दिसली. तिनं मुद्दाम एकांताची जागा निवडली होती. तिनं डोक्याभोवती रुमाल बांधला होता. ती वीस वर्षांहून मोठी नक्कीच नसणार. ती कॉटेजच्या भिंतीला टेकून गवतावर बसली होती. मी तिच्या जवळ गेलो. ती इंग्रजी लिहिण्याचा सराव करत होती. तिनं इंग्रजी शब्द लिहिले होते– एकशे नऊ, एकशे दहा. तिनं सगळे आकडे अक्षरात नीटनेटक्या वळणदार अक्षरात एकाखाली एक लिहून काढले होते. संपूर्ण पान भरलं होतं. तिच्या शेजारी उर्दू

पुस्तकं पडली होती. तिच्या हातात पेन्सिलीचं अगदी लहानसं थोटूक होतं. "तुला इथे तुरुंगात कोण शिकवतं?" मी विचारलं. पण ती नुसती हसली. तिला माझं बोलणं समजलं नव्हतं. तिनं फक्त मान हलवली. मी पण हसलो आणि परत फिरलो. या दुसऱ्या गटात बागकाम चाललं होतं. या स्त्रिया बागेत भाज्या पिकवून त्याच रोजच्या स्वयंपाकासाठी वापरत. पण तिथे अजून एक मोठा जमिनीचा पट्टा होता. त्याचा भाज्या पिकवण्यासाठी कितीतरी सदुपयोग करता आला असता.

"ती तिथे अभ्यास करत बसलेली मुलगी आहे ना, ती अतिरेकी आहे." सुरक्षा जवानानं माहिती पुरवली. मी मागे वळून इंग्रजी शिकण्याची धडपड करणाऱ्या त्या मुलीकडे परत एकदा पाहिलं. तिच्या हातात त्या पेन्सिलीच्या छोट्याशा थोटका ऐवजी बंदूक कशी बरं दिसेल? मला कल्पनासुद्धा करवेना.

□

दुसऱ्या दिवशी आम्ही परत तुरुंगात आलो. आता मला त्या कैदी स्त्रियांबरोबर काही वेळ घालवायचा होता. माझ्यासोबत मि. वर हे सुद्धा होते. डॉ. लोने यांनी आम्हाला कैदी स्त्रियांबरोबर काही वेळ घालवण्याची परवानगी दिली. आमच्या संरक्षणासाठी दोन पहारेकरी दिले. त्यांचा हा विश्वास आणि त्यांच्या व्यवहारातील पारदर्शकता पाहता ते एक अधिकारी तसंच एक व्यक्ती म्हणून कसे असतील याची कल्पना येत होती.

आम्ही त्यातील जुन्या कॉटेजच्या लहानशा खोलीत जाऊन बसलो. मी आदल्या दिवशी ज्या आई व मुलाला भेटलो होतो, त्यांच्यापैकी आई प्रथम मला परत एकदा भेटायला आली. तिनं आपल्या मुलीला एका मैत्रिणीच्या घरी पाठवलं होतं. परत एकदा मि. वर दुभाषाचं काम करण्यासाठी मदतीला आले.

"तुम्ही तिला एका मैत्रिणीकडे पाठवलंय. पण तिथे ती कितपत सुरक्षित आहे?"

"जी काय आहे, ती आहे. पण माझ्याकडे दुसरा काही पर्यायच नाही. तिची जोपर्यंत अनाथाश्रमात सोय होत नाही, तोपर्यंत तिला तिथेच राहावं लागेल. देवच तिची काळजी घेईल."

मी होकारार्थी मान हलवली. खरंच, या काश्मिरमध्ये देवाला आणखी बऱ्याच गोष्टींची काळजी घ्यावी लागणार होती. त्यानंतर मी विचारलं– "या मुलीला एखाद्या चांगल्या अनाथाश्रमात पाठवण्यासाठी आपण नाही का काही करू शकत?" मि. वर हे या बाबतीत डॉ. किरण आणि त्यांची मुलगी सायना बेदी ह्यांच्याशी बोलले होते. काश्मिरमध्ये अशा अनाथ मुलांसाठी एक आश्रम सुरू करण्याची त्यांची इच्छा होती. त्या स्त्रीनं माझ्याकडे खूप वेळ टक लावून पाहिलं. त्यानंतर तिनं मानेनं होकार दिला.

"त्यांनी जर काश्मिरमध्ये आश्रम सुरू केला, तर हो... मी पूर्ण विश्वासानं माझ्या मुलीला त्यांच्या हवाली करेन. पण मला माझ्या मुलीच्या भविष्याची फार फार काळजी वाटते हो. मी काय करू? मला काहीच कळत नाही." तिचे डोळे पाण्यानं भरले होते. आम्ही गालिच्यावर बसलो होतो. मी त्याकडे पाहू लागलो.

माझ्याकडे तरी त्याचं उत्तर कुठे होतं? आपल्याला जर या स्त्रीसाठी काही करता आलं तर? माझ्या मनात आलं. या आपल्या अवाढव्य देशातल्या प्रत्येक शहरात आणि प्रत्येक गावात चांगल्या सेवाभावी संस्थांनी चालवलेले अनाथाश्रम असावे, असं मला मनापासून वाटलं. काश्मिरमधील द्वेषाची ज्वाला धगधगती ठेवण्यासाठी भारत आणि पाकिस्तान हे दोन्ही देश करोडो रूपये खर्च करत होते. त्यांच्यापैकी एका जरी देशानं असं ठरवलं की काश्मिरमधील जनतेचा कौल आपल्या बाजूनं मिळवण्यासाठी आधी तेथील स्त्रिया व मुलांची उत्तम काळजी घ्यायची तरी काश्मिर आपोआप त्या देशाच्या पदरात पडलं असतं. मला वाटतं– राजकारण्यांच्या डोळ्यांसमोर त्यांची खाजगी उद्दिष्टे असतात. ध्येयधोरणे असतात. पण त्या भल्यामोठ्या यादीत गोरगरिबांना, पददलितांना मदत करणं हे फारच खाली, कुठेतरी कोपऱ्यात असतं.

यानंतर चाळिशीच्या घरातील एक स्त्री आली. ती गोरीपान होती. नाकी डोळी सुरेख, पक्की काश्मिरी दिसत होती. तिचं बोलणं पण अत्यंत मृदू होतं. तिची समस्या नक्की काय होती, याविषयी मी चौकशी करताच ती बोलू लागली. मला तिची भाषा समजत नव्हती. पण तिच्या डोळ्यांत उमटलेली वेदना आणि गालावरून वाहणारे अश्रू नेहमीचीच कहाणी सांगून गेले.

ती गेली तीन वर्षे तुरुंगात होती. तिला चार मुलं होती. तिला जेव्हा तुरुंगात आणण्यात आलं तेव्हा तिचं धाकटं मूल दोन वर्षांचं होतं. तर सर्वांत मोठा मुलगा बारा वर्षांचा. ती मुलं आता नक्की कुठे होती, याची तिला काहीही कल्पना नव्हती. या नातेवाईकांकडून त्या नातेवाईकांकडे त्या मुलांची रवानगी होत होती. आणि त्यामागचं कारणही हेच होतं, की ती स्त्री चांगली सधन घरातली होती व त्या सर्व नातलगांना तिच्याकडून पैसे उकळायचे होते.

"तुम्ही तुमच्या मुलांना अखेरचं कधी भेटलात?"

"मी या तुरुंगात आल्यापासून त्यांना भेटलेलीच नाही." तिच्या डोळ्यांतून घळाघळा पाणी वाहत होतं.

"पण तुम्हाला जेव्हा तुरुंगात टाकलं, तेव्हा तुमचं लहान मूल केवळ दोनच वर्षांचं होतं ना? मग त्याला तुम्ही स्वतः बरोबर इथे का नाही आणलं?"

"मी खूप प्रयत्न केला. पण ते मला नाही जमलं. कधी कधी न्यायाधीशच हजर नसत. तर कधी माझ्या गावी जाऊन माझ्या मुलाला इकडे घेऊन यायला कोणी नसायचं. कधी माझा वकील उपस्थित नसायचा, तर कधी विरुद्ध पक्षाचा वकील गैरहजर असायचा."

थोडक्यात सांगायचं तर गेली तीन वर्षे या आईला आपल्या मुलाला आपल्याजवळ ठेवून घेता आलं नव्हतं. याला जबाबदार होती तुरुंगाधिकाऱ्यांची

आणि न्यायसंस्थेची उदासिनता. शिवाय या तुरुंगात एकतर समाजकल्याण अधिकारी नव्हता किंवा असलाच तर तो आपलं काम नीट करत नव्हता. ती स्त्री आता मुळूमुळू रडू लागली. तिच्या दोन मैत्रिणी तिच्या शेजारीच बसल्या होत्या. त्या तिचं सांत्वन करू लागल्या.

"तिला निदान तिच्या मुलांना तरी भेटवा. निदान त्यामुळे तिच्या हृदयावरचं ओझं तरी कमी होईल. आत्ता या मुलांची काही खबरबात नाही, काही पत्र पण नाही त्यांच्याकडून. ती मुलं कुठे आहेत, हे पण तिला ठाऊक नाही. ती तिच्या नातलगांपैकीच कुणापाशी तरी आहेत, एवढंच फक्त माहीत आहे." असं त्या मैत्रिणींपैकी एक मला म्हणाली. नशिबानं ती चांगलं हिंदी बोलत होती.

मि. वर यांच्याशी बोललो. ते म्हणाले, "मी याबाबत माझ्या काही वकील मित्रांशी बोलतो आणि मग काय करता येईल ते बघू." त्यांनी मला असंही सांगितलं, की लवकरच इंडिया व्हिजन फौंडेशनची एक शाखा काश्मिरमध्ये सुरू करण्यात येणार आहे. काश्मिरमधील तुरुंगात खितपत पडलेल्या गरजू कैद्यांना कोणीतरी येऊन मदत करण्याची गरज होतीच.

"तिच्याकडे काही कपडे नाहीत. आम्ही तिला मदत करतो. ज्या स्त्रियांची विचारपूस करणारं कुणी नसेल, त्यांना तुरुंगातील इतर कैदी स्त्रिया मदत करतात, आपल्याजवळचे कपडे देतात." रशीदानं सांगितलं.

"तुम्ही तिच्यासाठी काहीतरी करा ना. ती सारखी रडत असते. तिचं ते रडणं पाहून आमचं हृदय पिळवटून निघतं."

गेल्या तीन वर्षांमध्ये ती स्त्री आपल्या मुलांना भेटू शकली नव्हती. मला तिच्याकडे बघवेना. आमच्या न्यायसंस्थेकडून केवढा मोठा अन्याय झाला होता. न्यायदानाच्या पद्धतीतील ही त्रुटी होती. पण त्याचबरोबर घडल्या गोष्टीला आपणही जबाबदार आहोत, असं मला वाटत राहिलं. जेव्हा एखाद्या देशामध्ये एखाद्या मातेला तीन वर्षे आपल्या मुलांना भेटता येत नाही, ते सुद्धा येथील लोकांच्या अंगी मुरलेल्या उदासीन वृत्तीमुळे, तेव्हा त्या अपयशाला आपण सर्व नागरिकही तेवढेच जबाबदार असतो.

त्यानंतर आमच्यापुढे येऊन बसलेल्या कैदी स्त्रीला तर आम्ही अजून एक प्रश्नसुद्धा विचारला नव्हता. त्यापूर्वीच तिनं अश्रू ढाळण्यास सुरुवात केली. तिच्या त्या कहाणीत कितीतरी काश्मिरी लोकांची वेदना सामावलेली होती. ती मिलिटरीच्या खबऱ्याचं काम करत असे. तिची ते काम करण्याची इच्छा नव्हती पण तिचा काही इलाजच नव्हता. मला कुणीतरी सांगितलं, की काश्मिरमध्ये पोलीस आणि मिलिटरी यांचं एकमेकांशी अजिबात पटत नाही. त्यामुळे जर तुम्ही त्यापैकी एकासाठी खबऱ्या म्हणून काम केलं, तर आपोआप दुसऱ्याचा

रोष तुम्हाला ओढवून घ्यावाच लागतो. थोडक्यात इकडे आड तिकडे विहीर अशी त्या स्त्रीची स्थिती झाली होती.

"भाऊ, मी काहीही चूक केलेली नाही. मी एका चहाच्या ठेल्यापाशी चहा पीत बसले होते. इतक्यात पोलीस आले आणि उगीच रेंगाळल्याबद्दल त्यांनी मला पकडून तुरुंगात टाकलं. माझं लहान मूल माझ्या नवऱ्याकडे आहे. पण तो व्यसनी आहे. तो अंमलो पदार्थांच्या आहारी गेलेला आहे. माझं मूल मला परत मिळवून द्या ना. माझा हा व्यसनी नवरा नशेच्या अंमलाखाली काहीही करू शकतो. मला माझ्या मुलाची फार काळजी वाटते."

"पण तुम्ही निरपराध असल्याचं न्यायाधिशांना का नाही सांगितलं? आणि तुमच्या मुलाला स्वतःजवळ का नाही ठेवून घेतलं?"

"मला त्यांनी न्यायाधिशांसमोर नेलेलंच नाही. मला अटक केल्यापासून मी या तुरुंगातच आहे."

"पण हे कसं शक्य आहे? अटकेनंतर चोवीस तासाच्या आत त्यांनी तुम्हाला न्यायाधिशांसमोर पेश करायलाच हवं होतं." आपल्या राज्यघटनेतील आर्टिकल २२ मधील (१) व (२) या कलमांन्वये कोणत्याही व्यक्तीला अटक झाल्यानंतर त्या व्यक्तीला चोवीस तासांच्या आत न्यायालयात हजर करावंच लागतं. हा त्या व्यक्तीचा हक्क आहे. राज्यघटनेनंच तो हक्क आपल्याला दिलेला आहे. आणि इथे ही स्त्री आसवं गाळत, आपल्या बाळाच्या आठवणीनं झुरत माझ्यासमोर बसली होती. गेले सात दिवस ती या तुरुंगाच्या कोठडीत बंदिस्त होती. न्यायालयाची पायरी चढणं तर दूरच राहो, तिनं या तुरुंगातून बाहेर पाऊलही टाकलं नव्हतं.

"माझं मूल मला इथे तुरुंगात माझ्यापाशी ठेवून घ्यायचंय. कसंही करून त्याला इकडे आणा. मला नाही कुणा न्यायाधिशाला भेटायचं. मला फक्त माझं बाळ हवंय. मी खरंच निर्दोष आहे हो. मी वाईट चालीची बाई नाही. मी जर मिलिटरीला मदत केली नसती, तर त्यांनी माझा छळ केला असता, मिलिटरीनी नाही तर पोलिसांनी छळ केला असता आणि या दोघांच्या तावडीतून सुटले असते तर अतिरेक्यांच्या कचाट्यात सापडले असते. माणसानं करायचं तरी काय? मला माझं मूल मिळवून द्या. मला मदत करा."

मी इथे एकच सांगू इच्छितो– या देशात दोन प्रकारचे कायदे चालतात. एक असतो श्रीमंतासाठी आणि दुसरा असतो अति श्रीमंतासाठी. गरीब लोक मात्र कसायाच्या मेंढरांप्रमाणे जिकडे नेले जाईल तिकडे मुकाट्यानं जातात. मधूनच कधीतरी करूण रुदन करतात, पण तरीही त्यांना जिकडे ओढून न्यावं तिकडे बिचारे जातात.

ही स्त्री सुद्धा नुसती रडत बसली होती. मग दोन स्त्रियांनी तिला अलगद उठवलं आणि आम्ही बसलेल्या कॉटेजच्या बाहेर घेऊन गेल्या. काही मिनिटांनंतर

स्त्रियांचा आणखी एक गट आत आला. त्या सगळ्या एकाच कुटुंबातील होत्या, असं मला सांगण्यात आलं. एक स्त्री व तिच्या चार मुली. सर्वांत धाकटी एकोणीस वर्षांची तर सर्वांत मोठी चोवीस वर्षांची होती. गेले सात महिने त्या इथेच होत्या.

त्यांच्यावर खुनाचा आरोप होता. काहीतरी कौटुंबिक झगड्याचा मामला होता. त्यात विरुद्ध पक्षातील एक माणूस मरण पावला होता. स्वसंरक्षणासाठी केलेल्या कृतीतून ती घटना घडली असं त्या आईनं सांगितलं. परिणामी त्या संपूर्ण कुटुंबालाच खुनाच्या आरोपाखाली अटक झाली. यांच्याविरुद्ध पार्टीतील लोकांचा जबरदस्ती वशिला होता व त्यांनीच पैसे चारून या स्त्रियांना तुरुंगात डांबण्याची व्यवस्था केली होती, असं मला सांगण्यात आलं. आपलं प्रतिनिधित्व करण्यासाठी एखादा वकील देण्यात यावा, एवढीच फक्त या स्त्रियांची मागणी होती. पण यांच्याकडे लक्ष द्यायला कोणीच तयार नव्हतं. हे जर असंच चालत राहिलं, तर त्या स्त्रियांवरील खटला कोर्टापुढे उभा राहून त्यांना न्याय मिळायला अजून कित्येक वर्षे लागली असती आणि तेवढा काळ त्यांना तुरुंगात राहावं लागलं असतं.

त्यानंतर तथाकथित अतिरेकी स्त्री आत आली आणि आमच्याजवळ बसली. तिला हिंदी येत नव्हतं म्हणून मि. वर यांनी तिची कहाणी मला सांगितली. ती आपल्या दोन बहिणी व मनोरुग्ण वडिलांबरोबर राहत होती. एक दिवस अतिरेक्यांनी येऊन तिला खबऱ्याचं काम करण्यास सांगितलं. तिनं नाही म्हणण्याचा प्रयत्न केला. पण नाही म्हणालो, तर आपल्या दोन बहिणी आणि वडिलांवर काय प्रसंग येऊ शकतो, याची तिला पूर्ण कल्पना होती. अखेर नाराजीनंच ती तयार झाली. पण मिलिटरीला ही गोष्ट समजली. मग त्यांनी तिला आपल्यासाठी काम करण्यास सांगितलं. तशी जबरदस्तीच केली. थोड्या दिवसांनी ती मिलिटरीसाठी काम करत असल्याचं अतिरेक्यांच्या गटाला कळलं. त्यांनी तिला धमक्या दिल्या. परिणाम वाईट होतील, असं सांगितलं. अखेर ती दुहेरी खबऱ्याचं काम करू लागली. इकडची बातमी तिकडे पोचवायची आणि तिकडची बातमी इकडे! एक दिवस ती अतिरेक्यांना बातमी पुरवत असतानाच तिला पकडण्यात आलं. तिला तुरुंगात टाकण्यात आलं. तिला स्वत:ची काळजी वाटत नव्हती. पण चौदा व अठरा वर्षे वयाच्या दोन बहिणी आणि मनोरुग्ण वडील यांचं काय होणार, अशी चिंता तिला लागून राहिली होती. आपल्या बहिणींना कोणीतरी मदत करावी, पुनर्वसन केंद्रात भरती करावं आणि आपल्या वडिलांना मनोरुग्णांच्या इस्पितळात भरती करावं, एवढीच तिची इच्छा होती.

जड हृदयानं मी तुरुंगातून बाहेर पडलो. समोरचे डोंगर आता मनोहारी दिसत नव्हते.

□

भारतीय तुरुंगांमधील स्त्रिया आणि मुले यांच्यासंबंधी चीफ जस्टिस कृष्ण अय्यर यांचे मत

राज्यघटनेचे कलम ५१-अ मूलभूत कर्तव्ये – प्रत्येक भारतीय नागरिकाचे हे कर्तव्य आहे की....

(ई)... स्त्रियांच्य आत्मसन्मानाला धोका पोहोचेल अशा सर्व कृत्यांचा धिक्कार करावा.

मानव संसाधन विकास मंत्रालयाच्या एका विभागाकडे स्त्रिया व मुलांच्या विकासाचं काम आहे. त्या विभागानं राष्ट्रीय विशेषज्ञ समितीला एक काम दिलं होतं. तुरुंगात बंदिस्त असलेल्या स्त्रियांच्या परिस्थितीविषयी एक अहवाल बनवणे, त्याचप्रमाणे तुरुंगातील कैद्यांच्या सुधारासाठी व पुनर्वसनासाठी काय पावले उचलता येतील याविषयीचा अभिप्राय मांडणे. या कमिटीचे चेअरमन होते चीफ जस्टिस कृष्ण अय्यर.

विविध विद्यापीठातील विद्वान मंडळींनी ज्यांच्याविषयी दोन ते तीन संशोधनात्मक प्रबंध लिहिले आहेत असे भारतातील एकमेव चीफ जस्टिस म्हणजे जस्टिस कृष्ण अय्यर. त्यांना एकंदर एकोणचाळीस राष्ट्रीय, आंतरराष्ट्रीय सन्मान व पुरस्कार मिळाले आहेत. त्यांची कायदाक्षेत्रातली कारकीर्द अत्यंत उज्ज्वल होती. ते एक निष्णात अॅडव्होकेट होते तसेच नामांकित जज्जसुद्धा होते. याशिवाय केरळ राज्याच्या सरकारमधील ते एक महत्त्वपूर्ण सदस्य होते. त्यांनी कायदा, न्याय, गृहखाते, पाटबंधारे विभाग, ऊर्जा आणि समाजकल्याण अशा विविध खात्यांचा भार अत्यंत यशस्वीपणे सांभाळला.

गरिबांना मोफत कायदेविषयक सल्ला मिळावा यासाठी जो पहिला वहिला राष्ट्रीय उपक्रम राबवण्यात आला, त्याचा अहवाल जस्टिस अय्यर यांच्या अध्यक्षतेखाली काम करणाऱ्या समितीनं बनवला होता. ही १९७३ सालची गोष्ट. जस्टिस अय्यर जेव्हा भारताचे चीफ जस्टिस होते, तेव्हा त्यांच्यासोबत त्यांच्यासारखेच संवेदनाक्षम न्यायाधीश होते. तो काळ भारताच्या न्यायसंस्थेच्या इतिहासातील सुवर्णकाळच म्हणावा लागेल. या सर्वांनी मिळून भारतीय न्यायदानाच्या

कामात खऱ्या अर्थानं लोकशाही आणली. यात समाविष्ट असणाऱ्या या गोष्टी म्हणजे जनहिताचा खटला लढणे, न्याय प्रक्रियेसंबंधीचे सकारात्मक कार्य, मानवी हक्कांचे कायद्याद्वारे संरक्षण आणि सरकारच्या खर्चाने वकिली सेवा. भारतीय राज्यघटनेच्या २१ व्या कलमाचा नव्याने अर्थ लावून जस्टिस कृष्ण अय्यर व त्यांच्या न्यायपीठानं सरकारला अशी सूचना केली, की प्रत्येक गोरगरीब आरोपीला सरकारी खर्चानं बचावासाठी वकील देण्यात यावा. न्यायमूर्ती अय्यर यांनी जामीनविषयक कायद्यांचा मानवतावादी दृष्टिकोनातून अन्वयार्थ लावला. ज्या आरोपीवरील खटला चालू आहे किंवा अजून उभा राहायचा आहे, अशा आरोपींच्या मुक्ततेच्या दृष्टीनं हे फार महत्त्वपूर्ण योगदान ठरले.

एक विख्यात कायदेतज्ज्ञ एफ. एस. नरीमन हे एकदा असं म्हणाले होते: ''कृष्ण अय्यर जेव्हा बोलतात तेव्हा अवघं राष्ट्र ते ऐकतं.'' आणखी एका प्रसंगी बोलताना ते असंही म्हणाले होते– ''काही न्यायाधिशांची तुलना उंच अशा ओक वृक्षाबरोबर केली जाते. पण सर्वांत उंच असे ओक वृक्ष म्हणजे इंग्लंडमधील डेनिंग आणि भारतातील कृष्ण अय्यर. कायदा आणि न्याय यांच्यातील कमालीचा नाजूक नातेसंबंध प्रस्थापित करण्याचं अवघड काम यशस्वीरित्या पार पाडू शकतील असे केवळ हेच आहेत.''

कृष्ण अय्यर यांच्या राष्ट्रीय विशेषज्ञ समिती अहवालाविषयीची संक्षिप्त रूपरेखा

मानवसंसाधन विकास मंत्रालयाच्या स्त्रिया व बालकांच्या विकासाचं काम करणाऱ्या विभागानं राष्ट्रीय विशेषज्ञांची एक समिती स्थापन केली. तुरुंगातील स्त्रियांसंबंधी एक अहवाल बनवणे त्याचप्रमाणे तुरुंगातील सुधार आणि कैद्यांच्या पुनर्वसनाविषयी शिफारस करणे हे काम या समितीकडे सोपवण्यात आले होते. समितीने या अहवालातूनच जे काही मतप्रदर्शन केले आहे ते नुसते पोकळ तत्त्वज्ञान नाही. त्यामध्ये काय करण्यात यावे यासंबंधी ठोस सूचना करण्यात आल्या आहेत. तुरुंगातील कैद्यांवर प्रत्यक्षात घडत असणारा अन्याय आणि कैदी सुधाराची, त्यांच्या हृदयपरिवर्तनाची मानवतावादी प्रक्रिया यासंबंधीचे विवेचन या अहवालात आहे. कायदा म्हणजे तरी काय? कायदा जे काही करतो, तोच कायदा. त्यामुळेच या शिफारशींमध्ये व्यवहारी दृष्टिकोन बाळगण्यात आला आहे. त्यामुळेच तुरुंगाची नियमावली बनवताना केवळ व्यवस्थापनाच्या तांत्रिक मुद्यावर भर न देता प्रत्यक्ष व्यवहारात उतरवता येणाऱ्या सूचनांचा त्यात अंतर्भाव असावा, असे यात प्रतिपादन करण्यात आले आहे.

खास अनुभव असलेल्या अनेक साक्षीदारांची यासाठी साक्ष काढण्यात

आली. यासाठी जी विपुल सामग्री गोळा करण्यात आली ती संबंधित केंद्र सरकार, राज्य सरकारे या सर्वांना अत्यंत उपयुक्त ठरेल अशीच आहे. या देशातील नवीन तुरुंगांची निर्मिती करताना त्या माहितीचा उपयोग होऊ शकेल. तुरुंग ही गुन्हेगारांना त्यांच्या गुन्ह्यांपासून मुक्ती देणारी केंद्रे असावी, सुधारगृहे असावी असा उद्देश अहे. ज्या स्त्रियांवर खटला चालू आहे किंवा अजून उभा राहायचा आहे, अशा स्त्रियांना न्याय कसा मिळेल तसेच या शिफारशींना कायद्याने आणि व्यवस्थापनाच्या दृष्टीने कसे प्रत्यक्षात आणता येईल याचाही ऊहापोह या अहवालात केलेला आहे. तुरुंगात ज्या स्त्रिया आपल्या बालकांसह राहतात, त्यांची हाताळणी कशी करावी यासंबंधी या अहवालात विस्तृतपणे मार्गदर्शन केले आहे.

तुरुंगामध्ये कैद्यांना कठोर शिक्षा दिल्या जातात त्याऐवजी त्या कैद्यांना मानवतावादी वागणूक देण्यात यावी व त्यांना सुधारण्याचा प्रयत्न व्हावा असं या समितीचं म्हणणं आहे. हा अहवाल जर एखाद्या समीक्षकानं पाहिला तर तो असंच म्हणेल की, तुरुंगाच्या उंच दगडी भिंती, भक्कम लोखंडी गज, क्रूर दृष्टीचे हातात लाठी उगारलेले वॉर्डर यांच्याऐवजी शिक्षणाची संधी उपलब्ध करून देणारं समृद्ध वातावरण व आयुष्य सन्मानपूर्वक जगण्याची संधी या अहवालातून दाखवून दिली आहे. समितीच्या चेअरमननं अहवालाची सांगता करताना रॉबर्ट केनेडी यांचा द्रष्टेपणा दाखवणाऱ्या पंक्ती उद्धृत केल्या आहेत :

काही माणसे गोष्टी जशा आहेत तशा बघतात आणि 'असं का'?
असा प्रश्न विचारतात.
पण गोष्टी जशा नसतात त्यांविषयीची स्वप्ने मी बघतो आणि म्हणतो
'असं का नाही?'

स्त्री व मुलांसंबंधीच्या अहवालात ज्या मुख्य गोष्टी आढळून आल्या त्या संबंधीचा ऊहापोह केला आहे.

सुपरिटेंडंटसाठीचे नियम व तुरुंगात आपल्या मुलांसोबत राहत असलेल्या स्त्रियांचे व्यवस्थापन :

स्त्री कैद्यांचे वर्गीकरण व त्यांना अलग करणे

१– स्त्री कैद्यांना अलग करणे :

ज्या स्त्रियांवरील आरोप सिद्ध झाला आहे अशा स्त्रिया त्याचप्रमाणे ज्यांच्यावर

खटला चालू आहे अशा सर्व स्त्रियांना पुरुष कैद्यांपासून वेगळे ठेवण्यात येईल. त्यांना भेटणे, त्यांच्याशी बोलणे अथवा त्यांच्याशी कोणत्याही प्रकारचा संपर्क ठेवण्यास मनाई केली जाईल. पुरुषांच्या जेलच्या कोणत्याही भागातून स्त्रियांच्या कोठड्या दिसू शकणार नाहीत, अशाप्रकारे त्यांची बांधणी केली जाईल.

२– वयानुसार वर्गीकरण :

(अ) स्त्रियांचे वर्गीकरण खालीलप्रमाणे :

अल्पवयीन – १८ ते २० वर्षे वयोगटातील स्त्रिया

प्रौढ– २० वर्षांवरील स्त्रिया

(ब) ज्यांच्यावर खटला चालू आहे अशा सर्व स्त्रियांना व ज्यांच्यावरील आरोप सिद्ध होऊन ज्यांना शिक्षा ठोठावण्यात आली आहे अशा स्त्रियांना परस्परांपासून वेगळे ठेवण्यात येईल.

(क) वारंवार अटक होऊन तुरुंगात येणाऱ्या स्त्रिया, वेश्या आणि वेश्या दलालीचे काम करणाऱ्या गुन्हेगार स्त्रियांना किरकोळ गुन्ह्यांसाठी तुरुंगात येणाऱ्या स्त्रियांपासून वेगळे ठेवण्यात येईल.

(ड) राजकीय आणि नागरी कैद्यांना दोषी सिद्ध झालेल्या तसेच ज्यांच्यावर खटला सुरू आहे अशा कैद्यांपेक्षा वेगळे ठेवण्यात येईल.

टीपा :

(अ) कोणत्याही दोषी अथवा निर्दोष मनोरुग्णाला तुरुंगात ठेवता येणार नाही. जे सध्या तुरुंगात आहेत अशा मनोरुग्णांना तात्काळ मनोरुग्णालयात हलवण्यात येईल.

(ब) अठरा वर्षांखालील कैद्यांसाठी वयानुसार वर्गीकरणाची आवश्यकता नाही. कारण जुव्हेनाईल जस्टिस ॲक्ट ८६ च्या अंतर्गत पकडण्यात आलेल्या कोणत्याही दोषी अथवा निर्दोष मुलीला प्रौढांसाठी असलेल्या संस्थेत ठेवता येणार नाही.

(क) कैद्यांच्या सामाजिक अथवा आर्थिक दर्जाप्रमाणे त्यांचे वर्गीकरण करण्यास परवानगी नाही.

३– (अ) कोणत्याही कैदी स्त्रीला स्त्रियांच्या विभागातून कोणत्याही कारणास्तव बाहेर पडण्याची परवानगी नाही. फक्त त्या स्त्रीची सुटका होत असेल, दुसऱ्या तुरुंगात बदली झाली असेल, तिला न्यायालयात उपस्थित राहणे गरजेचे असेल किंवा इतर एखाद्या ग्राह्य कारणासाठी जेल सुपरिटेंडंटने तिला बाहेर जाण्याची परवानगी दिली असेल तरच ती बाहेर पडू शकते.

(ब) कलम (अ) अन्वये ज्या स्त्रीला तुरुंगाच्या स्त्री विभागातून बाहेर पडण्याची परवानगी मिळाली असेल तिला भेटून अथवा असिस्टंट मेट्रन, मुख्य

महिला वॉर्डर अथवा महिला वॉर्डर यापैकी कोणाच्या तरी सोबतीने बाहेर पडावे लागेल व तुरुंगात येईपर्यंत तिला त्यांच्या सोबतीनेच सतत राहावे लागेल.

४– पुरुषांस सक्त मनाई

(अ) एखाद्या पुरुषाला पूर्वपरवानगीशिवाय स्त्री विभागात येण्यास सक्त मनाई आहे. आणीबाणीची परिस्थिती वगळता कोणत्याही पुरुषाला रात्रीच्या वेळी स्त्री विभागात येण्यास सक्त मनाई आहे. आणीबाणीच्या परिस्थितीत सुद्धा आत शिरताना त्याला महिला वॉर्डर किंवा महिला अधिकाऱ्यांच्या सोबतीनेच यावे लागेल. त्यानंतर त्याला आपल्या नोंदवहीत या भेटीची सकारण, सविस्तर नोंद ठेवावी लागेल.

(ब) भेटण्यासाठी आलेल्या स्त्रियांच्या सोबत जे पुरुष वॉर्डर्स अथवा पुरुष कर्मचारी स्त्रियांच्या विभागात येतील, त्यांना बाहेरच थांबावे लागेल.

५– स्त्री विभागाची कुलपे :

स्त्री विभागासाठी वापरण्यात येणारी कुलपे तुरुंगाच्या इतर कोणत्याही विभागात, पुरुष विभागात वापरण्यात येणाऱ्या कुलपांपेक्षा वेगळ्या बनावटीची असतील. त्यामुळे एका कुलपाची किल्ली दुसऱ्या कुलपाला चालणार नाही.

६– छायाचित्रीकरण व बोटांचे ठसे :

स्त्री कैद्यांची कायद्यानुसार छायाचित्रे घेणे, त्यांच्या हाताच्या व पायांच्या बोटांचे ठसे घेणे किंवा त्यांचे कोणतेही मोजमाप घेणे हे केवळ महिला जेलर किंवा इतर महिला कर्मचाऱ्यांच्या उपस्थितीतच होऊ शकेल.

७– रात्रीची तपासणी :

रात्रीच्या तपासणीसाठी स्त्रियांच्या वॉर्डात फेरी मारण्याचा अधिकार फक्त महिला जेलर्स व इतर महिला कर्मचाऱ्यांनाच राहील. त्यानंतर त्यांना आपल्या नोंदबुकात याची नोंद करावी लागेल.

८– मनोरुग्ण कैदी :

ज्या स्त्रियांना मानसोपचाराची गरज आहे अशा स्त्रियांना जेलमध्ये भरती करता येणार नाही. त्यांना कोणत्याही मनोरुग्णालयाच्या स्त्री विभागात दाखल करावे लागेल व त्यांच्यावर महिला वैद्यकीय अधिकाऱ्यांचे लक्ष राहील.

९– महिला विभागाची कस्टडी :

महिला विभागात चोवीस तास फक्त महिला वॉर्डरची ड्युटी राहील.

(स्त्री कैद्यांबद्दलच्या राष्ट्रीय समितीचा अहवाल पृष्ठ ३३२-३३४)

* तुरुंगातील स्त्रिया आणि मुले यांच्या संदर्भात काही विशिष्ट कायदे संमत केले पाहिजेत आणि त्यांची अंमलबजावणी करणे प्रत्येक राज्य सरकारला

बंधनकारक असलेच पाहिजे, असे तुम्हाला वाटते का?

माझं असं स्पष्ट मत आहे की एखाद्या बाळाचा मातेच्या उदरात जन्म झाल्यापासून ते जन्मल्यानंतर त्याच्या बालपणापर्यंत प्रत्येक क्षणी त्याला आईच्या प्रेमाची व वात्सल्याची गरज असते. तो त्यांचा मूलभूत हक्क आहे. मग त्याच्या आईला तुरुंगवासाची शिक्षा झाली असली, तरीही. त्या मुलाची वाढ कोणत्याही परिस्थितीत खुंटता कामा नये. त्याची आई तुरुंगात कैदेत असली तरीही त्याचं खेळणं-बागडणं, शिक्षण, स्वच्छता व आरोग्याच्या सवयी या कशावरही या गोष्टीचा वाईट परिणाम होता कामा नये. लहान मुलालाही एक माणूस म्हणून मूल्य आहे. घटनेने दिलेले सर्वच्या सर्व मूलभूत अधिकार त्याला मिळालेच पाहिजेत. त्याची आई जेलमध्ये आहे हे त्या मुलाचं दुर्भाग्य आहे, हे लक्षात घेऊन ते अधिकार त्या मुलाला मिळाले पाहिजेत.

समितीने अशी शिफारस केली आहे, तेच मत माझंही आहे. कायदा आणि तुरुंग नियमावली त्याचप्रमाणे न्यायालयाने मधूनमधून तुरुंगाची पाहणी करणे या सर्व गोष्टी केवळ कागदावर राहून उपयोगी नाही. उच्चपदस्थ अधिकारी, मान्यताप्राप्त स्त्री संघटना यांनाही तुरुंगाची तपासणी करण्याचे तसेच त्यावर अहवाल सादर करण्याचे अधिकार बहाल केले पाहिजेत. तुरुंगात बंदिवास भोगत असलेल्या स्त्रियांच्या हक्कांची कोणत्याही प्रकारे पायमल्ली होऊ नये यासाठी हे अत्यंत गरजेचे आहे.

* भारतीय तुरुंगांमध्ये राहणाऱ्या स्त्रिया आणि मुलांच्या आयुष्यात सुधारणा घडून येण्याच्या दृष्टीनं तुमच्या या अहवालाचा काही उपयोग झाला आहे, असं तुम्हाला वाटतं का?

मला येथे एक गोष्ट सांगताना खरोखरच खेद वाटतो, की हा अहवाल बनवत असताना सुरुवातीच्या काळात अनेक स्वयंसेवी संस्थांनी यात खूप रस दाखवला होता. अहवालावर अनेक चर्चा घडून आल्या होत्या. परंतु प्रत्यक्ष कृती करण्याच्या कामात मात्र बरंच अपयश आल्याचं दिसून आलं. समितीनं केलेल्या अनेक शिफारसी अगदी सहजपणे प्रत्यक्षात उतरवता आल्या असत्या. परंतु सर्वत्र निष्क्रियता इतकी भरून राहिली आहे, की एकाही राज्यानं आजवर समितीच्या अहवालावर चर्चा केलेली नाही किंवा कोणत्याही राज्याच्या संसदेला या कामासाठी वेळ देता आलेला नाही.

* तुरुंगातील स्त्रिया व मुलांच्या पुनर्वसनासाठी सामाजिक संघटनांनी तुरुंगाच्या अंतर्गत कार्यरत राहण्याची गरज आहे– या विषयी तुमचं काय मत आहे?

माझ्या मते स्त्रियांच्या स्वयंसेवी संस्थांना सुरक्षित रीतीने सुसज्ज बनवलं पाहिजे. म्हणजे त्या संस्था जेल, पोलिसांची कोठडी, मनोरुग्णालये, कैदी स्त्रियांना जेथे ठेवण्यात येते ती इस्पितळे याठिकाणी निर्धोकपणे भेटीसाठी जाऊ शकतील. त्या भेटीनंतर त्यांनी बनवलेला अहवाल गृहमंत्रालयापुढे ठेवण्यात आला पाहिजे. तसेच तो जनतेच्या समोरही आला पाहिजे.

* आपल्या तुरुंगांमध्ये असणाऱ्या प्रचंड गर्दीच्या समस्येची हाताळणी कशी करता येईल?

भारतीय तुरुंगांमधील प्रचंड गर्दी व त्यातून उद्‌भवणाऱ्या समस्या हा त्या तुरुंगाला लागलेला एक शाप आहे. त्यातून आपापसातील संघर्ष, हिंसा, असामाजिक वर्तन त्याचप्रमाणे नैतिक आणि सांस्कृतिकदृष्ट्या स्वतःचा विकास घडवून आणण्याबद्दलची अनिच्छा अशा गोष्टींना प्रोत्साहन मिळतं. यासाठी न्यायाधिशांनी जामीनाचा उपयोग करताना अधिक उदारमतवादी दृष्टिकोन बाळगला पाहिजे.

* खटल्यांच्या निकालास जो विलंब लागतो त्यामुळे कितीतरी गरीब लोकांना तो निकाल लागेपर्यंत वर्षानुवर्षे जेलमध्ये काढावी लागतात. त्या समस्येवर तोडगा कसा काढायचा? आर्थिकदृष्ट्या दुर्बल घटकांना जामीनाचा पैसा उभा करता येत नाही, त्यावर काय उपाय आहे?

नियम हवा– 'जामीन, जेल नाही.' ज्या व्यक्तींवर खटला चालू आहे त्यांना तुरुंगात खितपत पडून देण्याच्या पद्धतीला सर्वांत प्रथम आळा घातला पाहिजे. ज्या व्यक्तीवर आरोप ठेवण्यात आला असेल त्या व्यक्तीवर प्रोबेशन ऑफिसरनं कडी नजर ठेवणे हा या समस्येवरील उत्तम तोडगा होऊ शकेल. याशिवाय आरोपीला जेलमध्ये ठेवण्यापेक्षा 'प्रोबेशन ॲक्ट'चा वापर शिक्षा सुनावत असताना न्यायालयांनी केला पाहिजे.

जेलमध्ये दोषी म्हणून सजा भोगत असणाऱ्या किंवा केसच्या निकालाची वाट बघत जेलमध्ये खितपत पडलेल्या कैद्यांना निर्दयी, कठोर वागणूक देण्याऐवजी जर मनन, खेळ-क्रिडा व सांस्कृतिक कार्यक्रमांमध्ये त्यांना गुंतवलं तर त्यांच्या व्यक्तिमत्त्वामध्ये सकारात्मक भाव वाढीस लागतो. जामीन या संकल्पनेचा अन्वयार्थ

लावताना उदारमतवादी दृष्टिकोन बाळगण्यात यावा आणि जामीनाची रक्कम भरून न घेता आरोपीला बाहेरच्या जगात वावरण्यास परवानगी देण्यात यावी. सर्वोच्च न्यायालयानं असे निर्णय यापूर्वी दिले आहेत. जेलमधील कैद्यांची गर्दी कमी करण्यासाठी अनेक मार्ग अवलंबता येऊ शकतील.

जामिनाची रक्कम उभी करणे जरूरी नसते. आरोपीला मोकळे सोडणे जर सुरक्षित असेल तर त्याच्याकडून नुसता बाँड लिहून घेतला, तरी ते पुरेसे असते. खटले निकालात काढताना होणारा विलंब, खटल्यांना वारंवार स्थगिती मिळणे आणि न्यायदानाच्या प्रक्रियेतील इतर अडथळे यामुळे फार जास्त उशीर होतो. क्रिमिनल प्रोसीजर कोड (दंड प्रक्रिया संहिता) गुंतागुंतीचे असते, तांत्रिकदृष्ट्या लांबण लावणारे असते आणि फार जास्त कायदेशीर असते. प्राथमिक स्तरावर निकाल लागण्यासच फार जास्त विलंब होतो आणि त्याच्यावर गेल्यावर तर आणखी उशीर होतो. कागदपत्रांचा किचकट गुंता कमी करण्यासाठी क्रांतिकारी सुधारणा घडून आल्या पाहिजेत. तोंडी युक्तिवाद आणि जगभरातील साक्षीदारांची साक्ष व उलटतपासणी यामुळे खटल्याला अमर्याद उशीर होतो. माझ्या मते कायद्यामध्ये सुलभता आणण्याची गरज आहे. खटल्याची सुनावणी संक्षिप्त असली पाहिजे. यामुळे एकामागोमाग एक खटले निकालात लागण्याचा प्रवाह सुरू होईल. अमेरिकेच्या सर्वोच्च न्यायालयात एका बाजूला तीस मिनिटे, त्यांच्या विरुद्ध पक्षाला तीस मिनिटे आणि वकीलाला उत्तर देण्यासाठी पंधराच मिनिटे दिली जातात हे आपण लक्षात ठेवलं पाहिजे. भारताने द्रुतगती न्यायालयांचा, खटले भराभर निकालात काढण्याचा नवा पायंडा का पाडू नये? अगदीच किरकोळ स्वरुपाचे गुन्हे जर असतील तर त्यांना या दंडसंहितेच्या बाहेर का काढू नये?

* जेलमध्ये आपल्या आईच्या सोबत राहत असलेल्या मुलांच्या संदर्भात तुमचे विचार काय आहेत?

अगदी लहान मुलांचा सांभाळ तेवढ्याच प्रेमानं करणारं दुसरं कोणी नसेल, तर त्या मुलांना आपल्या आईबरोबरच ठेवलं पाहिजे. मोठ्या वयाच्या मुलांना सरकारी खर्चानं बाल आश्रमांमध्ये ठेवण्यात आलं पाहिजे.

भारतीय जेल हे परिवर्तनाच्या दृष्टीनं एक आव्हान आहे. भारतीय तुरुंगांच्या सुधाराविषयीचा एक अहवाल आहे त्यात अनेक रचनात्मक शिफारसी केलेल्या आहेत. पण त्यांच्या अंमलबजावणीच्या बाबतीत मात्र भारत सरकार अज्ञानी असल्याप्रमाणे हातावर हात धरून निष्क्रियपणे बसून आहे. इतकं की हा

अहवाल हे वकिलांच्या व संशोधकांच्या करमणुकीचं साधन होऊन बसलं आहे. कोठडीतील स्त्रियांच्या बाबतीतील सुधारणांचंही थोडं फार असंच आहे. तुरुंगात राहत असलेल्या स्त्रियांना खरं तर सुधारण्यासाठी वाव मिळायला हवा. तुरुंग म्हणजे असे ठिकाण नव्हे जिथे एखादी व्यक्ती सुधारावी म्हणून तिला शिवीगाळ आणि मारहाण करण्यात यावी आणि त्या व्यक्तीचं जीवन अधिकच दुर्धर होऊन बसावं. स्त्री कैद्यांविषयी राष्ट्रीय समितीचा जो अहवाल आहे त्याच्या पहिल्याच पृष्ठावर सुधारोन्मुख तुरुंगांविषयीचा राष्ट्रवादी उद्देश स्पष्ट केलेला आहे.

''जोपर्यंत स्वतंत्र स्त्रियांची– स्वतंत्र मातांची एक पिढी निर्माण होत नाही, तोपर्यंत महापुरुषांची पिढी निर्माण होऊ शकणार नाही.''

–रॉबर्ट जी. इंगरसॉल.

माझ्या या विचारप्रक्रियेचा समारोप मी ऑस्कर वाईल्ड यांच्या 'द बॅलड ऑफ रीडिंग गॉड' या गीतानं करेन...

मला हे ठाऊक आहे आणि सूज्ञपणा तर यातच आहे
जर प्रत्येकानंच हे जाणलं की मानवनिर्मित प्रत्येक तुरुंग
लज्जेच्या विटांचा बनलेला आहे...

गजांचा त्यावर अडसर आहे
ज्यायोगे येशू ख्रिस्ताला हे दिसणार नाही
माणूसच आपल्या बांधवांना कसा खच्ची करून टाकतो...

कृष्णकृत्ये विषवल्लींसारखी
तुरुंगाच्या हवेत बहराला येतात
माणसाच्या अंतरीचा भलेपणा
इथे नष्ट होतो, सुकून जातो.

सखोल वेदनाच मग भक्कम दरवाज्यांची
पहारेकरी बनते
आणि नैराश्य बनते वॉर्डर...

□

तुरुंगातील स्त्रिया व मुलांना मदत करण्याची तुमची इच्छा आहे?

संपूर्ण जगभरात तुरुंगात बंदिवासात जे कैदी राहत असतात त्यातील पाच टक्के सुद्धा स्त्रिया नसतात. भारतातील सुमारे ११०० तुरुंगांमध्ये एकंदर तीन लाख कैदी वास्तव्य करत असून त्यांच्यातील स्त्रियांची संख्या केवळ तीन ते चार टक्के आहे.

आर. श्रीकुमार *(sreekr@yahoo.com)* या तरुणानं तुरुंग सुधाराच्या बाबतीत भरपूर काम केलेलं आहे. त्यानं केलेल्या कामाची व संपादन केलेल्या यशाची यादी भली मोठी आहे. युनायटेड किंग्डममधील एसेक्स युनिव्हर्सिटीत त्यानं प्रशिक्षण घेतलं आहे. यू.के. च्या फॉरीन आणि कॉमनवेल्थ ऑफिसच्या ह्यूमन राईट्स पॉलिसी डिपार्टमेंटकडून त्याची या प्रशिक्षणासाठी निवड झाली होती. नवी दिल्ली येथील कॉमनवेल्थ ह्यूमन राईट्स इनीशिएटिव्ह येथे त्याने प्रोग्रॅम ऑफिसर, प्रिझन्स अँड ह्यूमन राईट्स म्हणून काम केलं आहे.

याशिवाय मध्य प्रदेश, छत्तीसगड आणि राजस्थान या राज्यांमध्ये रीइनव्हेगोरेटेड प्रिझन व्हिजिटिंग सिस्टिम्स मध्येही त्यांनी काम केलं आहे. याचा उद्देश मानवी हक्कांच्या पायमल्लीच्या विरोधात एक सशक्त निरीक्षण यंत्रणा प्रस्थापित करणे व त्याचबरोबर जेल सुधारासाठी समाजाचं योगदान आणि संसाधन यांना एकत्रित करणे हा आहे.

त्याने स्त्री व मुलांचा विकास, जेलमधील जीवन अशा अनेक मुद्यांवर बिगर सरकारी संघटनांकडून मदत घेण्याची शिफारस केली आहे. स्टेट ह्यूमन राईट्स कमिशन्स, नॅशनल अँड स्टेट कमिशन्स फॉर विमेन प्रिझन, पोलीस आणि प्रोबेशन डिपार्टमेंट्स, लीगल सर्व्हिसेस ऑथॉरिटीज, जजेस, डिपार्टमेंट ऑफ विमेन अँड चाईल्ड डेव्हलपमेंट, डायरेक्टोरेट ऑफ हेल्थ सर्व्हिसेस यांच्यापाशी ही शिफारस केली आहे. त्याने भारत आणि यू. के. मधील जेल्स आणि बिगर सरकारी संघटनांना भेटी दिल्या आहेत. या सेवाभावी संघटना आणि व्यक्तींचे एक नेटवर्क त्याने बनवले असून त्यातर्फे दंड सुधार, न्यायालयापर्यंत लोकांचा प्रवेश आणि मानवी हक्क यासाठी भारत, आशिया, आफ्रिका, इंग्लंड आणि

कॅनडा येथे काम करण्यात येते.

आपल्यापैकी प्रत्येकालाच तुरुंगात राहत असणाऱ्या स्त्रिया व मुलांच्या कल्याणासाठी काहीतरी करता येणं शक्य आहे. ते कसं ते त्याने इथे स्पष्ट करून सांगितलं आहे.

आपल्या देशातील कैदी स्त्रियांविषयी संक्षिप्त विवरण

सर्वसामान्यत: कैदी स्त्री म्हटलं की सर्वांत प्रथम डोळ्यांसमोर उभी राहते ती फूलनदेवी. लोकांचं मत असंच असतं, की कैद्यांची जागा तुरुंगातच असावी. आपण त्यांच्याविषयी विचार करण्याचे कष्ट का घ्यायचे आणि वृथा वेळ तरी का दवडायचा?

तुरुंगासारख्या पुरुषप्रधान व्यवस्थेत स्त्री कर्मचारी व महिला पहारेकऱ्यांची संख्या फारच कमी असते. त्याचबरोबर स्त्रियांविषयक परंपरागत दृष्टिकोन हा पूर्वग्रहदूषित असतो. त्याचमुळे कैदी स्त्रियांच्या संदर्भातील मुद्दे कधी विचारात घेतले जात नाहीत. हे मुद्दे म्हणजे स्त्रियांची सुरक्षितता, स्वास्थ, आरोग्याच्या सुविधा, गर्भवती स्त्रिया, स्तनपान देणाऱ्या माता, त्यांच्या मुलांचे कल्याण, त्यांच्या खटल्यांवर झटपट निकाल, त्यांच्या कुटुंबियांशी (विशेषत: जेलबाहेर राहणाऱ्या त्यांच्या लहान मुलांशी) संपर्क साधण्याची सोय, त्यांची प्रोबेशनवर सुटका, सुटकेनंतर त्यांचा त्यांच्या कुटुंबियांशी व समाजाशी मेळजोळ इत्यादी आहेत. परंतु या कैदी स्त्रियांची संख्या कमी असून त्या देशभरामधील विविध तुरुंगांमध्ये विखुरलेल्या आहेत ही सबब पुढे करण्यात येऊन वर उल्लेख केलेल्या मुद्यांसाठी अंदाजपत्रकात खर्चाची काहीही तरतूद केली जात नाही.

या स्त्रियांना त्यांच्या स्वत:च्या कुटुंबाने तसेच समाजाने वाळीत टाकलेले असते, आपल्या मुलांचा वियोग त्यांना सहन करावा लागतो. या अशा परिस्थितीत कोणीही त्यांचा गैरफायदा घेऊ शकते अथवा त्यांचा छळ करू शकते. आजही स्त्रियांवर बलात्कार, अत्याचार, त्यांना उद्देशून अश्लील किंवा अचकट विचकट भाषा वापरणे, त्यांच्या न्हाणीघरात चोरून बघणे अशा गोष्टी सर्रास घडताना दिसतात. तुरुंग हे सर्वसाधारण वस्तीपेक्षा बरेच लांब बांधलेले असतात. तेथे प्रवेशही सुलभ नसतो. त्यामुळे तुरुंगाविषयी एक प्रकारची गुप्तता, गूढता वाटते. त्यामुळेच तेथील कर्मचाऱ्यांची अशी मनोधारणा बनते, की आपण इथे कोणत्याही प्रकारचं गैरवर्तन केलं तरी ते बाहेर कोणाला कळणार नाही. त्यामुळेच ते आणखी दुष्कृत्ये करण्यास प्रवृत्त होतात. खरं म्हणजे कैद्यांचा छळ करण्यास औपचारिकपणे मनाई असली तरी तो होतच असतो. हे सर्व काही तुरुंगातील कर्मचाऱ्यांच्या संमतीनेच चालू असतं. बाकी सर्व गोष्टींबरोबर यामुळे सुद्धा

स्त्रियांवर अत्याचार करण्याच्या परंपरेला खतपाणी घातलं जातं. अनेक स्त्रियांना आपल्यावर अत्याचार होत आहेत हे जरी समजत असलं, तरी त्यांना आपल्या स्वत:च्या हक्कांची जाणीव नसते. वर्षानुवर्षे छळ सहन केल्यामुळे, हालअपेष्टांमध्ये जगल्यामुळे त्यांना खाली मान घालून सर्व काही सोसण्याची सवय झालेली असते. त्यांना वारंवार नैराश्याचे झटके येतात व अशा स्त्रियांमध्ये आत्महत्येचे प्रमाण अधिक असते.

वरील सर्व कारणे विचारात घेता आपल्यापैकी प्रत्येकाला तुरुंगात राहत असणाऱ्या कैदी स्त्रियांविषयी सहानुभूती वाटण्याची गरज आहे. या स्त्रियांची परिस्थिती अत्यंत गंभीर आहे आणि म्हणूनच या उपेक्षित स्त्रियांसाठी आपण काही ना काही तरी केलं पाहिजे.

अगदी स्वार्थी दृष्टिकोनातून विचार करायचा, असं म्हटलं तरी आपल्यापैकी कोणीही आपली काहीही चूक नसताना उद्या तुरुंगात दाखल होऊ शकतो. आपण आत्ताच तुरुंगात वर्षानुवर्षे मुरलेल्या या गैरव्यवहाराचा प्रतिकार केला आणि न्यायाची मागणी केली तर उद्या कदाचित आपल्याला याहून कितीतरी चांगले मापदंड बघायला मिळतील.

नुसतं कुंपणावर बसून असणाऱ्यांनी जर तुरुंगाला स्वत: भेट देऊन तिथे काय चालतं ते प्रत्यक्ष डोळ्यांनी पाहिलं, तर त्यांना जे काही दृश्य दिसेल त्याने त्यांचं मन नक्की शतश: विदीर्ण होईल. (अर्थात ते लोक मूलत: पुरेसे संवेदनाशील असले तरच!) तुरुंगातील कैदी स्त्रीची फूलनदेवीसारखी किंवा दुसऱ्या एखाद्या धूर्त, कावेबाज, उलट्या काळजाच्या गुन्हेगार व्यक्तीची प्रतिमा जरा बाजूला ठेवा. तुरुंगात कैदेत असलेल्या स्त्रियांपैकी बऱ्याचशा स्त्रिया या परिस्थितीच्या बळी असतात. त्यांच्या कहाण्या जर आपण ऐकल्या तर आपण त्यांच्यासाठी काहीतरी करावं अशी आपल्याला आपोआप इच्छा होईल. साध्या, सर्वसामान्य माणसांसाठी तुरुंग हे एक धोकादायक ठिकाण असतं. पण स्त्रिया या मुळातच दुर्बल असल्याने त्यांच्या बाबतीत तर हा धोका फारच जास्त वाढतो.

ही असमानता आणि हा अन्याय खरं तर बेकायदेशीर आहे. आपल्या राज्यघटनेच्या १४ आणि २१ या कलमान्वये स्त्रियांना समानता, कायद्याचे संरक्षण आणि सन्मानपूर्वक जगण्याचा अधिकार दिलेला आहे. पण त्या अधिकाराची येथे पायमल्ली होताना दिसते. याहूनही महत्त्वाचे म्हणजे आपल्या राज्यघटनेच्या ५१-अ (ई) या कलमान्वये आपणा सर्वांवर एक जबाबदारी देण्यात आली आहे, ती म्हणजे– स्त्रियांची मानहानी होईल अशा प्रत्येक कृत्याचा, प्रथेचा वा परंपरेचा आपण विरोध केला पाहिजे. एखादी व्यक्ती कितीही उच्चपदस्थ असो, त्या व्यक्तीने बेकायदेशीर कृत्य करण्यासाठी केलेला कोणताही बहाणा, कोणताही

युक्तिवाद हा राज्यघटनेने घालून दिलेल्या नियमांपेक्षा, कर्तव्यांपेक्षा मोठा होऊ शकत नाही. आपण सर्वांनीच तुरुंगातील स्त्रियांविषयी कळकळ व सहानुभूती दाखवली पाहिजे व त्यांच्या कल्याणासाठी काम केलं पाहिजे, यासाठी मी सर्वोत्तम कारण असं हे एकच देऊ शकेन.

तुम्ही कैदी स्त्रियांसाठी काय करू शकता?

शिक्षक, गृहिणी, माळी, डॉक्टर्स, उद्योजक, महिला उद्योजक, सरकारी नोकर, नर्सेस, हॉटेलवाले, वकील, न्यायाधीश एवढंच नव्हे तर सजा भोगून तुरुंगातून मुक्त झालेले कैदी सुद्धा– यांच्यापैकी प्रत्येकजण आपल्या खास शैलीत काहीतरी करू शकतो. या क्षेत्रात वर्षाचे ३६५ दिवस रोजचे चोवीस तास याप्रमाणे जन्मभर जरी काम करत राहिलं, तरी ते संपणार नाही, एवढं काम आहे. प्रश्न एवढाच आहे, की व्यक्ती स्वत:च्या पोटापाण्याच्या कामासाठी आवश्यक असणारा वेळ वगळता या कामासाठी किती वेळ द्यायला तयार आहे. तुरुंगातील परिस्थिती अशी आहे की येथे कधीतरी क्वचित येऊन काम करणाऱ्यांचीही गरज आहे तशीच सातत्यानं काम करणाऱ्यांची पण गरज आहे.

नवीन व्यक्तीसाठी सावधगिरीची सूचना :

तुरुंगाच्या या कामाची कोणतीही पूर्वकल्पना नसताना त्यात एकदम उडी घेणं आणि मग घाईघाईने या कामातून अंग काढून घेणं– अशा तऱ्हेचं वर्तन जर तुमच्या हातून होणार असेल, तर हे काम हाती घेण्यापूर्वी नीट विचार करायला हवा. कारण तुमच्या या वागण्याचा तुरुंगातील कैद्यांवर परिणाम होऊ शकतो, त्याचप्रमाणे तुम्ही अर्धं काम सोडून निघून गेल्यानंतर तुमच्या कार्याची जबाबदारी जो उचलेल, त्याच्यावर होऊ शकतो. एकदा जर कैद्यांच्या विश्वासाला तडा गेला, त्यांच्या आशेचा चक्काचूर झाला, तर त्याची भरपाई करणं फार कठीण होऊन बसतं. तुम्ही एक गोष्ट लक्षात घेतलीच पाहिजे, तुम्ही हे जे काम हाती घेणार आहात, ते सोपं तर मुळीच नाही. काहीतरी वेगळं साहसपूर्ण असं करून दाखवण्यासाठी तुम्ही सज्ज व्हाल, एक प्रकारच्या उत्साहाचा तुमच्या अंगी संचार होईल, पण त्याचबरोबर तुमच्या या मार्गात अनंत अडचणी येऊन उभ्या राहतील. कित्येकदा तुम्हाला माघार घ्यावी लागेल, अतीव नैराश्याचे व मानसिक तणावाचे क्षण तुमच्या आयुष्यात येतील.

वरील सर्वच्या सर्व मुद्दे नीट विचारात घेऊन मगच काय ते ठरवा. तुरुंगातील कैदी त्यांचं मन तुमच्यापुढे मोकळं करण्यास सुरुवात करण्याआधी पुष्कळ आरडाओरडा करतील, हे लक्षात ठेवा. याचं कारण तुरुंगात जेव्हा कधीही

बाहेरची माणसं काम करण्यासाठी येतात, तेव्हा त्यांची तळमळ आणि सेवावृत्ती यावर विश्वास ठेवणं तुरुंगातील लोकांना जड जातं.

सुरक्षितता आणि सन्मान

तुरुंगात काम करण्यासाठी आलेल्या स्वयंसेवकांनी व भेट देण्यासाठी आलेल्या व्यक्तींनी एक गोष्ट लक्षात ठेवली पाहिजे, तुरुंगातील पुरुष कैद्यांच्या नजरेपासून कैदी स्त्रियांना पूर्णपणे दूर ठेवलं पाहिजे व त्यांच्या बाबतीत कोणाच्याही हातून गैरवर्तन होणार नाही, त्यांच्या मानहानीचा कोणताही प्रसंग उद्‌भवणार नाही याची खबरदारी घेण्यात आली पाहिजे. येथे वकिलांची भूमिका अत्यंत महत्त्वाची असते.

तुरुंगातील कैदी स्त्रियांचा आत्मसन्मान धोक्यात येण्याबाबतीतले असंख्य मुद्दे आहेत पण एका विशिष्ट गोष्टीचा उल्लेख येथे केलाच पाहिजे. आपल्या भारतातील अनेक तुरुंगातील कैदी स्त्रियांना जाड्याभरड्या पोताची पांढरी साडी नेसण्याची सक्ती असते. त्यांना कुंकू, बिंदी इत्यादी गोष्टी दिल्या जात नाहीत. अनेक स्त्रियांना ही गोष्ट म्हणजे जणू काही स्वत:वर सक्तीचं वैधव्य लादल्यासारखं वाटतं. या स्त्रियांच्या साड्या पांढऱ्या रंगाव्यतिरिक्त दुसऱ्या कोणत्याही रंगात रंगवून जरी दिल्या, काळ्या किंवा करड्या तरी परिस्थिती बदलू शकेल. तुरुंगातील कर्मचाऱ्यांचं मन यासाठी जर कोणी वळवू शकलं किंवा दुसरी एखादी कमी खर्चाची योजना कोणी मांडली, तरी त्यानं खूप मदत होईल. तज्ज्ञांच्या समितीनं अशी शिफारस केली आहे, की तुरुंगातील कैदी स्त्रियांना बिंदी, सिंदूर इत्यादी गोष्टी पुरवण्यात आल्या पाहिजेत, म्हणजे त्यांना त्यांच्या परंपरेचं पालन करता येईल. खरं तर मोठाल्या तुरुंगात बिंदी तयार करण्याचा लघुउद्योग कोणी सुरू करून दिला तर देशभरातील सर्व तुरुंगांमध्ये बिंदी पुरवण्याचा व्यवसाय त्यातून निर्माण होईल.

सृजनात्मक आणि रोजगार निर्माण करणारे व्यवसाय

जेल म्हणजे मोठ्या समाजाच्या अंतर्गत असणारा छोटा समाज. बाहेरच्या जगात जे घटक दिसून येतात, तसेच घटक या जेलच्या आतील समाजातही आढळतात. मात्र जेलमध्ये वास्तव्य करणाऱ्या कैद्यांच्या ठायी अनेक नकारात्मक भावना दडलेल्या असतात व त्यातूनच समस्या आणि संघर्ष निर्माण होतात. मानवी संसाधन आणि मानवाच्या ठायी असलेली अंतर्भूत शक्ती या दोन्हीचे योग्य व्यवस्थापन आणि विकास केला जाऊ शकतो व त्याचा वापर कैद्यांच्या आणि समाजाच्या विकासासाठी करता येऊ शकतो.

तुरुंगात करता येण्यासारखं पुष्कळच आहे. भारतीय तुरुंगात रोजगार उत्पन्न

करणारे अनेक उपक्रम आधीपासून चालू आहेतच, पण आपण सर्वांनीच एक गोष्ट सतत मनात ठेवली पाहिजे की, आपला यामागचा उद्देश म्हणजे तुरुंगातील कैद्यांना कुठल्या ना कुठल्या तरी कलेचं प्रशिक्षण देऊन त्यांना स्वत:च्या पायावर उभं राहायला शिकवणं, गमावलेला आत्मसन्मान परत मिळवायला मदत करणं हा आहे. याशिवाय त्यांच्या सामाजिक, आर्थिक व व्यावसायिक पार्श्वभूमीवर आधारित अशीच कलाकौशल्ये आपण त्यांना शिकवली पाहिजेत. त्याचबरोबर त्यांना स्वत:ला स्वाभाविकपणे कशात रस आहे आणि त्यांनी निर्माण केलेल्या मालाला खप आहे की नाही आणि सुटका झाल्यानंतर ते कोणत्या वातावरणात परत जाणार आहेत, या सर्वांचाच आपण विचार केला पाहिजे. तुरुंगातील हे व्यवसाय प्रशिक्षण पूर्वापार चालत आलेल्या प्रथेप्रमाणे केवळ टोपल्या विणणे, फर्निचर बनवणे, लोणची व पापड बनवणे एवढ्यापुरतेच मर्यादित नसावे. त्यांना उच्चशिक्षण देऊन काहीतरी सृजनात्मक, वरच्या दर्जाचा व्यवसाय करण्यास प्रवृत्त करणारेही असावे. यात आधुनिक व्यवसायाचे प्रशिक्षण त्यांना मिळावे व अधिक उत्पन्न मिळून अधिक बचत करण्याचीही शक्यता निर्माण करणारे ते प्रशिक्षण असावे. बरेचदा असं दिसून येतं, की तुरुंगात बनलेलं फर्निचर किंवा इतर काही निवडक वस्तू वगळता तेथे तयार झालेल्या मालाची गुणवत्ता म्हणावी तेवढी उत्तम नसते. बाजारात तो माल सहजगत्या खपू शकत नाही.

नवनवीन उपक्रम व्यवसाय, उदाहरणार्थ, घराचे व्यवस्थापन, चर्मउद्योग, घड्याळ दुरुस्ती, इलेक्ट्रॉनिक्स, टेलिफोन वायरिंग, सेक्रेटेरियल प्रॅक्टिस, स्टोअर व बुककिपिंग, कॉल सेंटर ट्रेनिंग (अमेरिकेतील तुरुंगांमध्ये या कामाची सध्या चांगली चलती आहे.) मेडिकल ट्रान्सक्रिप्शनचे कोर्स, नर्सिंग आणि मिडवाईफ प्रशिक्षण, कॅनिंग व फूड प्रोसेसिंग टेक्नॉलॉजी, कॉम्प्युटर ट्रेनिंग इत्यादी. विविध व्यवसायांचाही आता तुरुंगातील कैद्यांच्या प्रशिक्षणासाठी विचार व्हायला हवा.

गावांमध्ये ज्या इंडस्ट्रिअल ट्रेनिंग इन्स्टिट्यूटस्– आय. टी. आय. असतील त्यांनी मानवी संसाधन म्हणून तुरुंगातील कैद्यांचाही विचार केला पाहिजे. कैद्यांना कोणत्या प्रकारची कौशल्ये आत्मसात आहेत, त्यांची एकूण पातळी काय आहे हे या संस्थांनी तपासून पाहायला पाहिजे. कोणत्या गोष्टी ते लवकर शिकून आत्मसात करू शकतील हे ठरवले पाहिजे. त्यानुसार त्यांना प्रशिक्षण देऊन त्यांच्याकडून निर्मितीचे काम करून घेतले पाहिजे. आजपर्यंत असं लक्षात आलेलं आहे, की अशा स्वरुपाची मदत फक्त अगदी सुरुवातीच्या काळातच लागते. त्यानंतर तुरुंगामधील काही निवडक कैद्यांनाच प्रशिक्षण देऊन त्यातून उत्तम प्रशिक्षक तयार करता येतात. हे प्रशिक्षक तुरुंगात राहून बाकीच्या कैद्यांना प्रशिक्षण देऊ शकतात.

तुरुंगातील कैदी स्त्रियांच्या मनात परस्पर सहकार्याचे तत्त्व मुद्दामच बाणवले पाहिजे. त्यांना मायक्रोक्रेडिट प्रॅक्टिसेस (अत्यंत लघुऋण प्रणाली) शिकवली पाहिजे. अहमदाबाद येथील सेल्फ एम्प्लॉईड विमेन्स असोसिएशन (सेवा), त्याचप्रमाणे दुसऱ्या सहकारी तत्त्वावर चालणाऱ्या संस्था आणि मायक्रोक्रेडिट ऑर्गनायझेशन्सशी या स्त्रियांचा परिचय झाला पाहिजे. याबाबतीत व्यवस्थापकीय सल्लागार आणि विशेषज्ञांच्या मदतीची फार आवश्यकता आहे. इंदूर व कोझीकोडे येथील इंडियन इन्स्टिट्यूट ऑफ मॅनेजमेंट ही संस्था, मुंबई येथील इंडियन इन्स्टिट्यूट ऑफ टेक्नॉलॉजी, आणंद येथील इन्स्टिट्यूट ऑफ रूरल मॅनेजमेंट, कॉटेज इंडस्ट्रीज प्रमोशन कौन्सिल्स, वर्धा येथील मगन संग्रहालय, केरळमधील वेलानाद येथील मित्रनिकेतन अशा काही विशिष्ट संस्थांशी संपर्क साधण्यात आला पाहिजे. या संस्था पूर्वापारपासून समाजसुधारणांचे प्रकल्प राबवत आल्या आहेत. गोरगरिबांच्या तसेच समाजातील दुर्बल घटकांच्या मदतीसाठी त्यांनी जे प्रकल्प राबवले आहेत त्यात त्यांनी व्यवस्थापन व तंत्रशिक्षणाच्या तत्त्वांचा वापर केलेला आहे. नुकताच मध्य प्रदेशातील भोपाळ येथे असणाऱ्या विमेन्स फायनान्स अँड डेव्हलपमेंट कॉर्पोरेशन या संस्थेने गरीब व गरजू स्त्रियांसाठी 'समर्थ' नामक स्वयंरोजगाराचा एक उपक्रम सुरू केला आहे. तुरुंगातील कैदी स्त्रिया सुद्धा गरीब व गरजूच असतात.

परंतु यासाठी त्या कैदी स्त्रियांना त्यांनी केलेल्या कामाचा रोजगार कोणत्या स्वरुपात द्यायचा याविषयी जेलच्या वरिष्ठ अधिकाऱ्यांबरोबर चर्चा झाली पाहिजे. तुरुंगाधिकाऱ्यांनी कैद्यांची उत्तम सहकारी बँकांमध्ये खाती उघडून द्यावी यासाठी त्यांना साहाय्य केले पाहिजे. त्यामुळे कैद्यांनी काम करून मिळवलेले सर्व पैसे त्या खात्यात जमा होऊन एकत्रित स्वरुपात नंतर त्यांना मिळू शकतील. ज्याठिकाणी सरकारने चालवलेल्या सहकारी बँका उपलब्ध नसतील किंवा असलेल्या बँकेच्या कारभाराविषयी मनात शंकेला जागा असेल, अशा ठिकाणी इतर उत्तम बँकांमधून या स्त्रियांना मदत मिळवून दिली पाहिजे. म्हणजे त्यांना स्वतःचा व्यवसाय सुरू करून स्वयंपूर्ण होता येईल. कॉर्पोरेशन बँकेप्रमाणे इतरही बँकांनी अलीकडे गरीब, गरजू व असहाय मुलांच्या मदतीचे उपक्रम सुरू केले आहेत. इतर बँका आणि मोठमोठ्या उद्योगधंद्यांचेही स्वतःचे समाजकल्याणाचे उपक्रम आहेतच. अशांकडून मदत मागून घेतली पाहिजे.

या ठिकाणी एक सावधगिरीची सूचना दिली पाहिजे. लोकांचा एकंदरीत तुरुंगाकडे बघण्याचा दृष्टिकोन असा असतो, की तुरुंग म्हणजे उत्तम दर्जाच्या मालाची निर्मिती स्वस्त दराचे मजूर वापरून करण्याचा एक मार्ग. तुरुंगाचे कर्मचारी तसेच खाजगी उद्योजक तुरुंगातील कैद्यांचा वापर करून जादा नफा

मिळवण्याचा प्रयत्न करतात. हे अन्यायकारक आहे. तुरुंगात कोणतीही योजना सुरू करण्यात आली तरी कैद्यांच्या भेटीसाठी आलेल्या व्यक्तींनी व स्वयंसेवकांनी मजुरीच्या बाबतीत कैद्यांना न्याय्य वागणूक दिलीच पाहिजे.

सुटकेनंतरची काळजी

केवळ तुरुंगाच्या अंतर्गत काम करून भागणार नाही. एखाद्या स्त्रीची तुरुंगातून सुटका झाल्यानंतरच खरं आव्हान तिच्यापुढे उभं असतं. ज्या लोकांनी दीर्घकाळ तुरुंगवास भोगला आहे व जे लोक त्यांच्या कुटुंबियांना व समाजाला नकोसे झालेले आहेत, अशांच्या दृष्टीनं तर हे स्थित्यंतर फारच गुंतागुंतीचं आणि दु:खदायक होऊन बसतं. त्यातून कितीतरी लोकांना आपल्या पूर्वीच्या वाममार्गाला परत वळावंसं वाटतं किंवा कधीतरी त्यांना फशी पाडून गुन्हेगारीच्या जाळ्यात परत ओढलं जातं. म्हणजेच तुरुंगात तुम्ही त्यांच्यासाठी जे काही काम केलं असेल, ते व्यर्थ जातं.

तुम्ही जर दीर्घकाळ तुरुंगात काम केलं असेल, कैद्यांच्या सहवासात राहिला असाल तर त्या कैद्यांच्या– निदान त्यातील काही मोजक्या कैद्यांच्या प्रामाणिकपणाविषयी, तळमळीविषयी तुमची खात्री पटते. मग या अशा कैद्यांच्या पुनर्वसनासाठी तुम्हाला जेवढे प्रयत्न करणं शक्य असेल, तेवढे तुम्ही केलेच पाहिजेत. त्यासाठी त्यांना घर, आसरा मिळवून देणं, उदरनिर्वाहासाठी काहीतरी रोजगाराची संधी मिळवून देणं, सुरक्षितता आणि समाजाचा पाठिंबा मिळवून देणं– या सर्व गोष्टींची आवश्यकता आहे. अशा काही संस्था महाराष्ट्रात आहेत. वूमन अँड चाईल्ड डेव्हलपमेंट डिपार्टमेंटकडून अशा संस्थांची माहिती मिळू शकते. डेव्हलपमेंट अल्टर्नेटिव्हज, नवी दिल्ली येथून सेवाभावी बिगरसरकारी संस्थांची सूची उपलब्ध होऊ शकेल. त्याचप्रमाणे प्लॅनिंग कमिशन ऑफ इंडिया यांजकडूनही अशी सूची मिळवता येईल. अखेर अशा विविध गटांनी एकत्र येऊन परस्पर सहकार्याच्या भावनेतून काम केलं, तरच या लोकांचा उद्धार होऊ शकेल.

लोकांच्या विशिष्ट गटांनी खालील बाबतीत पुढाकार घेण्याची गरज आहे :

अध्यापक

तुरुंगामध्ये कैद्यांना शिकवण्यासाठी विविध प्रकारच्या शिक्षकांची गरज असते. उपयुक्त असे शैक्षणिक प्रकल्प तातडीने सुरू करता येतील. या प्रकल्पांमध्ये साक्षरता, गृहव्यवस्थापन, स्वास्थ्य, आरोग्य, प्रतिबंधक औषधोपचार, कायदेशीर हक्कांची जाणीव, तातडीचे उपचार (फर्स्ट एड), उद्योजकीय व्यवस्थापन,

मायक्रो क्रेडिट, कुटुंबनियोजन, नागरी कर्तव्ये, उत्तम स्वयंपाकाचे कौशल्य, शेती, फळफळावळ व बागकाम अशा विविध विषयांचा समावेश असला पाहिजे. खरं तर उत्तम प्रशासन व तक्रार निवारण याविषयीची माहिती या गोष्टींचा त्यात समावेश झाला तर अधिक उत्तम. ह्या उपक्रमातून कैद्यांनी जात-पात, धर्म व भाषेचे अडसर स्वत:च दूर करून परस्पर सहकार्याची भावना कशी वाढवायची, दुसऱ्यांना प्रशिक्षण कसं द्यायचं व एकमेकांच्या विकासासाठी पुढे होऊन मदत कशी करायची यावर भर देण्यात आला पाहिजे. त्या कैद्यांच्या जीवनाभोवती हे सर्व केंद्रीत झालं पाहिजे. त्यांना प्रशिक्षण देताना ज्या काही पद्धतींचा अवलंब होईल, त्या आधुनिक असाव्यात, शिकणाऱ्या विद्यार्थ्यांना आनंद देणाऱ्या असाव्यात, प्रेरणादायी असाव्यात.

कैद्यांमधील जे उच्चशिक्षित कैदी असतील त्यांना इतर कैद्यांना शिकवण्यासाठी उद्युक्त करण्यात यावे. राष्ट्रीय साक्षरता कार्यक्रमाच्या स्थानिक शाखेला मदतीला घेऊन तुरुंगात साक्षरतेचा हा उपक्रम अधिक औपचारिक पद्धतीने राबवण्यात आला पाहिजे व तुरुंगातील स्त्रिया व मुलांना साक्षर व सुशिक्षित करण्यासाठी त्याचा उपयोग झाला पाहिजे.

वकील

वकिलांसाठी येथे भरपूर काम आहे. सध्या तरी कोणीही वकील तुरुंगातील कैद्यांच्या भेटीस येत नाहीत. पण स्वयंसेवकांनी व इतरांनी आपण होऊन महिला वकिलांची व न्यायाधीशांची भेट घेऊन त्यांना तुरुंगात कैदी स्त्रियांच्या भेटीसाठी येण्यास उद्युक्त करण्यात आलं पाहिजे. म्हणजे त्यांना तेथील परिस्थिती स्वत:च्या डोळ्यांनी पाहायला मिळेल.

खटल्याला होणारा विलंब

एखाद्या कैद्यावर ज्या गुन्ह्याचा आरोप असेल, तो गुन्हा त्याच्याच हातून घडल्याचं सिद्ध झालं, तर त्याला जी काही जास्तीत जास्त सजा होऊ शकते, त्यापेक्षाही अधिक काळ तो कैदी तुरुंगात बंदिवास भोगत असतो. अशी उदाहरणे तर नेहमीच आढळतात. स्त्री कैद्यांची परिस्थिती तर याहून अधिक दारुण असते. ज्याठिकाणी सर्व गोष्टी रीतसर, सुरळीत चालू आहेत, अशा ठिकाणी गरीब कैद्यांना सरकारकडून मोफत कायदेविषयक सुविधा पुरवण्यात येते. कैद्यांना कायदेविषयक ज्ञान प्राप्त करून घेण्यासाठी कायद्याचा अभ्यास करणाऱ्या विद्यार्थ्यांचीसुद्धा मदत घेता येते. जस्टिस कृष्ण अय्यर आणि पी. एन. भगवती यांनी १९७७ साली बनवलेल्या अहवालात– (याचे नाव *Report on National Jurisdicare: Equal Justice, Social Justice* असे असून मिनिस्ट्री ऑफ

लॉ अँड जस्टिसद्वारा तो प्रकाशित झाला होता.) म्हटल्याप्रमाणे कैद्यांना कायदेशीर बाबी समजून घेण्यासाठी पॅरा लीगल सर्व्हिसेस आणि लीगल एड वर्क यांची सुद्धा मदत घेता येते. संवेदनशील व प्रशिक्षित वकिलांना तर स्वत:हून बऱ्याच काही गोष्टी करता येतील. काही विशिष्ट केसेसमध्ये व्यवस्थापनविषयक कायद्याचा अवलंब करण्याची आवश्यकता असते. विशेषत: तुरुंगातील कर्मचारी आणि इतर अधिकाऱ्यांच्या वर्तणुकीचा संबंध असेल अशा बाबतीत तर निश्चितच. काही केसेसमध्ये जनहित याचिकेच्या माध्यमातून उच्च न्यायालयात अथवा सर्वोच्च न्यायालयात दाद मागणे आवश्यक असते.

तुरुंगवासाला पर्याय

लोकांना तुरुंगात ठेवणं हे चांगलंच खर्चिक काम असतं. इ.स. २०००-२००१ या वर्षासाठी देशभरातील सर्व तुरुंगासाठीच्या खर्चासाठी अंदाजपत्रकात ८०४.६३९ कोटी रुपयांची तरतूद होती. इ.स. १९९९-२००० साली हीच तरतूद ७४१.८६२ कोटी रुपयांची होती. तुरुंग सुधारांसाठी पैसा तर आवश्यक असतोच. पण एका दृष्टीनं आपण या बाबतीतील गुंतागुंत अधिकच वाढवत आहोत. आपण समाजातील गुन्हेगारी वृत्तीला आळा घालून गुन्ह्यांची संख्या कमी करण्यासाठी काहीच उपाययोजना करत नाही आहोत. मुळातील गुन्हेगारी प्रवृत्तीचा बीमोड करण्याचं काम तुरुंग करू शकत नाहीत. उलट विविध प्रकारच्या निर्ढावलेल्या गुन्हेगारांना एकत्रित बंदिवासात ठेऊन आपण तर या समस्येत भरच घालत आहोत. त्यामुळे एखादी व्यक्ती तुरुंगात जाण्यापूर्वी जर निरपराध असली तर तुरुंगवास भोगून बाहेर पडत असताना तीच व्यक्ती गुन्हे अक्कल हुशारीनं कसे करावेत या विषयात डॉक्टरेट होऊनच बाहेर पडते! या प्रवृत्तीचं मूळ समाजातच दडलेलं आहे. समाजामध्ये जो भेदभाव सतत होत असतो, तो कमी झाल्याशिवाय ही गुन्हेगारी प्रवृत्ती एकदम कशी काय कमी होणार? केवळ जास्त तुरुंग बांधणे हा त्यावर उपाय आहे का? खरं सांगायचं तर संपूर्ण जगात एक गोष्ट अनुभवायला मिळते, ती म्हणजे तुम्ही जेवढे जास्त तुरुंग बांधाल त्याहून जास्त तुरुंगांची गरज समाजात निर्माण होते. उदाहरणार्थ, मध्यप्रदेश या राज्यात इ.स. २००० मध्ये सुमारे २९,००० कैदी होते. त्यानंतर छत्तीसगड हे राज्य त्यातील काही भागापासून निर्माण करण्यात आलं. त्यामुळे मध्यप्रदेशच्या कैद्यांची संख्या १७००० ने कमी झाली. परंतु २००२ सालच्या मध्यात कैद्यांची संख्या परत २९००० वर गेली. लोकांना गुन्हे करण्यापासून परावृत्त करण्यासाठी पोलिसांनी त्यांचा छळ करण्याचा मार्ग अवलंबला, त्याच भागात नवे तुरुंग उघडण्यात आले. पण त्यानंतर असं लक्षात आलं की नेमकी त्या भागातील लोकांची गुन्हे करून तुरुंगात जाण्याची प्रवृत्ती वाढली.

लॉ कमिशन ऑफ इंडियाने आपल्या १३५ व्या अहवालात ज्या शिफारसी केल्या आहेत, त्याच १९८०-८३ सालच्या मुल्ला कमिटीनेही केल्या आहेत व १९८७ साली नॅशनल एक्सपर्ट कमिटी ऑन विमेन प्रिझनर्स यांनीही हेच प्रतिपादन केलं आहे की, स्त्रियांना जामीन मंजूर करत असताना अधिक मुक्त धोरणाचा अवलंब करण्यात आला पाहिजे, शक्यतो त्यांना कोठडीत टाकण्याव्यतिरिक्त इतर काही उपाययोजना करण्यात याव्यात. तुरुंगवासाला पर्याय म्हणून समज देऊन सोडणे, दंड, प्रोबेशनवर मुक्तता (चांगली वर्तणूक असल्यास), इतर प्रकार त्यांच्यावर नजर ठेवणे, शिक्षेत कपात व अलीकडच्या काळात त्यांच्याकडून समाजसेवा करून घेणे असे बरेच विकल्प सुचविण्यात आले आहेत. जरी शिक्षा ठोठावण्यात आलीच असेल, तरी त्यानंतर त्यांची लवकर मुक्तता, पॅरोलवर सुटका, कैदेत माफी, शिक्षेत कपात इत्यादी पर्याय असू शकतात.

कैद्यांना तुरुंगात पाठवण्याऐवजी सध्या जे काही पर्याय उपलब्ध आहेत त्यांचा उल्लेख भारतीय दंड संहितेमध्ये करण्यात आला आहे. या पर्यायांनी वकिलांना सध्या तरी सुरुवात करता येईल. ज्यांनी पहिल्यांदाच गुन्हा केला आहे असे गुन्हेगार, परिस्थितीवश गुन्हा करून बसलेले गुन्हेगार अशा केसेसचा विचार यात करण्यात आला आहे. जेलला पर्याय म्हणून हे अत्यंत योग्य असे विकल्प आहेत. यासाठी वकिलांना युनायटेड नेशन्स स्टँडर्ड मिनिमम रूल्स ऑन नॉन कस्टोडियल मेझर्स (टोकियो रूल्स) १९९० चा संदर्भ देता येईल. पीनल रीफॉर्म इंटरनॅशनल, लंडन तसेच आंध्रप्रदेश प्रिझन डिपार्टमेंट या दोहोंशी जर त्यांनी संपर्क साधला तर त्यांना आपल्या स्वतःच्या राज्यात किंवा प्रदेशात राबवण्याच्या परियोजना व त्यांचा अवलंब कसा करावा याविषयीचे मार्गदर्शन मिळू शकेल.

प्रोबेशनवर मुक्तता

स्त्रियांच्या समोर उभी ठाकलेली सर्वांत मोठी समस्या अशी असते, की त्यांची जरी प्रोबेशनवर सुटका होऊ शकत असली तरी या सवलतीचा त्यांना फायदा करून घेता येत नाही. कारण त्यांच्यावर देखरेख करू शकेल, सामाजिक व नैतिकदृष्ट्या नियंत्रण ठेवू शकेल असा कोणी पालक उपलब्धच नसतो. या पाठीमागचं कारण असं, की स्त्री कैद्यांविषयी त्यांच्या कुटुंबियांच्या मनात जो आकस, पूर्वग्रह असतो त्यामुळे त्यांची प्रोबेशनवर सुटका करून घेण्यासाठी त्यांचे कुटुंबीय पुढेच येत नाहीत. केवळ यामुळेच पूर्णपणे सुधारलेल्या व प्रोबेशनवर सुटका होण्यासाठी संपूर्णपणे पात्र असलेल्या कैदी स्त्रियांना फार मोठ्या हालअपेष्टा सहन करत तुरुंगातच राहावे लागते.

इ.स. २००३ च्या सुरुवातीस मध्य प्रदेशातील कस्तुरबा गांधी ट्रस्ट या

संस्थेने पुढे होऊन आपल्या जिल्ह्यातील प्रोबेशनवर मुक्त होण्यास पात्र असणाऱ्या सर्व स्त्रियांची गार्डियनशीप स्वत: घेण्याची तयारी दर्शवली होती. वकील व इतर गांधीवादी विचारसरणीच्या व्यक्तींनी अशा समाजकल्याणकारी संस्थांचा शोध घेतला पाहिजे व त्यांना अशाप्रकारे कैदी स्त्रियांच्या मदतीला धावून येण्याचे आवाहन केले पाहिजे.

ज्या बिगरसरकारी, सेवाभावी संस्था स्त्रिया, आदिवासी, गरीबीचे उच्चाटन, कायम स्वरुपी ग्रामसुधार योजना, मुले अशा विविध विषयांवरील उपक्रम राबवतात त्यांना जाऊन भेटले पाहिजे. तुरुंगातील कैद्यांच्या दारूण स्थितीची कल्पना त्यांना दिली पाहिजे. ज्या कैद्यांची पॅरोलवर सुटका झाली आहे, अशा कैद्यांना जर सुटकेनंतर कोणाचाच आधार नसेल, तर निदान स्वत:च्या पायावर उभं राहीपर्यंत त्यांना कोणीतरी आर्थिक व सामाजिक आधार दिला पाहिजे. अशा सेवाभावी संस्थांना शोधून काढण्याचं काम ॲक्शन एड व अशा इतर संस्थांनी केलं पाहिजे.

पुनर्स्थापक न्याय

गुन्हेगारांना तुरुंगात टाकणं हे नकारात्मक असतं, कारण त्यामुळे त्या तुरुंगात गेलेल्या कैद्यांचं जीवन, त्यांच्या कुटुंबियांचं जीवन उद्ध्वस्त होतं. त्याने उलट अधिकच समस्या निर्माण होऊ शकतात. त्यापेक्षा गुन्हेगारांची हाताळणी सकारात्मक दृष्टिकोन ठेवून करणं कितीतरी योग्य ठरतं. जे लोक बळी झाले आहेत, ज्यांच्यावर अन्याय झालाय, ज्यांची काही हानी झाली आहे अशा लोकांना आपल्या सध्याच्या व्यवस्थेत काहीच मताधिकार नसतो. याबाबतीत करण्यात आलेल्या पाहणीचा निष्कर्ष असाच आहे, की ज्यांच्या बाबतीत हा गुन्हा घडला आहे त्या व्यक्तीला असंच वाटतं की गुन्हेगारानं तो मान्य करावा, घडलेल्या चुकीची कबुली द्यावी व त्यातून पुढे सकारात्मक दृष्टीनं सुधारण्याचा मार्ग अवलंबवावा. त्यांना असं वाटतं, की आपल्याला या अन्यायाचं परिमार्जन म्हणून काहीतरी नुकसान भरपाई मिळावी, कुणीतरी आपल्या दु:खावर फुंकर घालावी, पण आपल्या मताला काहीच किंमत नाही ही गोष्ट त्यांना सहन होत नाही. अशावेळी पुनर्स्थापक न्यायाची भूमिका अत्यंत महत्त्वाची ठरते. या पुनर्स्थापक न्यायात बळी, गुन्हेगार आणि समाज या सर्वांचा अंतर्भाव होतो. या सर्वांचाच विचार करून नुकसानभरपाई, समझोता आणि पुनर्विश्वास यावर आधारित काही उपाय सुचवण्यात येतात.

पुनर्स्थापक न्यायामधील काही मूलभूत तत्त्वे :

१– गुन्हेगाराच्या हातून जे काही दुष्कृत्य घडले असेल त्याबद्दलच्या त्याच्या जबाबदारीची जाणीव त्याला करून देणे– मग हे कृत्य एखाद्या व्यक्तीच्या

बाबतीत घडलेले असो अथवा एखाद्या विशिष्ट जाती-जमातीच्या वा सामाजिक गटाच्या बाबतीत घडलेले असो.

२– गुन्हेगाराने जे दुष्कृत्य केले असेल त्याबद्दल त्याला त्या अन्यायाचे परिमार्जन स्वत:च करण्यास भाग पाडणे.

३– दुष्कृत्याला बळी पडलेल्या व्यक्तींना न्यायालयाचे दरवाजे ठोठावण्यासाठी साहाय्य करणे, ज्यायोगे त्यांना गुन्हेगारांकडून स्वत:वर झालेल्या अन्यायाची भरपाई करून घेता येईल.

४– दुष्कृत्याला बळी पडलेल्या व्यक्तींना समाजाने साहाय्य करावे. दुष्कृत्य करणाऱ्या व्यक्तीस समाजाने जबाबदार धरावे व त्या व्यक्तीला आपली चूक कळून आल्यानंतर प्रायश्चित्त करण्यासाठी मदत करणे व त्या व्यक्तीचे समाजात परत पुनर्वसन करणे.

परंतु हे सर्व करण्यासाठी गुन्हेगार, बळी, समाजाचे घटक आणि मध्यस्थ या सर्वांची एकत्रित बैठक होणे आवश्यक आहे. खून आणि बलात्कार यांसारख्या गंभीर गुन्ह्यांच्या बाबतीतही ही पद्धत यशस्वी ठरली आहे. यातील मुख्य मुद्दा असा, की हे सर्व कोणत्याही जुलूमजबरदस्तीशिवाय घडलं पाहिजे. त्याचप्रमाणे पैशाच्या अभिलाषेला बळी पडूनही हे घडता कामा नये.

वकील, कायद्याचा अभ्यास करणारे विद्यार्थी व मध्यस्थ या सर्वांनी एकत्रितपणे आपापल्या विभागातील जेलमध्ये पुनर्स्थापक न्यायाची प्रक्रिया सुरू करण्यासाठी प्रयत्न केले पाहिजेत. स्त्रियांच्या बाबतीत याठिकाणी त्यांच्या दुष्कृत्याला बळी पडलेल्या व्यक्ती, त्या स्त्रियांचे कुटुंबीय, ज्या समाजातून या स्त्रिया आल्या तो समाज, त्या स्त्रियांची मुले, त्यांचे सख्खे नातलग या सर्वांचा विचार झाला पाहिजे. परंतु एकंदरीत गुन्हेगार स्त्रियांकडे बघण्याचा लोकांचा दृष्टिकोन लक्षात घेता ही गोष्ट साध्य करून दाखवणं हे वकिलांच्या दृष्टीनं एक मोठंच आव्हान ठरेल. बाल गुन्हेगार व पुरुष गुन्हेगारांच्या बाबतीत त्यामानाने हे साध्य करणं तितकंसं कठीण नाही. (या पुनर्स्थापक न्यायाविषयीची अधिक माहिती आपल्याला इंटरनेटद्वारा प्राप्त होऊ शकते. या क्षेत्रातील काही नावाजलेले विशेषज्ञ म्हणजे हॉवर्ड झेअर, प्रोफेसर जॉन ब्रेथवेट आणि प्रोफेसर जेम्स दिगना हे आहेत.)

ही परंपरा भारतात कनिष्काच्या काळात अस्तित्वात होती. परंतु कशी कोण जाणे पण आधुनिक युगात ती लोप पावली. आता मात्र नशिबाने ती पद्धती जगभरातील विकसनशील व विकसित राष्ट्रांमध्ये पुन्हा एकदा नव्याने प्रचलित होऊ लागली आहे. उदाहरणार्थ, कॅनडा, यू. एस. ए. न्यूझीलंड, ऑस्ट्रेलिया, इंग्लंड, बेल्जियम इत्यादी.

डॉक्टर्स

नोकरी करणाऱ्या तसेच निवृत्त डॉक्टरांसाठी तुरुंगात आज खूप मोठी आव्हाने आहेत. एक गोष्ट जर सांगितली तर कोणाचा विश्वास बसणार नाही– पण अगदी अलीकडच्या काळापर्यंत मध्यप्रदेशातील एकंदर २९,००० कैद्यांसाठी फक्त एकवीस डॉक्टर्स उपलब्ध होते. मध्य प्रदेशातील ह्यूमन राईट्स कमिशनने केलेल्या पाहणीनुसार असा निष्कर्ष निघाला की, या परिस्थितीवर उपाययोजना करण्यासाठी त्यांच्याकडे पुरेशी व्यवस्थाही नाही वा पुरेसा प्रशिक्षित कर्मचारी वर्ग पण नाही. हेल्थ डिपार्टमेंटही त्यांना पुरेसे डॉक्टर्स पुरवू शकले नाहीत.

१९९८ च्या सुरुवातीला नॅशनल ह्यूमन राईट्स कमिशनद्वारा एक पाहणी करण्यात आली होती. त्याचे निष्कर्ष पाहिले तर ही परिस्थिती किती गंभीर आहे हे सहज लक्षात येईल. तुरुंगाच्या कोठडीत मृत्युमुखी पडणाऱ्या कैद्यांपैकी ७८% कैदी हे अत्याचाराला बळी पडत नसून ते क्षयरोगाला बळी पडतात. एखाद्या व्यक्तीला अगदी किरकोळ गुन्ह्यासाठी तुरुंगात ठेवण्यात यावे व तेथे त्या व्यक्तीचा क्षयरोगाने मृत्यू व्हावा ही खरोखरच अन्यायकारक घटना आहे.

तुरुंगातील स्त्री कैद्यांना आवश्यक असणाऱ्या सॅनिटरी नॅपकिन्सचा पुरवठा ही सुद्धा अशीच महत्त्वपूर्ण बाब असून तिकडे डॉक्टरांनी लक्ष द्यायला हवे.

क्षयरोग

वर्ल्ड हेल्थ ऑर्गनायझेशन आणि इंटरनॅशनल कमिटी ऑफ द रेड क्रॉस या संस्थांनी असं मानलं आहे की क्षयरोगाचा प्रादुर्भाव समाजात होतो तो मुख्यत: तुरुंगातील कैद्यांकडूनच. क्षयरोगाचे जंतू आता विविध प्रकारच्या औषधांना व अँटिबायोटिक्सना दाद देईनासे झाले आहेत. येथे सुद्धा स्त्रियांना अपंगत्वाचा सामना करावा लागतो व त्यांच्यावर याही बाबतीत अन्यायच होतो. आपण एक गोष्ट लक्षात घेतली पाहिजे, की आपल्या तुरुंगांमध्ये लहान मुले आपल्या आईसोबत राहत असतात. त्यामुळे अशा मुलांना या रोगाची लागण होण्याची शक्यता तर शंभर पटींने अधिक असते. कारण मुळात मुलांची रोगप्रतिकारशक्ती क्षीण असते.

वर्ल्ड हेल्थ ऑर्गनायझेशन *(WHO)* आणि द इंटरनॅशनल कमिटी ऑफ रेड क्रॉस *(ICRC)* या दोन संस्थांनी दोन पुस्तिका प्रसिद्ध केल्या आहेत. क्षयरोगाचा तुरुंगात कसा बीमोड करता येईल याविषयीची माहिती या पुस्तकात देण्यात आली आहे. या पुस्तकांची नावे आहेत– *Guidelines for the control of Tuberculosis in Prisons (1998)* व *Tuberculosis control in Prisons: A Manual for Programme Managers (2000)* या दोन्ही पुस्तिकांमधील माहिती इंटरनेटवरून सहजपणे डाऊनलोड करून घेता येण्यासारखी आहे.

केंद्रसरकारने एक रिव्हाईज्ड नॅशनल ट्युबरक्युलॉसिस कंट्रोल प्रोग्रॅम नामक उपक्रम चालू केला आहे. या उपक्रमांचा लाभ तुरुंगात काम करणाऱ्या डॉक्टरांनी व इतर लोकांनी घेतला पाहिजे. सरकारने जे काही आरोग्याचे मापदंड ठरवले आहेत त्यानुसार तुरुंगातील क्षयरुग्णांमध्ये आपले काम व्यवस्थित चालले आहे का, हे त्यांना पडताळून पाहता येऊ शकेल. कदाचित हे उपक्रम मोठमोठ्या शहरांमधील मोठमोठ्या तुरुंगांमध्ये व्यवस्थित राबवण्यात येतही असतील, परंतु देशाच्या कानाकोपऱ्यातील तुरुंगांमध्ये ते जाऊन पोचायला हवे आहेत. इतर आरोग्य प्रभागांमध्ये ज्या सेवाभावी संस्था कार्यरत आहेत त्यांना पण तुरुंगातील या उपक्रमांमध्ये स्वयंसेवकांनी सामील करून घेतलं पाहिजे. यासाठी केंद्रसरकारच्या सामाजिक स्कीमचा वापर झाला पाहिजे व केंद्रसरकारने क्षयरोगाच्या उच्चाटनासाठी ही जी चळवळ सुरू केली आहे, त्यात या सेवाभावी संस्थांनाही सहभागी करून घेतले पाहिजे.

जेलमधील वायुवीजनाची व्यवस्था जर सुधारली तर त्यामुळे कितीतरी फायदे होतील. त्याचप्रमाणे कैद्यांना वेगळे ठेवणे, तुरुंगातील आरोग्य व स्वच्छता, पोषक आहार, प्रतिबंधक उपाय, वेळेत व योग्य निदान, योग्य उपचार हेही मुद्दे महत्त्वाचे आहेत. एक गोष्ट लक्षात घ्यायला हवी, या गरीब कैद्यांची एकदा तुरुंगातून सुटका झाली, की त्यांचे उपचारही थांबतात व परिस्थिती त्यानंतर अधिकच चिघळते.

गुप्तरोग

बऱ्याच कैद्यांना विविध प्रकारच्या गुप्तरोगांची बाधा झालेली असते. त्यामध्ये एच.आय.व्ही– एड्स, गनोरिया, सिफिलिस व आणखीही काही प्रकारच्या गुप्तरोगांचा समावेश होतो. खरंतर कोणत्याही कैद्याला तुरुंगात भरती करून घेतेवेळी त्याची वैद्यकीय तपासणी करण्यात येते, त्यावेळी त्याला वरील कोणताही रोग आहे किंवा नाही याची चाचणी घेण्यात येते. पण त्याचबरोबर डॉक्टर्स आणि स्वयंसेवकांनी त्यांना समुपदेशन दिले पाहिजे. त्याचप्रमाणे प्रतिबंधक उपचार पद्धती व आरोग्य याचीही माहिती दिली पाहिजे. हा कार्यक्रम अशा पद्धतीने राबवण्यात आला पाहिजे, की कैदी मुक्त होऊन परत घरी जाताना ही सर्व माहिती आपल्याबरोबर घेऊन गेले पाहिजेत.

वरील काही रोग वगळता, बाहेरच्या जगात ज्या काही रोगांचा प्रादुर्भाव होत असतो, तेच रोग तुरुंगांमध्येही पसरत असतातच. पण तुरुंगातील जागेची मर्यादा आणि कैद्यांची दारूण अवस्था यामुळे या रोगांचा प्रसार अधिक झपाट्याने होतो. पण यातील बऱ्याच रोगांना आळा घालता येणे शक्य असते, असे अनुभवांती सिद्ध झाले आहे. यासाठी प्रतिबंधक उपाय व आरोग्यपूर्ण वातावरण

या दोन गोष्टी महत्त्वाच्या आहेत. कैद्यांना व त्यांची व्यवस्था पाहणाऱ्या कर्मचाऱ्यांना या बाबतीत प्रशिक्षण देण्यात आलं पाहिजे. समाजसेवकांनी व स्वयंसेवकांनी सुद्धा याबाबतीत काम केलं पाहिजे. या सर्व रोगांमध्ये दुर्लक्षित पण मोठ्या संख्येने दिसून येणारा रोग म्हणजे कॅन्सर. आपण सामान्य जनतेविषयी जे बोलतो ते तुरुंगातील कैदो स्त्रियांनाही लागू आहे. या स्त्रियांची वेळोवेळी स्तनाच्या आणि गर्भाशयमुखाच्या कॅन्सरसाठी तपासणी झाली पाहिजे. पण अनेक तुरुंगांमध्ये याची सुविधा उपलब्ध नाही. यासाठी डॉक्टरांनीच पुढाकार घेऊन तुरुंगातील कर्मचारी, पब्लिक हेल्थ डिपार्टमेंट आणि खाजगी संस्था व व्यक्तींच्या मदतीने एक दीर्घमुदतीची योजना आखली पाहिजे.

आहार व पोषण

तुरुंगात राहणाऱ्या कैदी स्त्रिया व त्यांच्यासोबत राहणारी मुले यांना जो आहार देण्यात येतो, त्याची पोषणमूल्ये काय आहेत या गोष्टीकडे डॉक्टर्स, आहारतज्ज्ञ या लोकांनी लक्ष दिलं पाहिजे. भारतासाठी जे आंतरराष्ट्रीय मापदंड आखून दिलेले आहेत त्यानुसार हा आहार पोषक, अल्पखर्चात कसा बनवता येईल यासंबंधी आरोग्य अधिकाऱ्यांनी काळजी घेतली पाहिजे. गर्भवती स्त्रियांना जर योग्य आहार मिळाला तर त्यांच्या गर्भाचे कुपोषण होणार नाही व कुपोषित अथवा अपंग मुले त्यांच्या पोटी जन्माला येणार नाहीत. कैद्यांना जी औषधे व जीवनसत्वे पुरवण्यात येतात त्याकडे तसेच तुरुंगातील लसीकरणाकडे डॉक्टरांनी लक्ष पुरवले पाहिजे.

मानसोपचारतज्ज्ञ/मानसशास्त्रज्ञ

आपल्या मुलांपासून दूर राहणे, समाजाने वाळीत टाकणे, कुटुंबियांनी वाळीत टाकणे, तुरुंगातील वाईट वातावरण यामुळे स्त्रियांना मानसिक विकार जडण्याचे प्रमाण मोठे आहे. ज्या स्त्रिया आयुष्यात पहिल्यांदा तुरुंगात येत आहेत, त्यांना तुरुंगात भरती झाल्यानंतरचा काही काळ फार कठीण जातो. तेथील वातावरण नवे असते. इतर कैदी स्त्रियांचा दृष्टिकोन शत्रुत्वाचा असतो, एकंदर परिस्थिती गोंधळात टाकणारी असते. बऱ्याच स्त्रिया आत्महत्येचा प्रयत्न करतात. कोणी पळून जाण्याचे मार्ग शोधतात तर कोणी स्वत:च्या जीवाला हानी पोचवतात. या अशा कैदी स्त्रियांना समुपदेशनाची गरज असते. हे काम संवेदनशील मनोविकारतज्ज्ञ आणि मानसशास्त्रज्ञ करू शकतात. याशिवाय इतर गंभीर प्रकारच्या दुखण्यांसाठी (उदाहरणार्थ, न्यूरॉसिस, सायकॉसिस) सुद्धा तुरुंगात मनोविकारतज्ज्ञांची व मानसशास्त्रज्ञांची गरज भासते. मोठ्या शहरात समुपदेशनाची असंख्य केंद्रे आहेत. त्या केंद्रांची मदत घेऊन कैद्यांच्या मनावरील व जीवनशैलीवरील ताणतणावांवर उपाययोजना करता येईल.

कैदी स्त्रियांची मुले

आपण जेव्हा कैदी स्त्रियांविषयी बोलतो तेव्हा बाहेरील जगात राहत असलेल्या त्यांच्या मुलांकडे दुर्लक्ष करून चालत नाही. परंतु काही कैदी स्त्रियांची मुले त्यांच्यासोबत तुरुंगातच राहत असतात. ही तर अधिकच धोकादायक परिस्थितीत जगत असतात. कोणत्याही मुलाचा जन्म आणि वाढ तुरुंगात होते, हे त्या मुलाच्या दृष्टीने अजिबात योग्य नाही. असं आढळून आलं आहे की, तुरुंगाच्या वातावरणात वाढलेली मुलं एकतर अत्यंत आक्रमक वृत्तीची बनतात किंवा अगदी एकलकोंडी, स्वत:च्या कोशात राहणारी बनतात. त्यांचा बाह्यजगताशी काहीच संबंध येत नसल्यामुळे त्यांची समज, जाणीव व बौद्धिक व वैचारिक क्षमता खुंटून जाते. याचं एक उत्तम उदाहरण म्हणजे तुरुंगात वाढलेल्या मुलांनी जेव्हा पहिल्या प्रथम गाय पाहिली तेव्हा ती त्यांना खूप मोठ्या वाढलेल्या मांजरासारखी वाटली. हीच गोष्ट ध्यानात घेऊन लहान मुलांना आपल्या आईपासून वेगळं करून दुसरीकडे पाठवण्यात येतं. पण बरेचदा तुरुंगाच्या बाहेर गेल्यावर या मुलांना जाण्यासाठी घरच नसतं. त्यांचे कुटुंबीय अथवा नातलग त्यांचा सांभाळ करायला तयार नसतात. विशेषत: ती मुलगी असेल तर नाहीच. जरी काही नातेवाईकांनी या मुलांची जबाबदारी स्वीकारली, तरी बरेचवेळा या मुलांचा नंतर छळच होतो. त्यातून बऱ्याच समस्या निर्माण होतात. एका आईच्या दृष्टीनेही हा प्रसंग अत्यंत यातनामय असतो.

ही समस्या कशा पद्धतीने सोडवता येईल याचा विचार करत असताना आपल्या देशाच्या विविध भागात यासाठी काय उपाययोजना करण्यात आली आहे हे पाहणे उपयुक्त ठरेल. एक गोष्ट लक्षात घ्यायला हवी, की या मुलांना आपल्या आईपासून वेगळे करणे हा काही या समस्येवर तोडगा होऊ शकत नाही. त्याऐवजी वकिलांनी एक आघाडी उघडून तुरुंगवासाच्या शिक्षेला जे काही इतर पर्याय आहेत त्यांचा प्रचार केला पाहिजे– उदाहरणार्थ, प्रोबेशनवर मुक्तता, अशा व्यक्तींकडून देखरेखीखाली समाजसेवा करवून घेणे इत्यादी. फक्त ज्या स्त्रियांनी अतिरेकी किंवा समाजविघातक कृत्ये केल्याचे सिद्ध झाले असेल, अशांच्या बाबतीत हा उपाय करता येणार नाही. परंतु बाकीच्या स्त्रियांना आपल्या मुलांचा चांगल्या वातावरणात व्यवस्थित सांभाळ करणे शक्य होईल. त्याचप्रमाणे त्यांना शिक्षा देण्याऐवजी त्यांच्याकडून काहीतरी विधायक, सकारात्मक कार्य करून घेता येईल.

मध्यप्रदेशातील भोपाळ येथील एस.ओ.एस. चिल्ड्रन्स विलेज या गावाने ३१ मे २००३ रोजी राज्यातील वेगवेगळ्या तुरुंगांमधील कैद्यांच्या तीन मुलांचा स्वीकार केला. त्या मुलांना आपल्या आईची तुरुंगात जाऊन भेट घेण्याची

परवानगी आहे. कधीतरी त्या स्त्रिया एखाद्या दुखण्याने आजारी पडतात. मग त्यांना या विलेजमध्ये येऊन एक संपूर्ण दिवस आपल्या मुलांच्या सहवासात घालवता येतो. अशीच काही गावे देशाच्या इतर भागात सुद्धा बसवण्यात आली आहेत. या गावांना मदतीसाठी पाचारण करता येईल.

जबलपूरमध्ये पूर्वी प्रिझन सुपरिटेंडंट म्हणून काम करत असताना डॉ. लालजी मिश्रा यांनी, शहरातील काही खाजगी सेवाभावी संस्थांशी चर्चा व बोलणी करून त्यांच्या मदतीने अशा मुलांना निवासी शाळेत घातले होते. आठवड्यातून एकदा या मुलांना आपल्या आईला भेटता यावे अशी सुद्धा व्यवस्था करण्यात आली होती.

मध्य प्रदेशातील नरसिंगपूर येथे कैदी स्त्रियांच्या भेटीसाठी आलेल्या एका स्त्रीने अशा मुलांना दत्तक घेण्यास तयार असलेली कुटुंबे शोधून त्यांना घर मिळवून दिले. इ.स. २००३ सालच्या सुरुवातीला श्री. श्री. रविशंकर यांच्या आर्ट ऑफ लिव्हिंग फौंडेशन या संस्थेने अशा मुलांना वयाची १८ वर्षे पूर्ण होईपर्यंत बंगलोर येथील आपल्या ऋषिकेश आश्रमात ठेवून घेण्याची तयारी दर्शवली होती. इतकंच नव्हे तर त्यांच्या शिक्षणाची व त्यांच्या इतर गरजा भागवण्याची जबाबदारीसुद्धा आश्रमानेच उचलली होती. वर्षातून एकदा या मुलांना आपल्या आईला अथवा वडिलांना भेटण्यासाठी पाठवण्याचेही आश्रमाने मान्य केले होते.

क्राईम होम चिल्ड्रन प्रोजेक्ट *(CHC)*

डॉ. किरण बेदी यांच्या इंडिया व्हिजन फौंडेशनतर्फे क्राईम होम चिल्ड्रन प्रोजेक्ट हा एक उपक्रम चालवण्यात येतो. तुरुंगात आपल्या आईसोबत राहणाऱ्या मुलांची किंवा ज्या मुलांचे आई अथवा वडील तुरुंगात आहेत अशा मुलांची माहिती प्रथम गोळा करण्यात येते. अशा मुलांना शाळेत पाठवण्याची व्यवस्था करण्यात येते. जिथे गरज पडेल, तिथे आर्थिक साहाय्यही करण्यात येते. एक समुपदेशक, एक लोकल गार्डियन व प्रोजेक्ट मॅनेजर हे परस्पर सहकार्याने त्या मुलाच्या मानसिक, भावनिक व शारीरिक स्वास्थ्याची काळजी तर घेतातच पण त्याचबरोबर त्यांच्या आईवडिलांच्या सुद्धा सतत संपर्कात असतात. त्याचप्रमाणे त्याच्या नातलगांच्या, शाळा चालकांच्या आणि तुरुंगाधिकाऱ्यांच्याही संपर्कात असतात. त्या मुलाला जर घरच नसेल तर त्याला चांगल्या दर्जाच्या निवासी शाळेत घालण्यात येते. मग त्याच्या लोकल गार्डियनचा रोल फौंडेशनच स्वीकारते. मुलाच्या सर्व गरजा फौंडेशनतर्फे भागवल्या जातात. त्यात वह्या, पुस्तके, गणवेष, कपडे, शाळेची फी या सर्वांचा समावेश असतो. फौंडेशनचे समुपदेशक व लोकल गार्डियन त्या मुलाच्या घरी अनेकदा भेटायला जातात.

पण वरील सर्व संकल्पना प्रत्यक्षात आणताना असंख्य अडचणी उभ्या राहतात. त्यातील काही क्षणिक असतात तर काही अडचणींवर मात करायला दीर्घकाळ लागतो.

कुटुंबाशी संपर्क प्रस्थापित करणे

आधी उल्लेख केल्याप्रमाणे कुटुंबातील एखाद्या व्यक्तीला तुरुंगवास झाला की ते संपूर्ण कुटुंब उद्ध्वस्त होते. माणसामाणसांमधील संबंध मोडून जातात. याचा सर्वांत मोठा परिणाम होतो स्त्रियांवर. विशेषत: ग्रामीण भागातून आलेल्या स्त्रियांवर बरेचदा त्यांचा त्यांच्या कुटुंबाशी काहीच संबंध उरत नाही. त्यामध्ये त्यांचा काही दोष नसतो. पण तरीही बरेचदा त्यांचे कुटुंबीय त्यांना वाळीत टाकतात.

अशा केसेसमध्ये स्वयंसेवक प्रयत्न करून त्या स्त्रियांच्या कुटुंबाची माहिती मिळवतात. त्या स्त्रियांच्या संमतीनं त्यांच्या कुटुंबियांना पत्र लिहितात, दूरध्वनीवरून त्यांच्याशी संपर्क साधतात, कुटुंबियांना स्वत: जाऊन भेटतात व त्यांना आधार देतात. हे सर्व मोजक्या खर्चात करणं सहज शक्य असतं आणि कैदी स्त्रियांची व त्यांच्या कुटुंबियांची गाठ घालून त्यांच्यात समझोता घडवून आणणं हे अत्यंत फायदेशीर असतं.

महत्त्वपूर्ण संस्था आणि लोक

स्वयंसेवकांनी ज्यांच्याविषयी माहिती मिळवलीच पाहिजे अशा महत्त्वपूर्ण संस्था आणि लोक असतात. कधी कधी स्वयंसेवक कितीही सहृदयतेने, चांगल्या भावनेने काम करणारे असले, तरी त्यांची गाठ जर दुराग्रही तुरुंग व्यवस्थापनाशी पडली, तर काही प्रश्न सोडवणे त्यांना शक्यच होत नाही. अशावेळी वर उल्लेख केलेल्या संस्था उपयोगी पडू शकतात, कारण अशा केसेसमध्ये बाहेरून हस्तक्षेपाची गरज असते. या संस्था म्हणजे स्टेट अँड नॅशनल कमिशन फॉर विमेन, स्टेट अँड नॅशनल ह्यूमन राईट्स कमिशन, सेंट्रल सोशल वेल्फेअर बोर्ड, स्टेट अँड सेंट्रल डिपार्टमेंट ऑफ विमेन अँड चाईल्ड डेव्हलपमेंट, प्रोबेशन ऑफिसर्स, डिस्ट्रिक्ट स्टेट अँड सेंट्रल वेल्फेअर स्कीम्स, रूरल अँड ट्रायबल मार्केटिंग फेडरेशन्स इत्यादी. त्याचप्रमाणे स्थानिक आमदार व खासदार, मंत्री व पोलीस अधिकारी व न्यायसंस्थेचे अधिकारी. एक महत्त्वपूर्ण गोष्ट अशी की तुरुंगातील कैद्यांच्या जीवनाशी संबंधित मुद्यांचा विचार करणारे एक तरी मंत्रालय, विभाग, बोर्ड, कॉर्पोरेशन, स्वतंत्र संस्था, सेवाभावी बिगरसरकारी संस्था किंवा व्यक्ती असतात.

आपापल्या प्रभागाचा विकास करण्यासाठी आमदारांकडे, खासदारांकडे भरपूर मोठा निधी सोपवलेला असतो. यातील बरीचशी रक्कम तशीच पडून असते

किंवा दुसऱ्याच कामासाठी वापरण्यात येते. इ.स. २००३ साली जबलपूरमधील खासदारांनी आपल्या निधीतून सेंट्रल जेलच्या कोठड्यांमध्ये पंखे बसवण्यासाठी पैसे दिले. स्वयंसेवकांनी या अशा संस्था व व्यक्तींना भेटून काय करता येईल याविषयी माहिती मिळवली पाहिजे.

समारोप

गांधीजी एकदा म्हणाले होते, ''देवाने सृष्टीमध्ये जे प्राणी निर्माण केले त्या सर्वांपेक्षा माणूस वेगळा आहे तो त्याच्या समाजप्रिय स्वभावामुळे. स्वतंत्रपणे राहणं हा जसा त्याचा अधिकार आहे त्याचप्रमाणे परस्परसहकार्याने राहणं हे त्याचं कर्तव्य आहे. मी पूर्णपणे स्वतंत्र जगू शकतो व मला दुसऱ्या कोणाची गरज नाही असं केवळ एक उद्दाम माणूसच म्हणू शकतो.''

वर उल्लेख केलेल्या सर्वच्या सर्व व्यक्ती व संस्थांनी जर एकमेकांशी संपर्क ठेवला तर त्यांना खूप काही साध्य करता येण्यासारखं आहे. डॉ. किरण बेदी म्हणतात त्याप्रमाणे– ''जिथे कुठे एकत्रित निर्धार हा अंगभूत चांगुलपणा व आंतरिक इच्छेवर आधारलेला असेल, तेव्हा त्याद्वारे कोणतीही गोष्ट साध्य करता येते.''

मी माझ्या मुद्याचा समारोप मदर टेरेसांच्या शब्दांत करेन. कारण त्यांनीच हे सार एका संक्षिप्त वाक्यात फार सुंदर तऱ्हेने मांडलेले आहे : ''पसरलेला हात आणि मदत देणारा हात या दोन हातांमध्ये फरक आहे तो फक्त वळलेल्या मनगटाचा.''

□

कैद्यांचे अधिकार

कॉलिन गोन्साल्विस हे एक सुप्रसिद्ध वकील आहेत. तसेच ते 'प्रिझनर्स राईट्स' या पुस्तकाचे सहलेखक आहेत. त्यांनी खालील प्रश्नांची उत्तरे दिली आहेत.

अ) एखाद्या व्यक्तीस अटक झाल्यानंतर त्या व्यक्तीला कुठले अधिकार असतात?

१– तुम्हाला अटक का झाली असून तुमचा जामीनाच्या बाबतीत काय अधिकार आहे ते तुम्हाला कळले पाहिजे.

२– न्यायाधिशांच्या परवानगीशिवाय बेड्या घातल्या जाऊ नयेत.

३– तुम्हाला अटक करणाऱ्या पोलिसाने स्वतःच्या नावाचा बिल्ला घातलेला असला पाहिजे. जर तुम्हाला पोलिसांनी अटक केली तर त्यानंतर चोवीस तासांच्या आत त्यांनी तुम्हाला मॅजिस्ट्रेट समोर हजर केले पाहिजे. खरं तर प्रत्येकाला आपले कुटुंबिय, मित्र किंवा वकील यापैकी कोणाशीही कोणत्याही मार्गाने संपर्क साधण्याचा अधिकार असतो.

४– पोलिसांनी तुम्हाला अटक केल्यानंतर तुमचे कुटुंबीय, मित्र परिवार किंवा हितचिंतक असलेल्या व्यक्तीला अथवा ते शक्य नसेल तर लीगल एड कमिटीला त्यांनी संपर्क करणे व तुमच्या अटकेविषयी माहिती देणे आवश्यक असते.

५– अटकेनंतर तुमच्याकडून जप्त करण्यात आलेल्या सर्व वस्तूंची व्यवस्थित यादी बनवण्यात आली पाहिजे व त्याची एक प्रत तात्काळ तुम्हाला देण्यात आली पाहिजे. ती यादी जर अचूक असेल तरच तुम्ही त्यावर सही करावी अन्यथा नाही.

६– गरज पडली तर तुम्ही वैद्यकीय तपासणीची मागणी केली पाहिजे.

ब) एखाद्या स्त्रीला अटक करतेवेळी पोलिसांनी कोणते नियम पाळले पाहिजेत? (पुरुषांना अटक करतेवेळी पोलिसांनी पाळण्याचे काही नियम सुद्धा

यात मोडतात.)

१– स्त्रीला अटक करणे किंवा तिची झडती घेण्याचे काम फक्त स्त्री पोलीस अधिकारीच करू शकतात.

२– कोणत्याही स्त्रीला अटक करून नेत असताना किंवा कोठडीत बंद केल्यानंतर शारीरिक बळाचा उपयोग केला जाऊ नये तसेच त्या स्त्रीला हातकड्या घालण्यात येऊ नयेत.

३– जी पोलीस अधिकारी स्त्री या महिलेला अटक करत असेल तिने आपला गणवेष व नावाचा बिल्ला व्यवस्थित घातलेला असला पाहिजे.

४– कोणत्याही स्त्रीला पुरुषांसोबत कोठडीत ठेवण्यात येऊ नये. तिला महिलांसाठी असलेल्या कोठडीतच ठेवण्यात यावे.

५– स्त्रीची जबानी नोंदवण्यासाठी पोलिसांनी तिला कोठेही घेऊन जाऊ नये. तिची जबानी तिच्या राहत्या घरीच नोंदवून घेण्यात यावी.

६– या स्त्रीला अटक करण्यात आली असून तिला एखाद्या विशिष्ट स्थळी थांबवून घेण्यात आल्याची माहिती पोलिसांनी ताबडतोब तिच्या नातलगांना, स्नेह्यांना अथवा हितचिंतकांना दिली पाहिजे. त्या स्त्रीला ज्या ठिकाणी ठेवले आहे, त्या ठिकाणचा व्यवस्थित पत्ताही त्यांना देण्यात आला पाहिजे.

७– अटकेची वेळ व स्थळ याची नोंद पोलिसांनी ठेवली पाहिजे. ज्या स्त्रीला अटक झाली असेल तिचे नातलग, स्नेही वा हितचिंतक वेगळ्या ठिकाणी, वेगळ्या जिल्ह्यात राहत असतील तर पोलिसांनी त्यांना तारेने या अटकेची बातमी कळवली पाहिजे. ही गोष्ट अटकेनंतर आठ ते बारा तासांच्या आत घडली पाहिजे.

८– ज्या व्यक्तीला अटक करण्यात आली असेल अथवा चौकशीसाठी थांबवून धरण्यात आले असेल त्या व्यक्तीला तिच्या अधिकारांची जाणीव करून देण्यात आली पाहिजे. (आपल्या नातलगांशी वा हितचिंतकांशी संपर्क साधण्याचा अधिकार!)

९– अटक होत असताना पोलिसांनी त्या अटकेची वेळ व स्थळ याची बिनचूक नोंद त्यावेळी आपल्या दैनंदिनीत केली पाहिजे.

१०– ज्या व्यक्तीला अटक झाली असेल त्या व्यक्तीने तातडीने स्वत:च्या वैद्यकीय तपासणीचा आग्रह धरला पाहिजे. त्यावेळी त्या व्यक्तीच्या अंगावर ज्या काही लहान अथवा मोठ्या जखमेच्या खुणा असतील, त्यांची ताबडतोब बिनचूक नोंद झाली पाहिजे. या इन्स्पेक्शन मेमोवर अटक करणाऱ्या पोलिसांची व अटक झालेल्या व्यक्तीची सही असली पाहिजे. त्याची एक प्रत अटक झालेल्या व्यक्तीला देण्यात आली पाहिजे.

११– मेमो ऑफ अॅरेस्टसहित सर्वच्या सर्व कागदपत्रांची एक प्रत इलाका मॅजिस्ट्रेट यांच्याकडे माहितीसाठी पाठवण्यात आली पाहिजे.

१२– चौकशी चालू असताना आपल्या वकिलाला भेटण्याची परवानगी अटक झालेल्या व्यक्तीला मिळाली पाहिजे. परंतु चौकशीच्या वेळी पूर्णवेळ वकिलाला तेथे थांबता येणार नाही.

क) एखाद्या व्यक्तीला अटक झाल्यानंतर तिच्यावरील खटल्याचा निकाल लावण्यात वर्षानुवर्षे दिरंगाई होऊ नये, यासाठी त्या व्यक्तीचे कुटुंबीय, हितचिंतक काय करू शकतात?

१– एखाद्या व्यक्तीला अटक झाली तरी ती व्यक्ती आपले निर्दोषित्व सिद्ध करणाऱ्या काही घटना किंवा वस्तुस्थिती एका विनंती अर्जाच्या स्वरुपात लिहून संबंधित कोर्टात तो अर्ज दाखल करू शकते.

२– जर एफ.आर.आय. नोंदवण्यात आला असेल तर तो रद्द करून घेण्यासाठी ही व्यक्ती सी. आर. पी. सी कलम ४८२ च्या अन्वये संबंधित उच्च न्यायालयात विनंती अर्ज दाखल करू शकते.

ड) एखाद्या व्यक्तीला जामीनाखाली अर्ज करायचा असेल, तर तो लवकरात लवकर कधी करता येतो? सेशन्स कोर्टाने जर जामीनाचा अर्ज तीन वेळा फेटाळला असेल तर?

१– ती व्यक्ती अटकेनंतर किंवा दोषी आहे हे सिद्ध झाल्यानंतर लवकरात लवकर जामीनाचा अर्ज करू शकते.

२– सेशन्स कोर्टाने तीन वेळा जामीनाचा अर्ज फेटाळला असेल तरीही सी.आर.पी.सी. च्या ४३९ व्या कलमान्वये उच्च न्यायालयात जामीनाचा अर्ज करू शकते.

इ) एखाद्या व्यक्तीला तुरुंगाच्या कर्मचाऱ्यांकडून वाईट वागणूक मिळाली अथवा वेळेत वैद्यकीय उपचार मिळाले नाहीत, तर तिने काय करावे?

१– त्या व्यक्तीला अशा प्रकारची तक्रार घेऊन संबंधित कोर्टात याचिका दाखल करता येते.

२– एखाद्या व्यक्तीला एकांतवासाची शिक्षा देऊन एकटे ठेवण्यात आले किंवा कठोर परिश्रम करण्यास भाग पाडण्यात आले, त्या व्यक्तीला मिळणाऱ्या जेवणाखाणात फरक करण्यात आला किंवा न्यायाधिशांच्या परवानगीशिवाय त्या व्यक्तीला दुसऱ्या जेलमध्ये हलवण्यात आले, तर या प्रत्येक कारणासाठी त्या

व्यक्तीला न्यायालयाचा दरवाजा ठोठावता येतो.

३– तुरुंगात एखाद्या व्यक्तीला वैद्यकीय उपचार मिळाले नाहीत, तर त्याबद्दल तिला न्यायालयात धाव घेता येते.

फ) सेशन्स कोर्टाने आपल्याला विनाकारण दोषी ठरवले आहे, असे जर एखाद्या व्यक्तीला वाटले तर?

१– सी.आर.पी.सी.च्या ३४७ व्या कलमान्वये त्या व्यक्तीला संबंधित हायकोर्टात अपील करता येते.

एखाद्या व्यक्तीवरील खटला लवकर निकालात निघावा यासाठी त्या व्यक्तीचे कुटुंबीय काही करू शकतात का?

कलम २ : जीवनाचे आणि व्यक्तिगत स्वातंत्र्याचे संरक्षण कायद्यान्वये घालून दिलेल्या प्रक्रियांव्यतिरिक्त इतर केव्हाही एखाद्या व्यक्तीला त्याच्या आयुष्याचे अथवा वैयक्तिक स्वातंत्र्याचे संरक्षण करण्याच्या हक्कापासून वंचित केले जाणार नाही.

खटले झटपट निकालात निघणे ही वैयक्तिक स्वातंत्र्याची बाब आहे.

कद्रा पहाडिया विरुद्ध बिहार राज्य या केसमध्ये सुप्रीम कोर्टानेच असे प्रतिपादन केले आहे :

एखाद्या व्यक्तीवर चालू असलेल्या खटल्याचा निकाल लवकर लागत नसेल तर त्या व्यक्तीला आपल्या या हक्काच्या मागणीसाठी न्यायालयात धाव घेता येते. अशा प्रकारे आरोपीला त्याचे न्याय्य हक्क मिळावे यासाठी संबंधित कोर्ट राज्य सरकारला तसेच योग्य अधिकारी व्यक्तींना त्याविषयी सूचना देऊन या हक्काची अंमलबजावणी करून घेऊ शकते.

एखाद्या व्यक्तीकडे हायकोर्टात केस लढवण्यासाठी पुरेसे पैसे नसतील तर?

१– आरोपी लीगल एड बोर्ड/कमिटीकडे विनंती अर्ज पाठवून स्वत:ची केस लढवण्यासाठी एखाद्या निष्णात वकिलाची नेमणूक करून घेऊ शकतो.

२– आरोपीकडे स्वत:ची केस लढवण्यासाठी वकील नेमण्यास पुरेसे पैसे नसले तर त्याला सरकारी खर्चाने वकील मिळू शकतो. तो त्याचा हक्क आहे. □

ह्या पुस्तकाचा उद्देश

१९९४ सालाच्या सुरुवातीस मी 'पुणे ट्रिब्युन'चा मुख्य संपादक म्हणून काम पाहत असताना वृत्तपत्रातील एक छोटीशी बातमी माझ्या नजरेस पडली. येरवडा जेलमध्ये राहत असणाऱ्या माता व त्यांची मुले याविषयी ती बातमी होती. सुरुवातीला मला वाटलं, ती बातमी छापण्यात काहीतरी चूक झाली असावी. मुलांना तुरुंगात राहावे लागते व कैदेत असलेल्या आयांना तुरुंगाचे जे नियम, कायदे पाळावे लागतात, ते कायदे व ती बंधने या मुलांनाही लागू आहेत, यावर माझा तर विश्वासच बसेना. पण त्याहूनही आणखी एका विचारानं मला अस्वस्थ करून सोडलं– ही मुलं जेव्हा पाच वर्षांची होतात, तेव्हा त्यांना आपल्या आईपासून दूर ठेवण्यात येते. पाच वर्षे सलग रात्रंदिवस एकत्र राहिल्यानंतरची ही ताटातूट... कोण जाणे... कदाचित कायमची... हा विचार माझ्या मनाला ग्रासू लागला. पण आयुष्य पुढे चालूच होतं. कधीतरी तुरुंगात दिवस कंठणाऱ्या त्या आया व त्यांच्या मुलांची प्रतिमा माझ्या डोळ्यांपुढे तरळून जाई. पण मग वर्तमानाची जाणीव होऊन मी परत भानावर येई. काही वर्षांपूर्वी परत परत माझ्या मनात त्या बातमीचा विचार घोळू लागला. ती बातमी स्वत:च संपादित करून वृत्तपत्रात छापली होती. पण नकळत कुठेतरी माझ्या मनात या पुस्तकाचे व माहितीपटाचे बीज पेरले गेले होते. मला वाटत होतं, एकदा या विषयावर आपण पुस्तक लिहिलं आणि माहितीपट बनवला की तुरुंगात राहणाऱ्या आई व मुलांची प्रतिमा आपल्या डोक्यातून नाहीशी होईल. पण हे खरं नव्हतं. माझ्या दृष्टीनं हा एक मोठा प्रवास आहे. आणि माझं अंतर्मन मला असं सांगतंय, की हा प्रवास आत्ता तर कुठे सुरू झालाय. या लोकांच्या जीवनात काही सकारात्मक बदल आणण्यासाठी सुरू झालेल्या या प्रवासात तुम्हीही सहभागी व्हावं, अशी मी आशा करतो... जय बाबा.

□